प्रेमरस... कबीरांचा

कबीरांच्या दोह्यांवरील ओशोंचं रसाळ, विस्तृत विवेचन

ओशो

अनुवाद
प्रज्ञा ओक

मेहता पब्लिशिंग हाऊस

PREMRAS... KABIRANCHA! by OSHO
Published by Mehta Publishing House, Pune
Originaly Published in Hindi as Kasturi Kundal Basai, (Chapters 6-10)

Translated into Marathi Language by Pradnya Oak

प्रेमरस... कबीरांचा / वैचारिक

अनुवाद : प्रज्ञा ओक

Email : author@mehtapublishinghouse.com

मराठी अनुवादाचे व प्रकाशनाचे हक्क : मेहता पब्लिशिंग हाऊस प्रा. लि., पुणे.

संस्थापक : सुनील अनिल मेहता

प्रकाशक : मेहता पब्लिशिंग हाऊस प्रा. लि.,
१९४१, सदाशिव पेठ, माडीवाले कॉलनी, पुणे - ४११०३०.

मुद्रक : ट्रिनिटी अ‍ॅकॅडमी फॉर कॉर्पोरेट ट्रेनिंग लिमिटेड

मुखपृष्ठ : सतीश भावसार

प्रकाशनकाल : जानेवारी, २०१७ / पुनर्मुद्रण : जून, २०२६

किंमत : ₹ २६०

P Book ISBN 9789386342096
E Book ISBN 9789386342102
E Books available on : amazonkindle Apple Books Google Play Books

मनोगत

रूपांतरण (ट्रान्सफार्मेशन) हे फार मोठे अध्यात्मातले शब्द आहेत. त्या शब्दांची किंचितशी अनुभूती यावी, असं गेली बारा-तेरा वर्षं माझ्या बाबतीत घडतंय... मेहता पब्लिशिंग हाऊसमध्ये ओशोंचे अनुवाद मी जवळजवळ दहा-बारा वर्षं करतेय... अगदी पहिल्या 'नवी पहाट' ('न्यू डॉन'चं भाषांतर) पुस्तकापासून 'ओशो'या व्यक्तिमत्त्वाचं गारुड माझ्यावर कायम आहे... सुनील मेहता यांनी अनुवाद करायला सांगितला आणि ते काम मी स्वीकारलं, हा झाला एक कोरडा व्यवहार. पण तो एकच क्षण माझ्याबाबतीत, माझ्या एकंदर व्यक्तिमत्त्वाबाबतीत काहीतरी निराळं, चांगलं घडण्याचा ठरला. कारण मी ओशोंचे विचार अनुवादित करत गेले, तसतसे 'ओशो' मला हळूहळू समजत गेले. पूर्णपणे समजले हा अंहकार मी बाळगूच शकत नाही. पण रोजचं चौकटीतलं आयुष्य जगताना, प्रत्येक पाऊल टाकताना ओशोंचा हात धरावासा वाटू लागला. आजूबाजूला बघताना, जगताना, रोजच्या लढाया खेळताना मन फारसं डळमळेनासं झालं. अनेक ठिकाणी आपला आपण तोल सावरला, तो सावरता आला. समोरच्याला समजून घेण्याची एक निराळी दृष्टी गवसली. या विशाल अशा विश्वातले 'आपण' म्हणजे 'मी' नव्हे; हा साक्षात्कार झाला... आणि हे बदल घडले ते केवळ आणि केवळ ओशोंमुळेच! 'मी'पण गळून जाण्याइतका पल्ला मी निश्चितच गाठला नाही. कबूल करते. पण त्या मार्गावरून चालून बघावं, एवढं मात्र वाटलं खास!

कबीरांच्या कवनांचे अनुवाद करताना ओशोंच्या भाषेनं काहीवेळा स्तिमित केलं, वेडंपिसं केलं आणि समोर लख्खकन काहीतरी प्रकाश पडला. त्या प्रकाशात अतीव आनंद मिळाला.

प्रत्येक काम करताना प्रत्येकाचा पाहण्याचा दृष्टिकोन निराळा असतो. माझा दृष्टिकोन सुरुवातीला एक काम एवढाच होता. आणि आता पाचव्या पुस्तकाच्यावेळी तो एक 'साधना' असा झाला.

कधीही न कंटाळता, न वैतागता 'वेळाचा' मला धाक घातला नाही... म्हणून मी सुखानं काम करू शकले. म्हणून मेहता पब्लिशिंग हाऊसला मन:पूर्वक धन्यवाद!

– प्रज्ञा ओक

अनुक्रमणिका

सूत्र

भक्ती का मारग झीना रे।
नहिं अचाह, नहिं चाहना चरनन लौ लीना रे।
साधन के रसधार में रहै, निसदिन भिगा रे।।
राग में श्रुत ऐसे बसै, जैसे जल मीना रे।
साईं सेवत में देइ सिर, कुछ विलय न कीना रे।।

सहा

भक्ती का मारग झीना रे

संत कबीर म्हणजे एक प्रकारचा पवित्र संगम आहे. जसा प्रयागचा संगम! जे काही उच्चतम आहे, ते सर्व एकत्रित झालेला संगम. गंगा-यमुना-सरस्वती. ज्ञान, कर्म आणि भक्ती या तीनही गोष्टींचा संगम.

कर्म तर दृष्टीला दिसतंच. तसंच भक्तीही दिसतेच. तिला लपणं शक्य नसतं. परंतु 'ज्ञान' मात्र 'आतला' प्रवाह आहे. म्हणूनच प्रयाग इथं गंगा-यमुना प्रत्यक्ष डोळ्याला दिसतात, पण सरस्वती मात्र अदृश्य स्वरूपात आहे. सरस्वती ही ज्ञानाची देवी आहे. ही गोष्ट नीट लक्षात घ्या.

कर्म ही दृष्टीला पडणारी गोष्ट आहे. कारण कर्माचा अर्थ आहे, 'बाहेर!'... भक्तीचा अर्थ आहे प्रेम, ओढ... तेव्हा तेही लपवणं अवघडच. एखाद्या कुणाला प्रेमाची बाधा झाली तर ते चटकन कळतं, दिसतं. या जगात सगळं काही लपवता येऊ शकतं, परंतु प्रेम लपवणं शक्य नाही. प्रेमी लोकांचा चालण्याचा ढंग निराळा होतो. नजर निराळी होते. एक प्रकारची बेहोशी, मस्ती, त्यांना घेरून बसते. त्यांच्या सगळ्या अभिव्यक्तीत कुठला तरी राग छेडला जात असतो. ही माणसं नेहमीसारखी उठतात, बसतात, चालतात, पण... काहीतरी बदललेलं दिसतं. कोणीही हा बदल ओळखू शकतं. अगदी आंधळा माणूससुद्धा! म्हणूनच प्रेम ही गोष्ट लपवताच येत नाही. अगदी सर्वसामान्य प्रेमी माणसंही ते लपवू शकत नाहीत, तर मग परमात्म्याचं प्रेम कसं लपवता येईल? ते प्रेम असं काही प्रज्ज्वलित झालेलं असतं की, जसा काही अंधाऱ्या घरात दिवा पेटलेला आहे... लांबवर तो प्रकाश दिसतो.

ज्ञान हे गंगेसारखं प्रकट होत राहतं. कर्म गंगेसारखं प्रकट होत राहतं. प्रेम हे प्रकट आणि अप्रकट यांच्या मध्यावर असतं... यमुनेसारखं... परंतु ज्ञानाचा प्रवाह हा 'आत' असतो, सरस्वतीसारखा. म्हणूनच ध्यान हे अप्रकट राहू शकतं... सत्य हे आहे की ध्यान हे प्रकट करणं अवघड आहे. म्हणूनच ज्या-ज्या मंडळींनी ध्यानाचा मार्ग अवलंबलेला आहे, ती मंडळी कधीच प्रकट होत नाहीत... जसे सूफी संत! त्यांचा तर काहीच ठावठिकाणा नसतो. तुमच्या शेजारी राहत असले, तरी पत्ता लागत नाही. बायकोलाही पती कुठल्या ध्यानमार्गात आहे त्याचा पत्ता लागत नाही. कारण सगळा खेळच मुळी खूप खोलवर आहे. तो अदृश्य ठेवता येतो. दृष्टीसमोर तो वस्तुनिष्ठतेनं प्रकट करणं अशक्यप्राय आहे. परंतु 'प्रेम' ही गोष्ट अशी आहे की, ती लपवणं शक्य नसतं. प्रेम लपवताही येत नाही, तसं खूप प्रकटही करता येत नाही. प्रेमाचा मध्यममार्ग असतो. कर्म मात्र प्रकट करता येतं... कबीर हे या तीनही गोष्टींचा संगम आहे.

आयुष्यभर कबीरांनी कर्म कधी आपल्यापासून निराळं नाही केलं... सतत कर्म करत राहिले. ते असे भक्त आहेत की, त्यांचं संपूर्ण जीवन कीर्तनाच्या बेहोशीत गेलंय. सकाळपासून रात्रीपर्यंत ते फक्त गातच राहिले. कर्म करताना मुखातून

हरिकीर्तन!... त्यांची गाणी सामान्य नव्हती... ती कंठातून आली नव्हती किंवा बुद्धी आणि विचारातून आली नव्हती. ती प्रकट झाली होती प्राणातून!... हृदयातून! त्यांच्या रचनांमध्ये कविता कमी आहे. ती छंदबद्ध नाही... काही इकडे-तिकडे आहे. परंतु त्यात आत्मा आहे. हृदय आहे आणि तसं तर हृदयानं कधी कोणते नियम आणि छंद मानले आहेत? सगळे नियम झुगारून देऊनच हृदय वाहत असतं... हृदयाचा आविष्कार म्हणजे धुवाधार पावसात गंगेला आलेला पूर! सगळे किनारे तोडून बेधुंदपणे वाहणं!

बुद्धीचे व्यवहार कोरडे असतात. जशी उन्हाळ्यात गंगा क्षीण होते. किनाऱ्यांच्या बंधनातच ती फक्त वाहते, पण हृदय मात्र पुरेपूर वाहतच असतं.

कबीर असेच जीवनभर गात राहिले... पुरासारखे... ही सारी गीतं त्यांनी 'बनवली' नाहीत! गायली....

जो कवी असतो तो गीत 'बनवतो', त्यासाठी प्रयत्न करतो. भाषेला सजवतो, व्याकरण ठीकठाक करतो. छंद, नियम, यांची व्यवस्था लावतो... आणि जो भक्त असतो तो फक्त गातो. खरा भक्त कवी असू शकतो पण... कवी हा भक्त असत नाही... भक्त पण गातो, पण त्याच्या गीतात कुठलंही बौद्धिक आयोजन नसतं, भाषेचं अलंकरण, व्याकरण, छंदाची पाहणी हे काहीही नसतं. त्याचं गाणं म्हणजे हृदयाला आलेला पूर असतो... आतल्या आत तो थांबवता येत नाही. बाहेर वाहत येतोच... त्याचं गीत ही त्याची मस्ती असते.

कबीर असेच आयुष्यभर गात राहिले. भक्तीला ते लपवू शकले नाहीत. अर्थात कुणीच लपवू शकत नाही... कबीरांनी आंतरिक ध्यानाला मात्र अंतरंगात जपून ठेवलं... त्याचंच नाव 'जतन.' ही गोष्ट संपूर्णपणे 'आतली' आहे. त्याचा बाहेरच्या जगाशी काही संबंध नाही. बाहेरच्या जगाशी त्याचं काही देणं-घेणं नाही. अतिशय एकांतात घडणारी ही गोष्ट आहे... कर्म करताना सगळा ऐहिक संसार तुमच्याबरोबर असतो. भक्ती करताना तुम्ही आणि तुमचा परमेश्वर एकत्र असता... पण 'ध्यान' या गोष्टीमध्ये तुम्ही संपूर्णपणे एकटे असता. ध्यानात परमात्मासुद्धा नसतो.

कबीर म्हणतात, 'हेरत-हेरत हे सखी रह्या कबीर हेराई।' शोधता-शोधता मीच हरवून गेलोय. मी कुठे आहे हे मलाच आता समजत नाहीये आणि मी काय शोधायला निघालो होतो, हे तर वेगळंच! आता तर त्याचाही पत्ता नाही.

ध्यानामध्ये 'अशा वेळा' खूप येतात. जे शोधायला निघालेले असतो, ते तर मिळत नाहीच... पण आपणच हरवले जातो आणि हरवले जातो, तेव्हाच ते सापडतं. हा एक अघटित असा विरोधाभास (पॅराडॉक्स) आहे.

तुम्ही परमात्म्याला कधी भेटू शकत नाही. कारण जेव्हा परमात्मा प्रत्यक्ष असतो, तेव्हा तुम्ही हरवलेले असता आणि तुम्ही जेव्हा प्रत्यक्ष असता तेव्हा

तो अदृश्य असतो. म्हणूनच 'मनुष्यप्राणी' आणि परमात्मा यांचं मीलन कधी घडू शकत नाही. परमात्माच परमात्म्याला भेटू शकतो. त्यांचंच एकमेकांशी मीलन घडू शकतं... मनुष्यप्राणी मार्गात मध्येच कुठेतरी हरवून जातो. शोधता-शोधता माणूस स्वत:च विरघळून जातो. मिलनाची वेळ जवळ येतायेताच तुम्ही आश्चर्यचकित होता... कारण हातात गवसलंय म्हणता-म्हणता मध्येच कुठेतरी ते निसटून गेलंय, याची जाणीव तुम्हाला होते. जो कुणी अंतिम ठिकाणापाशी जाऊन पोहोचतो तेव्हा कळतं अरेच्चा... हे तर माझ्यातच होतं! इथपर्यंत यायची जरुरीच काय होती. थोडंसं खाली वाकलो असतो, तर अंतरंगात आहे त्याचं अस्तित्व जाणवलं असतं.

म्हणूनच अंतिम ठिकाण आपल्या आतच आहे, परमात्माही 'आत' आहे. फक्त शोधणारा तसंच हरवून जाणारा इथे नाहीये. त्याची इथे उणीव आहे.

ध्यानामध्ये तुम्ही पूर्णपणे एकाकी आहात, तसेच ज्ञानामध्येही एकाकी आहात. ज्ञानाचं साधन ध्यान आहे आणि भक्तीचं साधन प्रेम आहे. कर्माचं साधन सेवा आहे.

ख्रिश्चनांमध्ये सेवेला परमोच्च स्थान आहे. म्हणूनच त्यांच्यात सेवा म्हणजेच आराधना.

बुद्धांनी ध्यानाला सर्वश्रेष्ठ मानलं आहे म्हणून बौद्ध धर्मात सेवा आणि भक्तीला स्थान नाही. फक्त ध्यानाला महत्त्व. कबीर तिन्ही गोष्टींना मानतात.

म्हणूनच मी म्हणतो कबीर हे तीर्थराज प्रयाग आहेत. 'प्रयाग' हे सर्वांत मोठं तीर्थ आहे. तीन मोठ्या नद्यांचा संगम इथे घडलाय. एवढा मोठा समन्वय इतरत्र कुठेही नाही. म्हणूनच कबिरांना 'समजणं' महाकठीण आहे. साहजिकच आहे तीन अपूर्ण गोष्टी एकत्रित आल्यानंतर तर्काचं काम चालत नाही. कधी कबीर अमुक सांगतात, कधी कबीर तमुक सांगतात – कधी ते म्हणणं मान्य होतं, कधी मान्य होत नाही.

का? तर कर्म करण्यासाठी जे योग्य असतं, ते भक्तीसाठी योग्य नसतं. भक्तीसाठी जे योग्य असतं, ते ध्यान धारणेसाठी उचित नसतं. ध्यानासाठी जे उचित असतं, ते भक्तीसाठी अडचणीचं असतं... भक्तीसाठी जे योग्य असतं, ते कर्म करताना अडचणीचं असतं. म्हणूनच कबिरांसारख्या व्यक्तीला उलगडणं कठीण आहे... वर्षानुवर्षं त्यांना उलगडण्याचे प्रयत्न चालू आहेत. परंतु अजूनही हा माणूस पुरता स्वच्छपणे दिसू शकला नाही.

आजचं हे जे कवन आहे ते 'भक्ती'शी संबंधित आहे. म्हणून पहिल्यांदा आपण भक्ती म्हणजे काय हे समजून घेऊ. नंतर कवनाकडे वळू...!

प्रेम तर आपण सगळे जाणतोच... पण भक्तीशी आपला काहीच संबंध नाहीये. अर्थात प्रेमही आपण संपूर्णपणे जाणतो असं नाहीये. अगदी कणभर कधीतरी अनुभूती होते. जीवनात अल्पशी एखादी झुळूक दिसते. अगदी क्षणभर कधीतरी वाटून जातं

की, आपण हरवून गेलोय आणि हरवून जाण्याचा अनुभव म्हणजेच प्रेम. असा हरवून जाण्याचा अनुभव कधीच आला नसेल, तर समजा प्रेमापासून तुम्ही वंचित राहिलात आणि प्रेमाचा स्पर्शही झालेला नसेल, तर भक्ती म्हणजे काय, हे समजणं कठीण आहे. कारण आपल्या जवळच्या सरोवरातच जर का कधी स्नान केलं नसेल, तर सागरापर्यंत प्रवास कसा होणार? घराच्या खिडकीतूनच कधी बाहेर पाहिलं नाही, तर आकाशाच्या खाली कसं काय उभं राहणार? सामान्य 'प्रेम' ज्याला समजत नसेल, तर त्याला असामान्य 'भक्ती' कशी काय कळणार?

म्हणूनच जीवनाचे सगळे दरवाजे उघडे टाका. कारण प्रेम कुठूनही प्रवेश करेल. भक्तीची ती पहिली गुणगुण आहे. भक्तीची ती पहिली कोवळी तिरीप आहे. तुम्ही प्रेमाचे दरवाजे बंद केलेत तर मात्र कितीही मंदिरात जाऊन डोकं आपटा, मशिदीत आक्रोश करा, चर्चमध्ये गाणी म्हणा... ते सारं व्यर्थ आहे. कुठेच ते ऐकलं जाणार नाही. कारण हे आक्रोश, हाका मारणं हे तुमच्या डोक्यातून बाहेर पडतंय... हृदयातून नाही! हृदय तर बंदच आहे. तिथल्या बीजाचं तर टरफलच निघालेलं नाही. आतमध्ये अंकुरणं झालेलंच नाही. तुम्ही म्हणाल... छे, छे, आम्ही तर प्रेम केलंय! बायकोवर केलंय, मुलांवर केलंय... परंतु थोडं खोलवर स्वतःचं निरीक्षण करा... प्रेमाची परिभाषा हीच आहे की, दुसऱ्यामध्ये स्वतः हरवून जाणं! ... विचारून पाहा स्वतःला की आपण पत्नीमध्ये कधी स्वतःला हरवून बसलोय का? उलट सगळ्या नवऱ्यांचे प्रयत्न बायकोला आपल्यात हरवून घेण्याचे असतात. सगळ्या बायकांचे प्रयत्न असतात की नवऱ्यानं आपल्यात हरवून जावं! खरं प्रेम हे दुसऱ्याला स्वतःमध्ये बुडवत नसतं... तर स्वतःला दुसऱ्यामध्ये विरघळून घेत असतं. अशी माणसं साहजिकच दुसऱ्यांसाठी स्वतःला हरवून घेण्याचं कारण बनत राहतात.

म्हणूनच ज्या गोष्टीला तुम्ही प्रेम समजता ते प्रेम नसतं. शोषणाचाच एक प्रकार आहे. तोसुद्धा हिंसेचाच एक मार्ग आहे.

तुमच्या जिवलग व्यक्तीवर तुम्ही जर का हक्क सांगत असाल, तर तुम्हाला प्रेमाचा अर्थच समजला नाही, असं म्हणावं लागेल... तुम्ही प्रेमाला ओळखलंच नाही. खरं प्रेम कधीही मालकी हक्क दाखवत नाही, तर स्वतःची मालकी दुसऱ्याच्या हातात देतं. म्हणूनच कबीर पुन्हा-पुन्हा म्हणतात, 'कहे दास कबीर...' हा जो 'दास' शब्द आहे तो जाणून घ्या. काय आहे या 'दास' शब्दाचा अर्थ?

याचा अर्थ आहे खरं प्रेम हे दुसऱ्याचा 'दास' बनू पाहतं... स्वतःची मालकी दुसऱ्याकडे सोपवतं... आणि तुमचं प्रेम हे स्वतः 'मालक' बनण्यासाठी असतं... म्हणूनच ते खोटं आहे. एखादी छोटीशी युक्ती... आणि सगळं चुकत जातं. तुम्ही दुसऱ्याला 'दास' बनवायला जाता आणि प्रेम तर दुसऱ्यांचा 'दास' बनण्यासाठी उत्सुक असतं.

प्रेम ही गोष्ट अशी आहे की, ते आत्यंतिक विनम्र असतं, आक्रमक नसतं. प्रेम म्हणजे निमंत्रण आहे. आक्रमण नाही. प्रेम म्हणजे बोलावणं आहे. स्वत:ला मिटवून टाकणं म्हणजे प्रेम! आणि स्वत:ला असं हरवून टाकण्याची तुमची तयारी असेल, तर दुसरासुद्धा हरवून जायला घाबरत नाही. या उलट दुसऱ्यावर मालकी हक्क गाजवायला निघालात की, स्वाभाविकच दुसराही तुमच्यावर मालकी हक्क गाजवायला लागतो. प्रेमिकांमधला संघर्ष हाच असतो. खऱ्या प्रेमामध्ये संघर्षाला जागाच नाही, परंतु आपण पाहतो प्रेमिक मंडळी सतत भांडतच असतात. याचं मूळ एकच... एकमेकांना मिटवून टाकणं! बायका कितीही म्हणोत की आम्ही म्हणजे नवऱ्याच्या दासी... पण त्यांचे प्रयत्न मात्र असतात मालकीण बनण्यासाठीचेच! वडील कितीही बढाया मारोत की, मुलावर माझं भरपूर प्रेम आहे म्हणून... पण ते मुलामध्ये स्वत:ला मिटवून घ्यायला तयार होणार नाहीत. त्यांची इच्छा हीच असणार की मुलानं माझं अनुकरण करावं, आपली सावली बनावं... सगळे बाप मुलाला आपला गुलाम करायला बघतात. ''माझी आज्ञा, मी जे म्हणेन ते... तेच बरोबर... मी सांगितलेला मार्गच बरोबर... तीच दिशा बरोबर... माझ्या इशाऱ्यावर चाल... इत्यादी, इत्यादी... मग सगळे बाप खूश!

एखादा तुमच्या इशाऱ्यावर पूर्णपणे नाचत असतो म्हणजेच तुम्ही त्याला संपूर्णपणे अंकित करून घेतलंय... याला प्रेम म्हणत नाहीत. तुम्ही जर बाप म्हणून खरोखर मुलावर प्रेम करत असाल तर म्हणाल की, तू माझ्या पाठीमागे येण्यासाठी मुळीच प्रयत्न करू नकोस... तू तुझ्या मार्गाचा अवलंब कर... माझा संपूर्ण आधार तुला असेल, माझी सगळी शक्ती तुझ्या पाठीमागे असेल. परंतु तू माझी सावली नको बनू! तू स्वत: तयार हो. तू निर्माण केलेल्या स्वत:च्या जीवनातून आनंद मिळव... हा आनंद मिळवताना भलेही माझी आज्ञा तुला मोडावी लागली तरी चालेल... कारण आनंद मिळवण्यासाठी तुला माझ्यापासून दूर जावं लागत असेल तर माझ्या आज्ञांचा अर्थ तरी काय? त्या आज्ञा तू का म्हणून पाळायच्यास आणि तुला जीवनात आनंद मिळणार नसेल, सुगंध मिळणार नसेल, तर माझं तुझ्याजवळ असण्याचं प्रयोजनच काय?''

बाप मुलावर जर का खरंच प्रेम करत असेल, तर तो मुलामध्ये संपूर्णपणे हरवून जाईल... आणि मुलगा जर का बापावर खरं प्रेम करत असेल तर तो बापामध्ये पूर्णपणे समरस होऊन जाईल. पत्नी जर का पतीवर खरं प्रेम करत असेल, तर ती पतीमध्ये हरवून जाईल... परंतु एकमेकांमध्ये या हरवून जाण्यालाच आम्ही घाबरत असतो. आपल्याला वाटतं एकमेकांत हरवून गेलो तर मरून जाऊ... आपण वाचण्याची शक्यता नाहीच. कारण अहंकाराला धक्का पोहोचतो. अहंकारानं भीती वाटते. एकमेकांत मिसळून गेलो, तर कसं व्हायचं म्हणूनच अहंकार अशा सगळ्या

परिपूर्ण योजना करतो की, ज्यामुळे प्रेम निर्माणच नाही होणार... लक्षात ठेवा प्रेमाला विरोध करणारी सर्वांत मोठी गोष्ट कोणती असेल तर ती अहंकार! तिरस्कार ही गोष्ट प्रेमाच्या विरुद्ध नाही, तर प्रेमाचा अभाव म्हणजे तिरस्कार! अहंकार मात्र प्रेमाचा विरोधक. कारण एकच... प्रेमाचं कमी होणं म्हणजेच अहंकाराचं टिकून राहणं आहे. अहंकारामुळेच आपण एकमेकांत समरस व्हायची सर्व दारं बंद करत असतो. म्हणूनच आपण माणसांनी प्रेमाच्या जागी विवाहाची व्यवस्था करून टाकलीय! कारण प्रेम ही गोष्ट अवघड आहे. विवाह म्हणजे सुविधा (कन्व्हिनियन्स) आहे. प्रेम म्हणजे उपद्रव आहे. प्रेमामध्ये सतत भीती आहे की काही चूक झाली तर जवळच दरी आहे... साफ कोसळण्याचा संभव जास्त. प्रेमाचा रस्ता फार कठीण आहे... सरळ-साधा नाही. लग्नाचा रस्ता सरळ आहे. अगदी सिमेंट काँक्रीटचा! हजारो लोक त्यावरून मार्गक्रमण करतायत. मागे-पुढे गर्दीच गर्दी! संरक्षण व्यवस्था आहे. चारही बाजूंनी पोलीस तैनात आहेत. रस्त्याच्या दुतर्फा न्यायालयं आहेत. मॅजिस्ट्रेट आपल्या वेशभूषेत तयार आहेत.

'विवाह' ही एक समाजव्यवस्था आहे आणि 'प्रेम' ही व्यक्तिगत मोठी उडी आहे. प्रेमात तुम्ही एकटे असता. 'विवाह' या प्रकारात सगळी जनता तुमच्याबरोबर असते. म्हणूनच विवाहात काही गडबड झाली, तर तुम्ही कोर्टात धाव घेऊ शकता. वकील तुमच्या मदतीला असतात. कायद्याच्या पुस्तकामध्ये मार्ग शोधले जातात.

प्रेमामध्ये मात्र कुठलाही वकील नाही किंवा कुठलंही कायद्याचं मार्गदर्शनपर पुस्तक नाही. आत्तापर्यंत 'प्रेम' या गोष्टीवर एकही पुस्तक नाही किंवा वकीलही नाहीयेत... 'प्रेमात' तुम्ही संपूर्णपणे एकटे असता आणि एकटेपणाची भीती जास्त वाटत असते.

म्हणूनच प्रेमाचा अर्थच मुळी 'संपून जाणं' आहे... मृत्यूच जणू!... एवढी गोष्ट लक्षात ठेवा.

माझ्या आत्तापर्यंतच्या अनुवभावरून असंख्य लोकांच्या जीवनाचा मार्ग उलगडण्याच्या काही अनुभवांवरून एक गोष्ट लक्षात आलीय... ती म्हणजे तीन गोष्टी. मी त्या शोधून काढल्या आहेत. त्या तीन गोष्टींना माणसं घाबरतात. त्यातली एक गोष्ट म्हणजे प्रेम. त्याला जो घाबरतो, तो ईश्वराला घाबरतो. कारण प्रेमाचा तो शेवटचा आविष्कार असतो... दुसरी गोष्ट म्हणजे मृत्यू. मृत्यूला जो घाबरतो तोच जीवनाला घाबरतो... कारण मृत्यू ही जीवनातली अंतिम घटना आहे. जीवनाचं ते शिखर आहे. सगळ्या जीवनाचा तो रस आहे. तिसरी गोष्ट म्हणजे ध्यान! ध्यान हे प्रेम आणि मृत्यूप्रमाणेच आहे. ध्यानामध्ये मरणही आहे आणि ईश्वरप्राप्तीही आहे. म्हणूनच ते सगळ्यात जास्त अवघड... भयंकर! प्रेमाला घाबरलो तर परमात्माप्राप्तीची दारं बंद!

एखाद्या सामान्य स्त्री किंवा पुरुषाबरोबरसुद्धा तुम्ही जर समरस होत नसाल, तर एवढ्या विराट जगामध्ये 'जगाबरोबर' कसे काय समरस होणार? तुम्ही लढाल, संघर्ष कराल, स्वत:चा बचाव कराल – स्वत:चा बचाव करतानाच तुमचं तुम्हाला जाणवेल की, आपण कमकुवत होत चाललोय... कुणाशी लढताय? या विराट जगाशी, ज्याचा तुम्ही एक अंश आहात? या जगातूनच तुमची निर्मिती झाली आहे... तुम्ही एका छोट्या लाटेप्रमाणे आहात... लाट संपूर्ण सागराशी कशी काय लढू शकेल? तुम्ही वृक्षावरची एक छोटीशी पालवी आहात... संपूर्ण वृक्षाशी तुम्ही कसा काय संघर्ष करू शकाल... या संघर्षांत कसे काय जिंकाल? यामध्ये निश्चितपणे पराभवच होणार... जो कोणी लढेल, तो पराभूतच होणार. स्वत:चा बचाव कराल... तर संपून जाल.

जीझस म्हणतो, ''स्वत:ला वाचवलं तर हरवून जाल आणि एकदा का हरवून गेलात की, पूर्णपणे मिटून जाण्याची पुन्हा संधीच मिळणार नाही. इथे कोणताही उपाय नाही. समूहाबरोबर आपण कसे काय लढणार? माझा हात माझ्याशीच लढण्याची भाषा करू लागला, तर तो हात जिवंत तरी राहील का?... तो तर हरणारच, संपून जाणार... स्वत:लाच नष्ट करणार. म्हणजेच विराट गोष्टींसमोर प्रत्येकाला नमतं घ्यावं लागतं. सगळा संघर्ष सोडून द्यावा लागतो... एकमेव मार्ग, शरणागती...! कबीर म्हणतात, ''वहाँ तो चरन में...'' पायाशी विलीन होऊन जाणं....

याच विराट मोठ्या उडीचा पहिला धडा म्हणजे, प्रेम. परंतु आपण प्रेमाला घाबरत राहतो. म्हणूनच विवाहाची योजना करतो. अर्थात प्रेमाने केलेला प्रेमाची परिणती असलेला विवाह हा निश्चितच सुंदर असतो. पण मुद्दामहून घडवून आणलेला, आयोजन केलेला विवाह हा बिघाड निर्माण करणारा असतो.

आश्चर्याची गोष्ट म्हणजे... आई-वडील, नातेवाईक, भटजी, पंच... सगळे मिळून विवाह ठरवतात आणि ज्याचा विवाह ठरवला जातो, त्यालाच विचारलं जात नाही. सर्व जण हे जाणून असतात की, त्याला विचारणं म्हणजे धोका आहे. का?... तर तो अनुभवी नाही... लक्षात ठेवा... अनुभव हा नेहमी प्रेमाच्या विरुद्ध असतो. कारण अनुभव म्हणजे अहंकार... आणि अनुभव नसलेला म्हणजे निरहंकारी.

मुलं प्रेमात पडतात! म्हातारी माणसं प्रेमात पडत नाहीत. अनुभवामुळे इतका अहंकार भरून राहिलाय की अशी चूक होणारच नाही... आणि ज्या गोष्टीला ते चूक समजतायत ती चूक नाहीच मुळी... पण हे समजण्याचीच मोठी चूक ते करून बसतायत... कारण सर्वांत मोठं कौशल्य कोणतं असेल, तर ते समर्पित होण्याचं... मिटून जाण्याचं... विरघळून जाण्याचं! मर्यादेबाहेर विरघळून गेल्यानंतर स्वत:च्या अस्तित्वाचाच विसर पडणार. प्रार्थनेची पहिली झुळूक ही प्रेमामध्येच असते... आणि परमात्म्याची अंतिम परिणतीही प्रेमात असते... भक्ती म्हणजे प्रेमाचा विस्तार! परंतु

बीज असेल तरच विस्तार होणार ना? थेंब असेल तर सागरही बनेल, पण थेंबच नसेल तर काय?

म्हणूनच भक्तीच्या मार्गावर चालायचं असेल तर पहिल्यांदा विचार करा की, आपल्या जीवनात कधी प्रेमाचा प्रवेश झालाय? तो नसेल झाला तर चुकूनही हा भक्तीचा मार्ग निवडू नका, कारण तुमचे सगळे कष्ट वाया जातील. 'बी' न पेरता शेती करण्यासारखं हे आहे. तुम्ही नुसते वाट पाहाल, पण काहीच उगवणार नाही. तुम्ही ओरडाल पण कुठलंही उत्तर येणार नाही. मंदिरामध्ये डोकं आपटाल... ते फुटेल पण काहीच घडणार नाही, कारण 'बीज' नाहीये.

ज्यांच्या जीवनात प्रेम कधीच आलेलं नाही, त्यांच्यासाठी भक्तीचा मार्ग नाहीच. त्यांच्यासाठी ध्यान, कर्म ठीक आहे, पण भक्ती नाही. कारण ध्यान हे प्रेमाशिवाय होऊ शकतं. तुम्ही एकटे असता. दुसऱ्याशी काही संबंध नाही... ध्यानासाठी योग्य आहे हे... पण भक्ती? नाही... कारण भक्ती इतरांशी संबंधातूनच घडते... ध्यान सगळ्यांशी संबंध तोडून होतं आणि भक्ती सर्वांशी एकरूप होऊन होते... दोन्हीही एकमेकांविरुद्ध पण परिणाम एकच...!

प्रेमाला समजून घ्या...!

प्रेमाचं सूत्र आहे... बुडून जाणं, मिटून जाणं, विरघळून जाणं, स्वत:ला हरवून जाणं आणि हे हरवून जाणं एका व्यक्तीबरोबर नसून समस्तांबरोबर असेल, तर ती भक्ती. भगवान ही काही एक व्यक्ती नाही. भगवान म्हणजे समष्टी आहे... सगळे जण ईश्वराचंच रूप आहेत. तुमचं प्रेम एवढं विशाल असेल... तर वृक्ष असो, माणूस असो अथवा जनावर असो. जिथे कुठे नजर टाकाल, तिथे तुम्हाला परमेश्वराचंच रूप दिसेल.

तुमचं प्रेम इतकं सखोल असेल, तर पानापानांत त्याची झलक तुम्हाला दिसेल, कणाकणांत त्याचं संगीत तुम्हाला ऐकायला मिळेल... यालाच 'भक्ती' म्हणतात.

परंतु प्रेमाचा धडा शिकलाच पाहिजे... हा संसार म्हणजे एक शाळाच आहे. इथं परमात्म्यासाठी आम्ही तयार होतो. संसार हा परमात्म्याच्या विरुद्ध गोष्ट नाही... संसार ही त्यासाठीची तयारी आहे. कारण परमात्म्याच्या विरुद्ध संसार असता, तर संसार नीटपणे झालाच नसता. कारण परमात्माप्राप्तीसाठी संसार हा आधारभूत ठरतो. म्हणूनच परमात्माप्राप्तीसाठी संसाराचा त्याग करायला सांगणारी मंडळी माझ्या दृष्टीनं चुकीचं काम करतायत. संसाराच्या विरुद्ध जाऊन परमात्माप्राप्ती नाही होणार, तर संसाराच्या अतिक्रमणानंच परमात्माप्राप्ती होईल.

'अतिक्रमण' याचा अर्थ संसाराच्या पलीकडे उच्चतेकडे जा. यात विपरीत काहीही नाही. संसाराचा अनुभव जितका सखोल असेल तितके तुम्ही उच्चमार्गाकडे वाटचाल करू शकता. जितके-जितके तुम्ही प्रेमामध्ये, संसारातल्या प्रेमामध्ये

सखोल उतरायला लागाल, तितकं तुम्हाला कळायला लागेल की, संसार हळूहळू संपत चाललाय आणि परमात्मा दिसायला लागलाय. अगदी एखाद्या व्यक्तीच्याही प्रेमात आकंठ बुडालात तरी नंतर कळून येईल की, ती व्यक्ती म्हणजे परमात्म्यापर्यंत पोहोचण्यासाठीचा एक दरवाजा बनलेली असून त्याच दरवाज्यातून ईश्वराच्या पावलांचे आवाज येत आहेत.

परंतु तुम्ही 'एखाद्या' व्यक्तीच्यासुद्धा प्रेमात संपूर्ण बुडून जात नाही. तुम्ही खूपच कठोर आहात. तुमचं हृदय कठोर बनत चाललंय. भलेही तुम्ही प्रेमाच्या भरमसाठ गप्पा माराल, कविता म्हणाल... पण सगळं काही फक्त मेंदूपुरतं, डोक्यापुरतं. हृदयाचा काहीही संबंध नाही. हृदयात कोणतीही कंपनं नाहीत, हृदय अस्पर्शच राहतं... सगळी काही बुद्धीची करामत! आणि जोपर्यंत हृदय कोरडं ठणठणीत असेल, जोपर्यंत हृदय उचंबळून येत नसेल, हृदयात कंपनं नसतील, निराळीच शिरशिरी नसेल तोपर्यंत कोणताच हळूवार अनुभव तुम्हाला येणार नाही.

हृदयाची ही जी काही धडधड आहे, तिच्यामागे आणखी एक धडधड लपलेली आहे. नेहमीची हृदयाची धडधड ही रक्ताभिसरणामुळे होणारी धडधड आहे. परंतु दुसरी जी धडधड चालते, ती प्रेमाच्या आंदोलनानं चालते. या जगात विविध जाती-धर्मांचे, विविध संस्कृतींमधले, एकमेकांशी ओळख देख नसलेले, कोणतेही लोक असोत, पण प्रेमाची चर्चा सुरू झाली की, सगळे जण हृदयावर हात ठेवतात. या एकमेव गोष्टीबाबत एकता दिसते. प्रत्येक गोष्ट निराळी आहे... पण या एकाच गोष्टीत कुठेही भेद नाही. हृदयावर हात ठेवणं, ही तर कोणतीही सामाजिक किंवा सांस्कृतिक घटना होऊ शकत नाही, कारण सामाजिक असेल तर भेद असणार. ही तर 'अस्तित्ववादी' (एक्झिस्टेन्शियल) घटना आहे.

प्रत्येक आविर्भावात फरक आहे. साधं 'हो', 'नाही' म्हणण्यासाठीही प्रत्येक जातीत हाता-पायाचे निरनिराळे आविर्भाव आहेत.

फक्त माझं निरीक्षण असं आहे की, प्रेमाच्या प्रकटीकरणासाठी एकच आविर्भाव आहे... तो म्हणजे हृदयावर हात ठेवणं!

कोणत्या हृदयावर आपण हात ठेवतो? शरीरशास्त्र जाणणारे लोक म्हणतील, शुद्ध वेडेपणा आहे. इथे कोणतंही हृदय नाही. फक्त फुप्फुसं आणि पंपिंग आहे. रक्ताचं अभिसरण करणारं एक 'पंपिंग स्टेशन' आहे आणि ही जी धडधड आहे, ती रक्ताच्या गतीमुळे निर्माण झालेली आहे, पण या हृदयाची ही गोष्टच नाहीये. इथे तर फुप्फुसंच आहेत. परंतु या हृदयाच्या बरोब्बर आतमध्ये असं एक हृदय लपलेलं आहे की, जेव्हा तुमच्यात प्रेम निर्माण होतं, तेव्हाच याची धडकन ऐकू येते आणि कबीर 'या' हृदयाची गोष्ट करतात... परंतु प्रेमाची निर्मिती केव्हा होते? तर तुमच्यातील

अहंकाराचा बुरूज ढासळला तरच! अहंकाराची तटबंदी 'या हृदयाच्या' प्रवेशद्वारावर आहे आणि याच कारणानं तुम्ही ती दुसरी धडधड ऐकू शकत नाही.

आता या ओळीचा अर्थ पाहू... 'भक्तीका मारग झीना रे!'

कबीरांच्या भक्तीचा मार्ग फारच नाजूक आणि तलम आहे. अर्थात असणारच! कर्माचा मार्ग ढोबळ आहे, स्थूल आहे – गरीबांना अन्न द्या... आजाऱ्यांची सेवा करा... असहाय माणसांची सेवा करा इ.इ... फारच ढोबळ मार्ग आहे. म्हणूनच पश्चिमेकडे ख्रितीधर्माचा इतका प्रभाव पडला, कारण पश्चिमेकडे सगळाच 'जडवादी' वा 'भौतिकवादी' दृष्टिकोन! जितका माणूस जडवादी तितका कर्माचा मार्ग जवळ! कारण जडवादाला सगळ्यात निकट गोष्ट कर्म – जे तुमच्या घराचं पहिलं दार आहे.

करा... काहीही करा... पण सगळं परमात्म्याला समर्पण करा, म्हणूनच ख्रितीधर्म सगळ्यात प्रभावी ठरला. अर्ध जग आज ख्रितीधर्माकडे झुकलंय, कारण स्पष्ट आहे. त्यांची सगळी कार्यपद्धती कर्मावर आधारित आहे. दुसऱ्या धर्मांना सतत त्यांच्याशी स्पर्धा करावी लागते. म्हणूनच ते दुसरे धर्गही थोडं-थोडं कर्माबद्दल बोलतात पण वरवरच! ख्रितीधर्मामध्ये कर्माबद्दल सखोल आणि सूक्ष्म प्रयोग होतात... इतरांना ते जमत नाहीत.

आपण तर कधी विचारच नाही करू शकत की, एखादा संन्याशी जाऊन गरिबाची सेवा करेल. इथे तर गरीब माणूसच संन्यासी माणसाचे पाय दाबतो, सेवा तर आम्ही संन्याशाची करतो. संन्याशाकडून सेवेची आपण अपेक्षाही करत नाही. आपल्या मनातही येत नाही की, बुद्ध किंवा महावीर इस्पितळात जाऊन रोग्यांची सेवा करतायत... रोगी करूनही देणार नाहीत... गोंधळ उडेल, रोगी पळून जातील. आमची सेवा... हे कसं काय?... कारण बुद्ध काय, महावीर काय अंतिम तत्त्वाजवळ उभे आहेत.

'ध्यान' हे अतिशय सूक्ष्म आहे... कर्म स्थूल आहे. दोन्हीच्या मध्यावर नाजूक अशी भक्ती आहे. तरीही भक्तांचा फारसा प्रभाव पडू शकत नाही. भक्त नाचतो, गातो, मस्तपैकी जगतो... पण तुमच्या मस्तीशी दुसऱ्याला काय घेणं-देणं? भुकेलेल्या माणसाला त्यामुळे काही रोटी मिळणार नाही, आजारी माणसाचा इलाज होणार नाही आणि म्हणूनच नंतर हळूहळू ज्ञानाचे तसंच भक्तीचे मार्ग धूसर होत गेले आणि कर्माचा मार्ग, जो अती स्थूल आहे, तो स्पष्टपणे समोर आला.

गीतेवर आत्तापर्यंत हजारो टीकाग्रंथ निर्माण झाले... सर्वांत स्थूल टीका लोकमान्य टिळकांची होती. जी अत्यंत प्रभावी ठरली. कारण लोकमान्यांनी गीतेतल्या कर्मावर जास्त जोर दिला. शंकरांची टीका अती सूक्ष्म होती, कारण त्यांचा सगळा ज्ञानावर जोर होता. रामानुजांची टीका नाजूक (डेलिकेट) आहे, कारण भक्तीवर जोर आहे,

परंतु रामानुज आणि शंकर संपूर्णपणे फिके पडले... पण लोकमान्यांची टीका प्रभावी ठरली.

भारतही हळूहळू 'स्थूल' विचारसरणीकडे झुकतो आहे. आता आम्हालाही स्थूल गोष्टीच दिसतात. त्याशिवाय आम्ही काही पाहतच नाही. 'सूक्ष्म' पाहण्याची दृष्टी आमची कमी-कमी होत चाललीय. 'नाजूक' पणाशी आमचा संबंधच राहिलेला नाही. 'नाजूक' समजण्यासाठी एक प्रकारची सांस्कृतिक उंची पाहिजे, एक प्रकारचा शोध पाहिजे.

मुल्ला नसरुद्दीननं एकदा एका मोठ्या संगीतज्ज्ञाला गाण्यासाठी आमंत्रण दिलं... खूप ख्यातनाम असा हा कलाकार असल्यानं खूप परिश्रमानं तो मिळाला. सगळ्या शेजार-पाजाऱ्यांनासुद्धा आमंत्रण दिलं गेलं. कार्यक्रम सुरू करण्यापूर्वी गायकांनी विचारलं, ''मुल्लासाहेब कोणता राग गाऊ?'' मुल्ला म्हणाले, ''रागबीग काहीही नाही... शेजाऱ्यांना केवळ त्रास देण्यासाठी या संगीतसभेचं आयोजन केलंय.'' शास्त्रीय संगीत ही खूप नाजूक गोष्ट आहे, पण ती कळली नाहीतर मात्र तो त्रासदायक प्रकार ठरतो. खरा भक्त असाच त्रासदायक ठरतो. कसा ते कळतही नाही. आपल्या सर्वांमध्ये तो असतो, तेव्हा मंडळी त्याला वेडा समजतात म्हणूनच खऱ्या भक्तांबरोबर आपल्या सामान्य माणसाचं कधी जमत नाही. आपण इतके तळाशी उभे असतो की, तेथून एखादं नाजूक फूल आपल्या दृष्टीस पडत नाही... डोळ्याला ओळख पटत नाही. जर समजा एखादे चैतन्यप्रभू गावात आले आणि नाचत-नाचत निघून गेले. मीराबाई आली, गाणी गात-गात गेली, तरी तुम्ही त्याचा फारसा आनंद घेऊ शकणार नाही.

सगळं कठीण आहे, कारण हे सगळं कसं काय घडतं, हे तुम्ही पाहिलेलंच नसतं... चैतन्य जेव्हा गात होते, नाचत होते, तेव्हा त्यावेळच्या बंगालच्या लोकांनाही वाटत होतं की, हा माणूस वेडा आहे.

चैतन्यांना समजून घेण्यासाठी 'भावदशा' असणं जरूर आहे. भाव म्हणजे विचार नाही... कारण विचार हे अभ्यासातून येतात, शास्त्रातून येतात, परंतु 'भाव' हा एक अनुभव आहे. तो असेल अथवा नसेल... 'भाव' याचा अर्थ म्हणजे तुम्हालाही त्या गोष्टीची जाणीव झाली आहे, एखादी झलक तुम्हीही अनुभवली आहे, अगदी एखादा क्षण का होईना पण तुम्हीही तो क्षण जगला आहात. अगदी खोलवर उतरला नसाल किंवा या मार्गावर खूप दूरही गेले नसाल, परंतु या भावनदीमध्ये उतरून पोहण्यासाठी एक-दोन हात तुम्ही पण मारले असतील, त्यामुळे पोहणे म्हणजे काय, हे तुम्हाला माहीतेय.

विचार हे उधार घेतलेले असू शकतात, परंतु भाव उधार असू शकत नाही. ते स्वतःचेच असतात. भाव हे अनुभवातून निर्माण होतात. अनुभव नसेल तर नाही –

तुम्ही भलेही म्हणाल की, पोहण्यामध्ये फारच आनंद आहे... पण नदीमध्ये कधीही उतरूनही पाहिलं नसेल, तर या म्हणण्याला काहीच अर्थ नाही... तुम्ही म्हणाल, एक-दोन हातपाय मारून असं काय घडणार? परंतु नाहीतर प्रत्यक्ष पोहणाऱ्याचा अनुभव काय असतो, याचा विचारही तुम्ही करू शकणार नाही. पोहणं म्हणजे नुसते पाण्यामध्ये हात-पाय मारणं नसून, पाणी आणि तुमचं शरीर यांमध्ये लयबद्धता निर्माण करणं आहे. जेव्हा पट्टीचा पोहणारा माणूस पोहोण्याच्या अंतिम स्तरावर पोहोचतो तेव्हा पोहणं संपलेलं असतं, नदीच पुढचं सगळं काम करत राहते. नदीवर तो तरंगत राहतो. पोहोत नाही. त्याला काहीही श्रम करावे लागत नाहीत. नदीमध्ये आणि त्याच्यामध्ये एक लयबद्धता निर्माण होते. नदीच्या देवतेशी त्याची आता सलगी झाली आहे. म्हणूनच जसं काही तीच त्याला हातावर घेऊन जात आहे. आता नदी त्याची शत्रू नाही. ती त्याला आता बुडवत नाहीये... तर तिची आता त्याच्याशी मैत्री झालीये.

तुम्ही कधी नदीमध्ये उतरलाच नाहीत, तर तुम्हाला जास्तीत जास्त काय पाहायला मिळतं की, हा माणूस नुसते हात-पाय मारतोय. यामुळे फायदा काय?... व्यायाम?... तो तर आम्ही घरीही करू शकतो. बिछान्यावर पडून हात-पाय मारता येतातच की. उलट जास्त प्रमाणात व्यायाम होईल. मग पाण्यात उतरण्याचा धोका का पत्करायचा? परंतु पोहणाऱ्याच्या 'आत' काय घडत असतं, त्याची तुम्हाला कल्पना नाही. पोहोण्याच्या लयदार क्रियेमध्ये विचार संपून जातात. नदीच्या धारेबरोबर एकप्रकारची लीनता जोडली जाते. नदीच तुम्हाला बरोबर नेत राहते. पोहणारा हळूहळू स्वत:ची अस्मिता हरवून जातो आणि नदीबरोबर एकरूप होतो... जणूकाही तो नदी होऊन जातो. अशा पोहोण्यात ज्या आनंदाची प्रचिती आहे ती तो तुम्हाला वर्णन करून नाही सांगू शकत – आणि कितीही त्यानं सांगितलं तरीही तुम्ही जोपर्यंत अनुभव घेत नाही, तोपर्यंत काहीही उपयोग नाही. संतांनी म्हटलंय 'गूंगे का गुड!' एखाद्या मुक्या माणसाला गूळ दिलात तर त्याला चव कळते, पण बोलता येत नाही. पण मुक्या माणसाचं उदाहरण नकोच. तुम्ही तर मुके नाहीत, तुम्हाला कोणी गूळ दिला, तर तुम्हाला स्वादही कळतो आणि बोलताही येतं... पण जर कोणी गोडाची चवच घेतली नसेल, त्याचा अनुभवही घेतला नसेल, तर त्याच्यासमोर तुम्ही कितीही ओरडा करा की हे गोड आहे, गोड आहे तरी काय उपयोग? त्याला अर्थच कळणार नाही... का? तर अर्थ हा अनुभवातून निर्माण होतो. गोडपणा ही अनुभूती आहे.

कबीर म्हणतात, 'गुंगे केरी सरकरा!' मुक्या माणसांचा संबंध 'भावा'शी असतो. बोलणाऱ्या माणसाचा संबंध 'विचारां'शी असतो. ही भावदशा काय असते हे तुम्ही नाही समजू शकणार! ...खऱ्या प्रेमाचा थोडा जरी अनुभव तुम्हाला असेल

तरच भक्तीचा हा प्रवास किती नाजूक आहे, किती सूक्ष्म आहे, किती तलम आहे हे समजू शकेल.

'नाजूक' म्हणजे काय? 'झीना' शब्दाचा काय अर्थ आहे. अर्थ हाच आहे की जी गोष्ट सांभाळण्यासाठी खूप प्रयत्न करावे लागतात. एखाद्या संगीतकाराला तुम्ही पाहिलं असेल, त्याचं निरीक्षण केलं असेल, तर काही गोष्टी तुमच्या लक्षात येतील... सुरुवातीला साधारण अर्धा तास तो वाद्य 'लावत' असतो. काहीच न कळणाऱ्या माणसाला तो वेळ कंटाळणवाणा वाटतो. कधीकधी छोट्या हातोडीनं ठोकणं होतं, कधी तारांचं ओढणं होतं, कधी आणखीन वेगळं काही... हे सगळं ते काय करत असतात, तर ते त्या वाद्याला अत्यंत नाजूक अवस्थेत आणत असतात, कारण त्याच अवस्थेत 'संगीत' निर्माण होणार असतं. तारांना अशातऱ्हेनं खेचून बसवणार की, त्या जास्तही खेचल्या गेल्या नाही पाहिजेत आणि सैलही राहता कामा नयेत. तारा जास्त खेचल्या गेल्या तर तुटण्याचा संभव... म्हणून सैलही नकोत आणि घट्टही नकोत... तर मध्यम स्थितीत पाहिजेत. अशावेळी तिथे सम्यकत्व पैदा होतं. तिथेच संगीताचा जन्म होतो... जीवनाच्या संगीताची अशीच एक तऱ्हा आहे.

भक्ती ही ठीक मध्यावर असते. एक टोक ज्ञानाकडे, दुसरं टोक कर्माकडे. दोन्हीही अतिशयोक्त मार्ग. कर्माची अतिशयोक्त अवस्था म्हणजे 'स्थूल' आणि ज्ञानाचा अतिशयोक्त भाव म्हणजे 'सूक्ष्म'! भक्त मंडळी नेहमी मध्यावर असतात. त्यांना वाद्यं छानपैकी लावावी लागतात. संगीताबरोबर तोल राखायला लागतो. खूप नाजूक गोष्ट!

कबीर म्हणतात,

''भक्ती का मारग झीना रे!
नही अचाह नाही चाहना,
चरनन लौ लीना रे।

दोन टोकं असतात... एक वासना... आणि दुसरं निर्वासना. कबीर म्हणतात, ''भक्तिमार्ग हा सगळ्यात नाजूक आहे... या दोन्हींच्या मधला मार्ग आहे तो... सगळ्या इच्छा धरणारा... (चाही) हा भोगी मनुष्य असतो. आसक्तीनं भरलेला. सतत हे हवं, ते हवं! मागण्या संपत नाही. अशा माणसांना समजणं आम्हाला अवघड नाहीये. कारण आमचाही अनुभव तोच आहे. कारण जगात सगळीकडे तेच लोक आहेत. त्यांचाच बाजार भरलेला आहे. त्यांचीच दुकानं आहेत. त्यांचीच मंदिरं आहेत. ते सतत काहीतरी मागतायत. हे पाहिजे, ते पाहिजे... एक मागणी संपली की दुसरी सुरू... सतत याचकाच्याच भूमिकेत राहणं! हे लोक कधीही मालक बनत नाहीत. ते सतत भिकारीच राहणं पसंत करतात. सम्राट होणं त्यांना मान्य नाही.

दाता होण्याची तर कधी वेळच येत नाही, कारण या मागण्या करता-करता फुरसतच मिळत नाही. दानाचा तर प्रश्नच उद्‌भवत नाही... कारण स्वत:च अजून भुकलेले आहेत. स्वत:चं भांडंच अजून रिकामं आहे... मग दाता कधी होणार?

कबीरांच्या वेळी एक फकीर होता. फरीद त्याचं नाव! गावातली मंडळी त्याला म्हणू लागली की, अकबराच्या दरबारात तुला फारच मानमरातब आहे. एकदा कधीतरी तिकडे जा आणि मागा काहीतरी. तुमच्या शब्दाला तिथे मान आहे. गावात एखाद्या शाळेची गरज आहे, मदरशाची गरज आहे... तुम्ही अकबराला सांगितलंत तर हे काम होऊन जाईल.

सम्राट अकबर फरीदचा अगदी भक्त होता. फरीद अकबराकडे गेला. अगदी सकाळची वेळ होती. त्याला कुणी अडवण्याचा प्रश्नच नव्हता. त्याला सरळ अकबराकडे पोहोचवण्यात आलं. अकबर आपल्या स्वत:च्या मशिदीत नमाज पढत होता... फरीद जाऊन मागे उभा राहिला. अकबरानं नमाजाच्या शेवटी दोन्ही हात उंचावले अन् म्हणाला, ''हे परवरदिगार, माझं साम्राज्य वाढू दे. माझी संपत्ती वाढू दे.''

फरीद त्याच क्षणी मागे फिरला. कुणीतरी परत जाण्याच्या आवाजानं अकबरानं वळून पाहिलं तर फरीद निघून चालला होता. नमाज पुरा झाला असल्यानं अकबर धावत-धावत फरीदला गाठायला निघाला. कारण आत्तापर्यंत फरीद कधीही आपणहून अकबराकडे गेलेला नव्हता. नेहमी अकबरच त्याच्याकडे जात असे... अकबरानं फरीदचे पाय पकडले आणि म्हणाला, ''काही चुकलं का माझं? आल्या पावली परत का चाललात?''

फरीद उत्तरला, ''तुमचं काहीच चुकलं नाही... माझी चूक झाली. मी तुमच्याकडे काहीतरी मागण्यासाठी आलो होतो. पाहिलं तर तुम्हीच काहीतरी मागत होतात. नाही, नाही, मी तुम्हाला आणखीन गरीब नाही करणार. मदरसा काढणं तुम्हाला परवडणार नाही. शिवाय माझ्या मनात विचार आला की, तुम्ही ज्याच्याकडे मागत होतात त्याच्याकडेच आम्ही थेट मागू शकतो की! मधल्यामध्ये आणखी एक भिकारी कशाला घ्या... नाही का?... आणि शिवाय आत्तापर्यंत मी तुम्हाला सम्राट समजत होतो... पण तोही भ्रम दूर झाला.''

जोपर्यंत मागणं संपत नाही तोपर्यंत कुणीही सम्राट होऊ शकत नाही. तुम्ही काय देणार? काहीतरी द्याल तेव्हा सौदा करून द्याल... काहीतरी घेण्यासाठी तुम्ही काहीतरी द्याल! आपण देऊ त्याच्या दुप्पट मिळेल, याची व्यवस्था करून मग तुम्ही कुणाला काही द्याल. त्यामुळे तुमचं दान हेसुद्धा एकप्रकारची गुंतवणूकच होणार. मनात इच्छा धरणारा मनुष्य भिकारीच असतो... हे निर्विवाद सत्य!

या विचारांनी काही माणसांनी इच्छा धरणं सोडून दिलं. 'हवं-नको'चा त्याग

केला... आणि ते 'अचाह'च्या मार्गावर (इच्छाविरहित मार्ग) गेले. जसे बुद्ध, महावीर! या मंडळींनी सर्व इच्छांवर पाणी सोडलं. त्यांनी म्हटलं... मागणंच सोडू म्हणजे ही भिकारी अवस्थाच नको... गोष्ट अगदी साधी-सोपी!... मागणाऱ्याचा मार्गही साधा-सरळ आहे. तसाच न मागणाऱ्याचा मार्गही साधा-सरळच आहे... सोडल्या सगळ्या इच्छा... सोडलं सगळ्या वासनांवर पाणी आणि बुद्ध, महावीर सम्राटपदाला पोहोचले. महावीर आणि बुद्धांसारखे 'सम्राट' मिळणं, फार अवघड काम! तसंच सिकंदर, नेपोलियन, अकबर यांच्यासारखे भिकारी सापडणंही अवघड आहे. महावीर, बुद्धांसारखे सम्राट सापडणं खरोखरच कठीण आहे... सगळ्या इच्छाच सोडून दिल्या... विषयच बंद करून टाकला... तो दरवाजाच त्यांनी बंद केला... काहीच मागितलं नाही अन् एका साम्राजाचा उदय झाला. ते स्वत:मध्येच परिपूर्ण होऊन गेले.

कबीर म्हणतात, ''भक्ती का मारग झीना रे।''

खूप नाजूक गोष्ट आहे... निंह अचाह, निंह चाहना, चरनन लौ लीना रे।

मागताना तुमचं मागणं महत्त्वाचं ठरतं. परमात्मा गौण बनतो. आपण इच्छा धरणारेही बनत नाही आणि इच्छाविरहितही बनत नाही. आपण परमेश्वरासमोर असे काही उभे राहतो की, इच्छा आहेही आणि नाहीपण – मागत काहीच नाही, पण उभे राहतो ते भिकाऱ्यासारखं, इतके नतमस्तक होतो की जणूकाही सगळा संसार मागतोय. काहीवेळा सम्राटासारखे उभे राहतो, पण भाव भिकाऱ्याचा... म्हणूनच 'भक्ती का मारग झीना रे...' भक्त काही मागतही नाही आणि हेही व्यक्त करत नाही की, माझी काहीच इच्छा नाही म्हणून! भिकारी आणि सम्राट... दोघंही एकसारखेच. यांना कितीही द्या, तरी काही फरक पडत नाही... हा सम्राट... ईश्वरासमोर असा उभा आहे की, जणूकाही सगळा संसार मागतोय... प्रत्यक्ष मागितलं तर काहीच नाही, पण उभं राहणं असं आहे की, जणूकाही हातात कटोरा आहे... तसं तर बरोबरच आहे... परमात्म्यासमोर सम्राटासारखं ताठ्यात कसं उभं राहणार, नाही का? म्हणूनच बुद्धांनी आणि महावीरांनी परमेश्वरालाच नाकारलं. कारण सम्राटासारखं उभं राहायचं तर ईश्वराचं अस्तित्वच काय? यासाठीच बुद्ध आणि महावीरांच्या सर्व आचरणात परमात्मा नाहीच. त्यामुळे परमात्म्याचा प्रश्नच उद्‌भवत नाही. तुम्ही स्वत:च परमात्मा आहात... विषय संपला.

तुम्ही मंदिरात जाता, मशिदीत जाता. सारखे काहीतरी मागत राहता. हिंदूंच्या मंदिरात काही मिळालं नाहीतर तुम्ही हिंदू असाल, तरीही लपून-छपून कोणीतरी पीर गाठणार, फकिराला भेटणार, कायम हिंदू म्हणवून घेणार; पण शिवाय मुसलमान फकिरावरही अवलंबून राहता.

भीक मागणाऱ्याचा काय भरोसा... कसला धर्म... जिथे मिळेल, तिथे जाणार

या घरात मिळालं तर ठीक... नाही मिळालं तर दुसऱ्या घरी... पण मागणं सोडायचं नाही.

मागणाऱ्याच्या मनात कुठलीच आस्था नसते किंवा परमात्म्याबद्दल काहीही देणंघेणं नसतं. एखाद्यानं जर सांगितलं की, मी तुला सगळं काही देईन पण तू नास्तिक हो... तर हा नास्तिकसुद्धा होईल... तो म्हणेल... 'परमेश्वराशी काय देणं-घेणं? मला सुख-समाधान मिळण्यासाठी मी जात होतो. तिथे नाही मिळालं... ठीकाय. सोडून देऊ परमेश्वराला!'

'परमात्मा' हा विषय महत्त्वाचा नव्हताच. महत्त्वाचं होतं, ते 'मागणं!' तिथे काहीतरी मिळेल या आशेनं जात होतो. मिळालं तर धन्यवाद देऊ... नाही काही मिळालं तर नाराजीही प्रकट करू.

या जगात खरा आस्तिक शोधणं फार-फार अवघड आहे. कारण आतून तुम्ही पक्के नास्तिक आहात. मुद्दामहून तुम्ही आस्तिक बनण्याचं ढोंग केलेलं आहे. कारण मनात लोभ आहे. ईश्वराकडून काहीतरी मिळेल ही आशा आहे.

माझे एक वृद्ध मित्र आहेत. आयुष्यभर नास्तिक म्हणून वावरले. खूप प्रसिद्ध व्यक्ती! लेखक, कथाकार इत्यादी.

एक दिवस त्यांचा मुलगा धावत-धावत माझ्या घरी आला अन् म्हणाला, ''बाबांची प्रकृती खूप बिघडलीय... तुम्हाला त्यांनी बोलावलंय... ''त्यांना हृदयविकाराचा झटका आला होता. झटका गेला तरीही ते थरथर कापत होते. हात-पाय कापत होते. अगदी हळू आवाजात 'राम-राम' म्हणत होते. मला तर आश्चर्यच वाटलं. कारण हे तर नास्तिक होते... मी त्यांना हलवलं आणि म्हणालो, ''काय करताय? मरताना भ्रष्ट का होताय?'' ते म्हणाले, ''जाऊ दे, काही बोलू नको... काय माहीत... देवाचं अस्तित्व असेलसुद्धा!''

मृत्यू जवळ आला की, माणूस घाबरतो... विचार येतो... असेलही ईश्वर... ते पुढे म्हणाले, ''असो वा नसो, असेलच तर मी आपलं नाव घेतलं, बस्स!''

म्हणजे ईश्वराचं अस्तित्व मानणं हासुद्धा तुमचा हिशोब आहे... तुमच्या भीतीचं एक रूप. तुमचा भगवान म्हणजे तुमची भीती. ज्या वेळी तुम्ही घाबरलेले असता तेव्हा परमात्म्याची आठवण करता. तुम्ही निर्भय असता, तेव्हा त्याला विसरता. तुम्ही सुखी असता तेव्हा ईश्वराची आठवण नसते. दु:खी झाल्यानंतर एकदम राम-राम करायला सुरुवात करता... नाही-नाही... तुम्ही नास्तिकच आहात... आस्तिकता ही तुमच्या हृदयाचा प्रतिसाद नाहीये, तर तुमच्या तर्काचं गणित आहे. आपल्याला हवं असेल तेव्हा आस्तिक, नको असेल तेव्हा नास्तिक! बस्स...

मुल्ला नसरुद्दीन एकदा नावेतून प्रवास करत होते. बरीच मंडळी नावेत होती. अचानक वादळ आलं आणि नाव हेलकावे खायला लागली. लोकांचा आरडाओरडा

सुरू झाला. लोकांचे नवस सुरू झाले... देवा मला वाचव... मी इतके पैसे दान करीन... कुणी म्हणत होतं, मी गाय दान करीन. कुणी म्हणत होतं मी हे करीन... मी ते करीन... लोक नवस करतच होते... तेवढ्यात मुल्ला नसरुद्दीन ओरडला... बस्स करा... आणखीन पुढे बोलू नका. किनारा जवळ आलाय. त्याच क्षणी सगळे जण आपण काय-काय बोलत होतो, ते विसरले आणि सामान बांधायला लागले.

तात्पर्य : आम्ही फक्त दु:खातच ईश्वराची आठवण ठेवतो... किनारा दिसायला लागल्यानंतर देवाशी काय देणंघेणं? बुडणाऱ्या नावेतच त्याची आठवण... नाव किनाऱ्याला लागल्यानंतर त्याचं काय प्रयोजन?

आपल्याला काही मागायचं असेल, तरच आपण ईश्वराच्या दारात उभे राहतो, पण आपल्यामध्ये असेही लोक होऊन गेले की, त्यांनी मागणंच सोडून दिलं होतं. ते लोक होते, बुद्ध आणि महावीर. 'मागण्या'मध्ये कष्टाशिवाय काहीही हातात पडत नाही, हे त्यांनी जाणलं होतं. लोभ हा तुम्हाला कुठेही चांगल्या ठिकाणी घेऊन जात नाहीतर तुमच्यासाठी तो निरनिराळ्या नरकाच्या जागा निर्माण करतो. जितका लोभ तितकं नैराश्य! कारण इच्छा पूर्ण झाली तरीही दु:ख आणि नाही पूर्ण झाली तरी दु:खच!... एखादी इच्छा पूर्ण झाली की अचानक तुम्हाला साक्षात्कार होतो... अरेच्या... ज्या इच्छापूर्तीसाठी आपण इतकी स्वप्नं विणली. इतकी इंद्रधनुष्यं उभी केली, इतके फुलांचे घोस ठेवले... अन् निघालं काहीच नाही. काहीतरी थोड्या अंशानं इच्छापूर्ती झाली, पण जणू काहीच नाही. डोंगर पोखरून उंदीरच काढला. काही मिळालं की नंतर वाटत राहतं की या एवढ्याशा उंदरासाठीच का आपण एवढा डोंगर पोखरायचे कष्ट घेतले?

एका वेड्याच्या इस्पितळात एक मनोवैज्ञानिक अभ्यास करण्यासाठी गेला. इस्पितळाचे अधिक्षक त्याला सगळीकडे फिरवून आणत होते. एका खोलीत एक माणूस मोठमोठ्याने रडत होता... एक फोटो उराशी कवटाळत तो सारखा रडत होता. मनोवैज्ञानिकानं विचारल्यानंतर ते अधिकारी म्हणाले, ''हा वेडा या स्त्रीवर फार प्रेम करत होता. ती त्याला मिळाली नाही म्हणून याला वेड लागलं. म्हणून या स्त्रीचा फोटो उराशी कवटाळून हा सारखा रडत असतो.''

तिथून दुसऱ्या खोलीत गेले. पाहिलं तर एक माणूस स्वत:चे केस ओढत होता. हिंस्रपणे एक फोटो फाडत होता. भिंतीवर फेकत होता. पायाखाली तुडवत होता... विचारल्यानंतर कळलं की, ती स्त्री याला मिळाली होती. दोघंही तिच्या प्रेमात होते. एकाला मिळाली नाही म्हणून तो वेडा झाला... एकाला ती मिळाली म्हणून तो वेडा झाला.

इच्छा पूर्ण झाली तरी दु:ख, नाही झाली तरीही दु:ख! म्हणून कुठलाही लोभ हा तुम्हाला सर्व बाजूंनी दु:खच देतो, म्हणून लोभी माणूस कायम दु:खी असतो.

'वासना' असलेला मनुष्य दु:खीच राहतो. हे ज्याला समजतं तो वासना सोडून देतो, इच्छांचा त्याग करतो. या दोन्ही गोष्टी अत्यंत सरळ आहेत.

कबीर म्हणतात, 'भक्ती का मारग झीना रे!' मागायचं काहीच नाही... परंतु उभं राहायचं असं की जणू मागायचंच आहे. आहेत तर सम्राट; पण एखाद्या दासाप्रमाणे वाकलेले!

चरनन लौ लीना रे... बस्स... चरणांना पकडून ठेवलेलं आहे... काही मागायचं असेल तर तुम्ही पाय पकडता... पण काही मागायचं नसेल, तर का पकडता पाय?

म्हणूनच कबीर म्हणतात... फार नाजूक गोष्ट आहे ही! मागायचं काहीच नाही पण सतत वाकलेले! अशा लोकांना भरपूर काही मिळतं. सम्राटच ना! काहीही मागितल्याशिवायच सारंकाही मिळतं... न मागता मोती येतात ओंजळीत. चारही बाजूंनी वर्षाव होतो... का? तर सम्राट असून एखादा दास असल्यासारखे झुकलेले.

महावीरांना तुम्ही वाकवू शकणार नाही. गुडघे टेकून हात जोडून ते कधीही प्रार्थना करणार नाहीत. प्रार्थनेचा काही संबंधच नाही महावीरांशी. काही मागायचंच नाहीतर वाकायचं कशाला? वेडे आहात का काय? का म्हणून वाकता, परंतु समजायला गेलं, तर तर्क दोन्हीकडे एकच आहे.

इथे कबीरांचे विचार अतर्क्य आहेत. म्हणूनच म्हणावसं वाटतं की, 'भक्ताशिवाय' अतर्क्य काहीच नाही. भक्त म्हणजे एक तऱ्हेचा विरोधाभास (पॅरॉडाक्स बॉक्स!) आहे. दोन विपरीत गोष्टी एकमेकांत मिसळलेल्या... एका बाजूला महावीर... एक सम्राट... तर दुसऱ्या बाजूला एक भिकारी... दोघंही साथीनं!

नहिं अचाह, नहिं चाहना, चरनन लौ लीना रे।

चरननमे लीन होना... चरणापाशी नम्र होणं, बुडून जाणं... हे काय आहे?

तुम्ही एखाद्या चरणापाशी वाकता तेव्हा तुमचं फक्त शरीर वाकतं. आतला अहंकार तसाच ताठ असतो. तो कधीच वाकत नसतो. नुसतं शरीर वाकवून काय फायदा? काहीच उपयोग नाही. आतला अहंकार जेव्हा खाली वाकतो, तेव्हाची मजा काही औरच असते. कारण तेव्हाच तुम्ही खरेखुरे लीन झालेले असता. अंतरंगात एका नव्या रंगाची उधळण झालेली असते. म्हणूनच फक्त ज्ञानीमंडळी कोरडी असतात. महावीर कधीही एखादी कविता अथवा गीत नाही निर्माण करणार. तुमच्या कल्पनेतसुद्धा 'महावीर नृत्य करतायत' असं चित्र तुम्ही पाहू शकणार नाही... चैतन्यप्रभू नाचू शकतात. मीरा नाचू शकते... पण महावीर नाही...

भक्त हे नेहमी पूर्णपणे भक्तिरसात भिजून गेलेले असतात. बुडून गेलेले असतात... ज्ञानी मंडळी मात्र एखाद्या वाळवंटासारखी कोरडी ठणठणीत असतात. गवताचं एखादं पातंही नाही अशी अवस्था. अंतिम अवस्थेपर्यंत तेही गेलेलेच आहेत... पण स्थिती मात्र वाळवंटी!

भक्त हा एखाद्या झऱ्याप्रमाणे आहे... सतत वाहता, खळाळता! ज्ञानी माणूस शांत असतो... नि:शब्द! भक्त हा संगीतानं व्यापलेला असतो. त्याच्या गप्प बसण्यातसुद्धा एकप्रकारचं संगीत असतं... आणि त्याच्या गीतातही एकप्रकारची नि:शब्द शांतता असते.

म्हणूनच भक्त मध्यावर असतो. तो बोलतो तेव्हा संगीत असतंच पण तो गप्प बसतो तेव्हाही संगीत ऐकायला येतं. त्याच्या रडण्यामधूनही एखादी धून सापडते.

साधन के रसधार मे, रहै निसदिन भीना रे!

नदीतून नुकताच स्नान करून आल्यासारखा तो सुस्नात, चिंब भिजलेला असतो... जणूकाय अखंड रसधारेत डुंबलेला आहे.

साधन के रसधारमे... साधन म्हणजे भक्ती, साधन म्हणजे कीर्तन, साधन म्हणजे नामस्मरण, जपजाप्य... परमेश्वराच्या पायाशी सदोदित लोळण घेतलेली... वरवर कोणतं का काम करेना... पण आतून सतत भक्तीचे सूर! बाजारात जाणार, कामं करणार, पण अंतरंगात एकच भक्तीचा सूर! प्रत्येक क्षणी अनुग्रह घेण्याचा भाव. परमेश्वरानं लायकीपेक्षा जास्त दिलंय... तेव्हा 'मागण्या'चा प्रश्नच नाही, ही जाणीव प्रत्येक क्षणी मनात! काहीही न मागताच सगळं काही मिळालंय तेव्हा पुन्हा काही मागणं म्हणजे मूर्खपणा आहे... त्यानं जीवन दिलंय, प्रेमानं सतत धडधडणारं हृदय दिलंय, आनंद मिळवण्यासारख्या विविध गोष्टी दिलेल्या आहेत. आता मागण्यासारखं काय उरलंय? प्रत्येक श्वासागणिक परमेश्वराला धन्यवादच दिले पाहिजेत.

बायजीद नावाचे एक सूफी फकीर होते. एकदा भक्तांबरोबर रस्त्याने जात होते. एका दगडाला अडखळून ठेच लागली. त्यांनी तिथेच बसून हात जोडले आणि चेहरा आकाशाकडे करून वर पाहिलं आणि नमस्कार केला. भक्त म्हणाले, ''हे काय करताय? आम्हाला वाटलं की, पायातून रक्त वाहतंय, जखम झाली आहे म्हणून तुम्ही खाली बसलात, पण तुम्ही तर देवाला नमस्कार करताय...'' बायजीद म्हणाले, ''तुम्हाला परमेश्वराची गुपितं माहीत नाहीत... आज एका पायाच्या ठेचेवरच निभावलं... त्यानं आठवण करून दिलीय की पुढे आणखीन धोके असू शकतात.''

भक्ताच्या जीवनात कष्ट असले, तरी ते ईश्वराला धन्यवादच देतात आणि सामान्य माणसाला कितीही सुख मिळालं, तरी तो सतत तक्रारच करत राहतो. कारण आणखीन पाहिजे, आणखीन पाहिजे ही हाव असते, पण भक्तांना कितीही दु:ख असलं, तरी ते विचार करतात एवढ्यावरच निभावलं. दोघांच्याही दृष्टीत फरक असतो आहे. दोघांच्या जगण्याची पद्धत अशी आहे की, सामान्य (अभक्त) माणूस सदोदित दु:खीच राहणार, नरकातच जगणार आणि भक्त नेहमी आनंदात राहणार, स्वर्गात राहिल्यासारखाच... सुखामध्ये राहण्याचं मनानं ठरवाल तर सुख वाढेल...

पण दु:खातच राहण्याचं ठरवाल तर दु:खच वाढत राहणार. स्वर्ग आणि नरक, या सवयी आहेत आणि सवयी सोडणं मुश्कील....

साधन के रसधार में, रहै निसदिन भीना रे।

राग में श्रुत ऐसे बसै, जैसे जल मीना रे।

एखाद्या रागातच त्याचं सारं शास्त्र आणि सत्य असं लपलेलं असतं... जसा मासा जलामध्ये असतो.

जो कोणी भक्तीचा राग आळवतो, त्या संगीतात मस्त होऊन जातो, त्या नशेमध्ये बुडून जातो, त्यालाच त्या भक्तीतलं सारं सत्य उमगतं. संगीतातला जो काही श्रवणीय भाग आहे, जे श्रुत आहे, ते रागामध्ये पाण्यातल्या माशासारखंच सहजसुंदरपणे आहे.

साईं सेवत में देइ सिर, कुछ विलय न कीना रे।

फक्त एकच काम करायचंय... ते म्हणजे परमेश्वराच्या सेवेमध्ये लीन होणे. साईं सेवत में देइ सिर। याचे दोन अर्थ आहेत. दोन्हीही महत्त्वाचे आहेत. समजून घ्या. साई म्हणजे स्वामी... परमात्म्याला देण्यासाठी एकच काम आहे, ते म्हणजे 'सिर देना' सिर म्हणजे नुसतं डोकं नव्हे... सिर म्हणजे बुद्धी! सिर म्हणजे विचार. सिरचा अर्थ आहे तर्क, धारणा. या सर्वांच्या संकलित तत्त्वाचा अर्थ आहे सिर! हे जे डोकं आहे, ते नुसतं डोकं देऊन भागणार नाही. नाहीतर एखादा डोकं तोडूनही ईश्वरासमोर ठेवेल. पण त्याचा काय उपयोग. डोकं कापून देवासमोर ठेवलं तरी त्यामागचा विचार कसा जाणार? कारण हे मस्तक हिंदूचं आहे का मुसलमानाचं आहे की जैन माणसाचं आहे, यावर सर्व अवलंबून आहेच. त्यामुळे डोकं छाटण्याला काहीच अर्थ नाही. फारच सरळ काम आहे ते. आत्महत्या करणारे बरेच लोक हे काम करू शकतात... असो, तर हे मस्तक 'आतून' समर्पित पाहिजे. कुठलाही विचार उरला नाही, धारणा नाही किंवा कुठलाही पक्षपातही उरला नाहीये, असं डोकं! साईं सेवत में सिर देई। आतून संपूर्णपणे रिकामे. जेव्हा त्याची मर्जी तेव्हाच तुमची मर्जी असं होऊन जाईल, तेव्हा त्या डोक्याचं कामच काय? तुम्हाला स्वत:ला जेव्हा असुरक्षित वाटतं, तुमची तुम्हाला व्यवस्था करावी लागते, तेव्हा या डोक्याचा तुम्हाला उपयोग! अन्यथा काय काम? म्हणूनच विचार करा, रस्ता शोधा... पण तरीही तोच तुमच्यासाठी रस्ता शोधतोय... मार्ग आखतोय... तुमचे श्वासोच्छ्‌वासही तोच चालवतोय... तर मग सोडा ना सगळं त्याच्यावर!

एकदा मार्गावरून एका सम्राटाच्या लवाजामा चालला होता... तिथूनच कडेनं एक सूफी साधू पायी चालत होता. डोक्यावर एक गाठोडं घेऊन चालला होता. सम्राटानं त्याला विनंती केली की, ''चल, माझ्या रथातून चल. पायी नको जाऊ.'' सूफी फकीर रथात बसला, पण डोक्यावर गाठोडं तसंच! राजानं

विचारलं, ''आता रथात बसला आहेस तर गाठोडं खाली का ठेवत नाहीस? डोकं तर ठिकाणावर आहे ना?'' सूफी म्हणाला, ''अगदी उत्तम आहे डोकं... पण आधीच तुम्ही मला रथात बसवलंत हेच खूप झालं. पुन्हा त्यात रथाला गाठोड्याचं वजन कशाला ना?'' त्यावर सम्राट म्हणााला, ''एकंदरीत तुझा प्रकार पाहून मला वाटलंच होतं की, तुझं डोकं बिघडलंय म्हणून... अरे, तू रथात बसल्यानंतर तुझ्या डोक्यावर गाठोडं ठेवलं काय अन् रथात ठेवलं काय... काय फरक पडणार आहे? काहीही केलं तरी ओझं रथावरच पडणार ना?'' सूफी फकीर त्यावर शांतपणे म्हणाला, ''तुम्ही खरंच शहाणे आहात... तो परमात्मा आपल्या रथात तर सर्वांचीच ओझी वाहत असतो. मग तरीही तुम्ही तुमचं डोकं तरी वर का ठेवलंय? मी तर फक्त गाठोडं ठेवलंय... आणि माझी खात्री आहे की, माझ्या गाठोड्यापेक्षा तुमच्या डोक्याचं वजन जास्त असावं.''

डोकं हेच जास्त वजनदार आहे. त्या व्यतिरिक्त वजनदार काहीही नाही. म्हणूनच ज्यानं डोकं खाली उतरवून ठेवलंय, तो सगळ्यात जास्त निर्धास्त झालाय. त्याला उंच आकाशात उडण्यासाठी पंख लाभलेत. आता मुक्तीच्या आकाशात तो स्वैरपणे विहार करू शकतो.

म्हणून कबीर म्हणतात, साईं सेवत में देइ सिर। इतर काहीही नको... फक्त सिर म्हणजे डोकं... विचार... धारणा... पण मंडळी फार हुशार असतात... लोक मंदिरात जातात आणि नारळ फोडतात... नारळ डोक्याचं प्रतीक ना... शिवाय दिसतोही तसाच. केसाळ, दाढीसह... डोळे.... लोकं फार हुशार असतात.

कबीर म्हणतात सिर द्या... हे नारळ देतात... देवावर कुंकू वाहतात... जणू काय स्वत:चं रक्तच दिलंय... स्वत:चं रक्त देऊन पूजा करणं म्हणजे अगदी शब्दार्थ घेऊ नका. रक्त देणं म्हणजे... अगदी प्राणपणानं भक्ती करणं. अगदी प्राणापासून, हृदयापासून काहीतरी देणं ही पूजा.

पण मंडळी हुशार... त्यांनी पर्याय शोधले... रक्तासाठी लाल रंगाचं कुंकू, डोक्यासाठी नारळ. शिवाय हे नारळही कुजके-नासके... मंदिराचे नारळ निराळे विकले जातात. पुन्हा तेच विकत घेतले जातात. या देण्याघेण्याच्या चक्रामध्ये तेच-तेच नारळ येतात. मग कुजतात, सडतात. मंदिराच्या पुजाऱ्याच्या कोणातरी नातेवाइकांचंच बाहेर दुकान असतं... तेव्हा हे चक्र चालू राहतं.

असे कुजलेले नारळ वाहता... काय म्हणावं?

परमेश्वराजवळ प्रामाणिकपणा हवा. उधार, नासलेला, दुसऱ्याचा... हे काहीही चालणार नाही. तुम्ही स्वत:ला सर्वार्थानं अर्पण केलंत, तरच स्वीकारले जाल. लक्षात ठेवा. साईं सेवत में देइ सिर, कुछ विलय न कीना रे...

या शेवटच्या ओळीचे दोन अर्थ आहेत... कुछ विलय न कीना रे! एक अर्थ

आहे – जराही उशीर करू नका... आणि स्वत:ला अर्पण करा. हाच भक्तीचा मार्ग आहे. काहीच विलंब करू नका.

या शब्दाचा थोडा विचार करा. माझ्याकडे काही मंडळी येतात. संन्यासाबद्दल विचारतात त्यांना मी सांगतो, 'संन्यास' या गोष्टीचे दोन प्रकार आहेत... एक प्रकार म्हणजे विचार करून सवरून संन्यास घेणं... मग विलंब होणारच... विलंब तर होणार शिवाय संन्यास घेण्यातली मजाही निघून जाणार. कसं? तर जितका तुम्ही जास्तीत जास्त विचार करायला जाल, बुद्धी वापराल, तर्कावर घासून पाहाल आणि नंतर बुद्धीनं दिलेला निर्णय मान्य करून संन्यास घ्याल तर ते सगळं फोल ठरेल. का... तर तो बुद्धीचा निर्णय असणार आहे आणि बुद्धीला कोणीही निर्णयापासून दूर करू शकत नाही आणि संन्यास घेण्यामागचं प्रयोजनच मुळी बुद्धीला बाजूला करणं आहे. म्हणून बुद्धीला ताण देऊन देऊन तुम्ही करता काय, तर मूळ प्रयोजनच नष्ट करता.

आता दुसरा प्रकार आहे एकदम उडी घेण्याचा... त्वरित निर्णय घेण्याचा. बुद्धीला ठेवा एका बाजूला आणि मारा खोलात उडी! बुद्धीला बाजूला ठेवल्यामुळे तिथूनच संन्यासाच्या दृष्टीनं क्रांतीला सुरुवात होते. रूपांतरण सुरू होतं... संन्यास घेतल्याक्षणीच रूपांतरण सुरू होतं. आयुष्यात पहिल्यांदाच तुम्ही बुद्धी न वापरता केलेली ही पहिली गोष्ट! तर्क न करता, काहीही विचार न करता तुम्ही एका अज्ञाताचा प्रवास सुरू करता, अंधाराच्या वाटेवर चालायला लागता.

कोणताही विलंब न करता मारलेली ही उडी. त्याचं मूल्य विशेष आहे. का तर ती उडी आहे. जर का तुम्ही खूप विचार करून, शिडी लावून, मापं घेऊन सहज उतरलात तर काही अर्थच नाही. का तर त्यामध्ये कोणत्याही दुखापतीचा संभवही नाही. खऱ्याखुऱ्या उडीत सगळ्या शक्यता असल्यानंच ती उडी आहे. म्हणून तर्क करून जे धर्माच्या जवळ जातात ते धर्माच्या जवळ कधीच पोहोचू शकत नाहीत... म्हणूनच सगळं अतर्क्य पाहिजे. तर्काची गोष्टच नको. कारण हे वेड्या माणसाचं काम आहे. बुद्धिमान मंडळींना इथे प्रवेशच नाही. कारण त्यांच्यासाठी 'बुद्धी' ही त्रासदायकच असते. वेडी मंडळीच खोल उडी मारू शकतात... मस्त-बिनधास्त मंडळीचं हे काम आहे. व्यावसायिकाचं कामच नाही... जे जुगारावर पैसे लावतात त्यांचं हे कामच नाही.

व्यावसायिक हा सतत विचार करतो. मनातल्या मनात हिशोब करत असतो. विचार करकरून विलंब करत राहतो. प्रत्येक गोष्ट पुढे ढकलत राहतो. उद्या करू... परवा करू... सगळीकडून व्यवस्था होऊ दे. सगळ्यांना विचारू, माहिती काढू, संन्यास घेतला तर ठीक होईल का नाही? इत्यादी. हजारो लोकांचा सल्ला घेतला जातो. या सगळ्या उपचारात संन्यास घेण्यातला अर्थच निघून जातो.

संन्यास म्हणजे एक उडी आहे. निर्बुद्धीची! या उडीत डोकं आपटलं जातं.

'कुछ विलय न कीना रे।' उशीर नका करू...

विचार आला की मारा उडी... हा पहिला अर्थ!

दुसरा अर्थ *'साईं सेवत में देइ सिर. कुछ विलय न कीना रे।'*

परमात्म्याच्या सेवेत सगळं काही दिलं (डोकं) पण स्वत:तलं काहीही हरवून बसलो नाही. उलट मिळवलं भरपूर. (कुछ खोया नहीं, पाया!)

मस्तकही अर्पण केलं पण गमावलं काहीच नाही. उगाचच भीती वाटत होती सगळं काही संपण्याची.

आश्चर्य वाटतं की, तुमच्याजवळ तसं पाहता काहीच नाही. तरीही तुम्ही काहीतरी हरवण्याची भीती बाळगता. उडी मारण्यात कसली अडचण? तुमच्याजवळ काही असतं तर भीती ठीक होती, पण काहीच नसताना भीती कशाला? शिवाय जर तुमच्याजवळ काही असेलच जर ते गमवावं लागलं, तरी हरकत नाही. चांगलंच आहे. दु:ख, चिंता, तणाव, अशांती या गोष्टी तुमच्याजवळ आहेत. त्या गेल्या तर चांगलंच आहे की! संपत्तीच्या नावाखाली... काळज्याच जास्त आहेत. तेव्हा विचार कसला करता... करा समर्पण. तुम्ही त्या नागड्या माणसासारखे आहात... जो कधीही आंघोळ करत नाही. का? तर कपडे कुठे वाळत घालणार? ...तेव्हा कपडेच घालायचे नाहीत. म्हणजे पिळण्याचा वाळवण्याचा प्रश्नच येणार नाही. म्हणूनच नागडंच राहायचं.

गमावण्यासारखं काही तुमच्याजवळ असतं, तर काहीतरी अर्थ होता, परंतु तुम्ही मनातल्या मनात विचार पण कधी करत नाही की, खरंच आपल्याजवळ काही आहे का? स्वत:कडे पाहायला घाबरता... का तर असं पाहायला मिळेल की, मनाची चिडचिड होईल... आपण अगदीच रिकामे ठणठणीत आहोत, या जाणिवेनं नैराश्य येईल. संपूर्ण आयुष्य वाया घालवलं. काहीही जमा केलं नाही... कोणत्याही शेवटापर्यंत जाऊ शकलो नाही. काहीच गाठलं नाही... आतून पूर्णपणे रिकामे!

हे आतलं रिकामपण पाहणं हे दु:खदायक होतं... भीती वाटते तुम्हाला. म्हणूनच तुम्ही इतरत्र भटकत राहता. कधीही आतमध्ये बघायचा प्रयत्न करीत नाही....

विचार करत राहता... पाहू... बघू... काहीही गमावायला नको... पण.... आहे काय तुमच्याजवळ गमावण्यासारखं? पण... जेव्हा स्वत:ला समर्पित कराल (सिर देइ।) तेव्हा जाणवेल की, आपण ज्या-ज्या इच्छा केल्या होत्या, त्यांचा वर्षाव होतोय...

जीझस म्हणतो, जो देतो तो मिळवतो, जो वाचवतो तोच गमावतो... का... तर वाचवण्यासारखं तुमच्याजवळ आहे तरी काय? तुम्ही नरकच वाचवाल... स्वर्गाला गमावून बसाल... स्वत:ला वाचवणं आणि परमेश्वराला गमावणं! दुसरा भाग असा

सांगितलाय की, ज्याच्याजवळ आहे त्यालाच आणखीन दिलं जातं. जसं परमात्मा तुमच्याजवळ असेल तर तोच जास्त करून प्राप्त होणार. जीझस म्हणतो, ज्याच्याजवळ काहीच नाही त्याच्यापासून सगळंच हिरावलं जाणार... जे असेल तेही. साईं सेवत में देइ सीर। कुछ विलय न कीना रे। सगळं काही दिलं... पण गमावलं काहीच नाहीतर प्राप्तीच झाली. जसं एखादा थेंब सागरात विलीन होताना त्याचं अस्तित्व संपून जातं, पण तो थेंब सागर बनून जातो. होतं काय? तर 'थेंब' म्हणून अस्तित्व संपतं आणि सागर म्हणून अस्तित्व सुरू होतं. अहंकार संपतो, थेंब संपतो... ब्रह्मस्वरूप प्राप्त होतं, सागर बनतो. क्षुल्लक हरवलं जातं, विराटाची प्राप्ती होते.

तुम्ही काय वाचवायला बघता? का एवढा विचार करता, उशीर कशाला?

कबीर म्हणतात, ''साईं सेवत में देइ सिर... कुछ विलय न कीना रे!'' अजिबात उशीर करू नका. तत्क्षणी करा. समजा आपण उडी मारतो आहोत आणि जे कोणी ताबडतोब उडी मारतील तेच काहीतरी मिळवतील. जरासा उशीर... सर्वकाही संपेल. दरवाजा समोर आहे... उशीर नका करू... संधी जवळ आली आहे. पकडून ठेवा... संधी आली की (समझ के लिये।) जागृतीसाठी सगळं साफ दिसू लागते.

'समझ'चा अर्थ बुद्धी नसून समग्रता आहे. जेव्हा संपूर्ण प्राणाला वाटेल की, आता हे ठीक आहे, तेव्हाचा क्षण चुकवू नये. या क्षणासाठी तुम्ही जन्मोजन्मी गाफील राहिला आहात, म्हणून आता गाफील राहू नका... त्या क्षणासमोर माथा टेकायलाच पाहिजे... तुम्ही काहीही गमवणार नाही लक्षात ठेवा... एखादा थेंब गमवाल पण सागराची प्राप्ती होईल....

आज एवढंच...!

■

सूत्र

घूंघट का पट खोल रे, तोको पीव मिलेंगे।
घट-घट में वह साईं रमता, कटुक वचन मत बोल रे।
धन जीवन को गरब न कीजै, झूठा पचरंग चोल रे।
सुन्न महल में दियना बारिले, आसन सों मत डोल रे।।
जागू जुगुत सों रंगमहल में पिय पायो अनमोल रे।
कह कबीर आनन्द भयो है, बाजत अनहद ढोल रे।।

सात

घूंघट के पट खोल रे

कबीरांच्या पदांचा अभ्यास करण्यापूर्वी काही गोष्टी समजून घेणं आवश्यक आहे. पहिली महत्त्वाची गोष्ट म्हणजे, पडदा हा आपल्या डोळ्यांवर आहे. परमात्म्याच्या डोळ्यांवर नाही. शिवाय आपल्या डोळ्यांवरचा पडदासुद्धा आपण आपणहून घालून घेतलेला आहे, दुसऱ्या कोणी घातलेला नाही. दुसऱ्या कोणी घातला असता, तर तुम्हाला तो दूर करता आला नसता. तो दुसऱ्यालाच दूर करावा लागला असता.

पडदा हा परमात्म्यावर असता तर तोही तुम्हाला दूर करता आला नसता. कारण परमात्मा विराट आहे. त्यामुळे त्याच्यावरचा पडदाही विराटच असणार. तुमच्या कुवतीच्या बाहेरचा असणार... तर, पडदा हा आपला आपण आपल्यावर घालून घेतलाय... आपल्या डोळ्यांवर ओढून घेतलाय... म्हणूनच कबीर 'घूंघट' शब्दांचा उपयोग करतात.

घूंघट हा माणसं स्वत:हून घालून घेतात आणि हे सोपं आहे. कारण डोळ्यांवर घूंघट घेतला की काम झालं... सगळंच दृष्टिआड! हिमालय दृष्टिआड करायचा म्हटलं, तर महापडदा लागणार. पण डोळ्यांवर छोटासा घूंघट घेतला की बस्स! झालं काम, हिमालयाचं दर्शन बंद!

ही गोष्ट सोपीपण आहे आणि सरळपण आहे. केव्हाही डोळ्यांवर पडदा ओढा... मामला संपला!... मनाला वाटलं तर पडदा दूर करायचा... कुणाचा हस्तक्षेप नको, कुणाची लुडबुड नको... स्वत:चाच सगळा मामला. या गोष्टीवर फार खोलवर विचार केला तर फारच छान. साधारणत: आम्ही विचार करतो की, सत्यावर पडदा टाकतो... तेव्हा अंतिम ध्येय गाठणं कठीण होतं. सत्यावरच जर पडदा असेल, तर लाखो उपाय केले तरीही तो दूर कसा होणार? एखाद्यानं समजा दूर केलाच... तर सगळ्यांसाठीच ते सोपं होणार. विज्ञान आणि धर्म यांतलं अंतर हे असं आहे... त्यातला फरक हा असा आहे.

आइनस्टाइन एका सत्याचा शोध लावतो... त्यानंतर मागून येणाऱ्या सर्व वैज्ञानिकांना पुन्हा त्याचा शोध लावायची गरज पडत नाही... पडदा बाजूला झालाय! नंतर आपण फक्त पुस्तकातून वाचायचं... की झालं काम... जे कष्ट अनेक वर्षं आइनस्टाइननं केले असतील... त्याचा परिणाम समजून घेण्यासाठी एखादा साधारण विद्यार्थी एका तासात ते काम करतो.

बुद्धानं पडदा बाजूला केला, कबीरांनी केला. आता तुम्हाला काय करायची गरज. थोडंसं समजून घ्यायचं बस्स!

विद्यालयात शिक्षण होतं... विज्ञानाचं... धर्माचं नव्हे. कसं? तर बुद्धांनी जो पडदा बाजूला केलाय, तो आपल्या डोळ्यांवर होता. तो कुठल्या सत्यावरचा पडदा नव्हता, कुठल्या शोधावरचा नव्हता. नाहीतर तो सर्वांसाठीच बाजूला झाला असता. जगात कुणी अज्ञानी राहिलंच नसतं. आइनस्टाइनचा सिद्धान्त पुस्तकात

लिहिला जातो. लोकं तो वाचू शकतात... त्यांना तो शोधण्याची गरज नसते... तसंच बुद्धांच्या सिद्धान्ताचं होऊ शकलं असतं, पण बुद्धांनी कुठला सिद्धान्त नाही मांडला...

तुम्हाला आश्चर्य वाटेल पण शास्त्र हे विज्ञानात असू शकतं, धर्मामध्ये नाही. तुमच्या डोळ्यांवरचा पडदा दुसरा कोणी नाही बाजूला करू शकत... दुसऱ्यानं जे पाहिलंय... ते तुम्ही कसं अनुभवू शकाल? तुमच्या डोळ्यांवर जोपर्यंत पडदा आहे, तोपर्यंत बुद्धांनी कितीही प्रयत्न केला तरीही तो बाजूला होऊ शकणार नाही.

म्हणूनच धर्मामध्ये कुठल्याही परंपरेची नव्यानं निर्मिती होऊ शकत नाही. खेदाची गोष्ट अशी की, हीच 'परंपरा' म्हणून चालू राहिली आहे. शास्त्र हे कधीही धर्म होऊ शकत नाही... पण धर्म हे एक शास्त्र जरूर आहे. धर्म म्हणजे दुसऱ्याकडून शिकण्यासारखी गोष्ट नाही. धर्माला आपण स्वत: शोधावं लागतं... तरीही आपण धर्म नेहमी दुसऱ्याकडूनच शिकतो. म्हणूनच खोट्या गोष्टींचा भरणा सगळ्यात जास्त धर्मातच आहे. असं का? धर्म... सत्याचा शोध म्हणूनच ओळखला जातो. तर त्याच्याजवळच इतका खोटेपणा का वावरत असावा?... असंख्य शास्त्रं, असंख्य सिद्धान्त, असंख्य दर्शनं, असंख्य धारणा, असंख्य वेगवेगळे धर्म... इतकं सगळं का जमा व्हावं? का? तर तुमच्या डोळ्यांवर पडदा आहे. तो पडदा उठवायला हवा... प्रत्येकानं नवीन उत्साहानं तो बाजूला करायला हवा. दुसऱ्या कोणीतरी तो दूर करून चालणार नाही.

बुद्ध (ज्ञानी माणूस) जागृत होतील. आसपास दृष्टी टाकतील... आणि विलय पावतील... त्यांच्याबरोबरच 'त्यांची' दृष्टी जाईल. परंतु तुम्ही जागे व्हाल तेव्हा... स्वत:ला ओळखाल... तुमच्या जीवनात एक अनाहत आनंद निर्माण होईल. तो दुसऱ्याला कळणार नाही. तुम्हालाच तो जाणवेल. तुमच्या जीवनात असीम प्रकाश पसरेल. तो अगदी शेजारी असलेल्या व्यक्तीलाही जाणवणार नाही. अगदी पत्नीलाही जाणवणार नाही... मुलालासुद्धा जाणवणार नाही की बाप जागृत झालाय म्हणून! तुमच्या आसपास कितीही माणसं असोत... पण त्यांना पत्ताही लागणार नाही की तुम्ही 'जागे' झाला आहात. कुणाला शंकाही येणार नाही... कारण पडदा तुम्ही 'तुमच्या' डोळ्यांवरून बाजूला केलाय... 'त्यांच्या' नाही आणि तसा तर दुसऱ्याच्या डोळ्यावरचा पडदा आपण बाजूला करूच शकत नाही.

हा पडदा बाहेरचा नाही, हेही लक्षात घ्या. तसा असता तर तो दुसऱ्या कोणीतरी झटकून बाजूला केला असता. ही झोप बाहेरची असती, तर दुसऱ्या कुणीतरी तुम्हाला गदागदा हलवून उठवलं असतं... ही झोप आहे, ती 'आतली' आहे... कितीही तुम्हाला कुणी गदागदा हलवलं तरीही फक्त शरीर हालेल... आतली चेतना तसूभरही हलणार नाही... हा घूंघट साधारण नाहीये... स्त्रिया डोळ्यांवर ओढून घेतात तो

घूंघट हा नाहीये... त्याला तर कोणीही बाजूला करू शकतं... हा घूंघट आहे, तो 'आतल्या' डोळ्यांवर आहे. ज्याला आपण 'तिसरा डोळा' म्हणतो.

तो इतका 'आत' आहे की, दुसरा कोणी प्रवेशही करू शकणार नाही. तुम्हीच कधी उत्सुकतेनं बघाल, जीवनातली व्यर्थता तुम्हाला कधीतरी उमगेल, तेव्हाच या तिसऱ्या डोळ्याची भाषा तुम्हाला समजायला लागेल. या डोळ्यांवरच्या पडद्यामुळे आजूबाजूच्या भिंतीवर किती टकरा होतायत, आजूबाजूच्या भयाण जीवनाचा किती त्रास होतोय, हे समजेल... या पडद्यामुळे दरवाजाच सापडत नाहीये. या डोळ्यावरच्या पडद्यामुळे जीवनामध्ये कलह, दुःख, चिंता यांशिवाय काहीच नसतं. 'आनंद भयो' म्हणण्यासारखं काहीच नसतं. तुमच्या जीवनात एक क्षणसुद्धा असा येत नाही किंवा तुम्ही एकदाही म्हणू शकत नाही की, ''इतकी दुःखं भोगली, पण आता आनंद मिळाला. काहीच नुकसान झालं नाही त्यामुळे मी भाग्यवान आहे. हे आनंदाचे क्षण मिळाले. सर्वकाही मिळालं. या एका आनंदाच्या क्षणासाठी आता कितीही दुःख झेलायला मी तयार आहे.'' ...पण ...अरेरे असं कधीच घडत नाही.

हे असं का घडत नाही?... तर कितीही वादळं येवोत अगदी आगीचे लोळ समोर येवोत... तरीही तुमच्या डोळ्यांवरचा (आतल्या डोळ्यावरचा) पडदा दूर सरत नाही. काहीही घडो, संकटं येवोत... पण हा पडदा हलत नाही... कारण हा पडदा आतल्या डोळ्यांवर आहे आणि आतल्या डोळ्यांवरचा पडदा दूर झाला तरच सर्व जीवन बदलून जाईल. एक बाहेरची दृष्टी अन् एक आतली दृष्टी... बाहेरची दृष्टी मोकळी असेल, तर काम चालू राहतं. जीवनात काहीच बदलत नाही. ती बंद झाली तरीही काम चालू राहतं. काहीही फरक पडत नाही. आंधळेही आपली कामं चालू ठेवतात. डोळे असलेलेही आपली कामं चालू ठेवू शकतात... या डोळ्यांपेक्षाही एक डोळा (आतला) असा आहे की, तो उघडला किंवा त्याच्यावरचा पडदा बाजूला झाला की आपण अशा व्यक्तीला म्हणू शकतो की, हा बुद्ध झाला, जिन झाला... हा जागा झाला... हा शुद्धीवर आला... मग नंतर सगळंच बदलतं, परिवर्तन होतं. कारण आतले डोळे उघडले की, तुमच्यासमोरची सगळी सृष्टी बदलून जाते. कारण आता जे तुम्ही पाहता ते 'आतून' पाहता.

मुल्ला नसरुद्दीन एक दिवस पकडला गेला. भरपूर प्यायलेला होता. पोलिसांनी ओढत-ओढत चौकीवर आणलं. नसिरुद्दीननं विचारलं, ''का आणलंत मला इथं?'' पोलीस उद्गारले, ''दारूसाठी!'' मुल्ला आनंदित झाला अन् म्हणाला... ''अरे वा... केव्हा सुरू करायचं?''

दारूत बुडलेला माणूस दुसरं काय पाहणार? दारूची प्रचंड अभिलाषा आणि बेहोशी इतकी आहे की, जे काही तो ऐकतो, त्याचा अर्थ तो दारूशी संबंधितच काढतो. तो अर्थसुद्धा दारूच्या धुंदीत काढलेला अर्थच आहे....

असंच तुमचं आहे... तुम्ही जे पाहता ते तसं खरं नसतं. तुम्ही 'तुमच्या' दृष्टीनं ते पाहता. 'तुम्हाला' पाहिजे तसं तुम्ही पाहता. 'तुम्हाला पाहिजे' तसं तुम्ही ऐकता तुम्हाला पाहिजे तसंच तुम्ही शोधता... एखादा दिवस उपास करा... रस्त्यानं जाताना मिठाईच्या दुकानांकडेच तुमचं पहिल्यांदा लक्ष जाणार... एरवी ती दुकानं तुम्ही पाहिलीही नसणार... हॉटेल्स, चहाची दुकानं, मिठाईची दुकानं हेच फक्त तुम्हाला दिसणार... एक दिवस उपास केला, तर इतर काहीही दिसत नाही, फक्त खाण्याच्याच गोष्टी दिसतात... कारण एकच. आतली चेतना भुकेलेली असते. त्यामुळे आता तुम्ही पाहत नसून 'भूक' सर्व पाहातेय. आता दृष्टी ही सृष्टी आहे.

महाराष्ट्रातल्या समर्थ रामदासांची एक जुनी गोष्ट आहे. ते रामकथा लिहित असत, तसंच ती लोकांना सांगतही असत. असं म्हणतात की, त्यांचं कथा सांगणं इतकं सुंदर असायचं की, प्रत्यक्ष हनुमानसुद्धा ऐकायला यायचे. गर्दीमध्ये लपून ऐकायचे. आता हनुमानच ऐकायला यायचे म्हणजे विशेषच... कारण ती सगळी कथा हनुमंतांनी स्वत:च पाहिलेली आणि अनुभवलेली! या कथेत तसं ऐकण्याजोगं काहीच नव्हतं. परंतु रामदासांचं सांगणं इतकं सुंदर होतं की, त्या कथेतले प्रत्यक्ष साक्षीदार हनुमान हेही ऐकायला यायचे. परंतु एका ठिकाणी हनुमानांना स्वस्थ बसवेना... कारण त्यांच्यासंबंधीच वर्णन चाललं होतं. रामदास सांगत होते, ''हनुमान अशोक वाटिकेत गेले तेव्हा सगळीकडे पांढरी फुलं फुलली होती...'' त्या क्षणी हनुमान उठले आणि म्हणाले, ''थांबा जरा... त्या वेळी तिथे पांढरी फुलं नव्हती... लाल फुलं फुललेली होती...'' रामदासांना वाटलं, हे कोण मध्येच बोलतंय आणि आपली चूक काढतंय? तेव्हा हनुमान प्रकट झाले. ते म्हणाले, ''आता मला प्रकट झालंच पाहिजे, कारण तुम्ही माझीच कथा सांगत आहात आणि मी सांगतो की, तिथं लाल फुलं होती. पांढरी फुलं नव्हती...'' रामदास म्हणाले, ''फुलं पांढरीच होती.'' झालं! भांडण वाढत चाललं... शेवटी हनुमान म्हणाले, ''आता शेवटचा उपाय आहे तो म्हणजे रामाकडे जाणं, कारण तुम्ही तर ऐकतच नाही... मी प्रत्यक्ष तिथे हजर असलेला साक्षीदार तुम्हाला सांगतोय की तिथली फुलं लाल होती, तर तुम्ही ऐकत का नाही? तुम्ही माझी कथा सांगताय... तीही हजारो वर्षांनंतर... मग एवढ्याशा मुद्द्यावर का अडून बसला आहात? समजा, लाल फुलं होती असं लिहिलंत तर काय बिघडणार आहे?'' रामदास उत्तरले, ''बिघडण्याचा प्रश्न नाहीये. जे सत्य आहे ते सत्यच. फुलं पांढरीच होती.''

रामाकडे भांडण गेलं... राम म्हणाला, ''हनुमंता... गप्प बस... रामदास सांगतायत तेच खरं आहे... तू त्या वेळी इतक्या रागात होतास की तुझ्या डोळ्यांत अंगार होता. त्यामुळे तुला फुलं लालच दिसली असणार. रामदासांना कुठलाच राग आलेला नाही. ते तटस्थ दृष्टीनं पाहतायत... फुलं पांढरीच होती. मलाही माहितेय.''

तुम्ही रागात असाल तर तसेच पाहाल, लोभ धरलात तर त्या दृष्टीने पाहाल. त्या गोष्टी तशाच दिसतील... जेव्हा तुम्ही वासनेने, कामनेनं पाहाल, तर कोणतीही कुरूप गोष्ट सुंदरच दिसेल. प्रत्यक्षात ती सुंदर नसतेच. पाहणारा आपल्याच नजरेनं पाहत असतो. म्हणूनच तुमची दृष्टी हीच तुमची सृष्टी बनून जाते. तुम्ही आतून जेव्हा बदलाल तेव्हाच तुमची दृष्टीही बदलेल आणि सृष्टीही!

ज्या ठिकाणी तुम्हाला काहीतरी मौल्यवान वाटलेलं होतं, ते प्रत्यक्षात कचऱ्यासमान असल्याची आता खात्री पटेल. ज्या गोष्टीला निरर्थक मानलं होतं, ती आता अर्थपूर्ण दिसेल आणि जी गोष्ट अर्थपूर्ण म्हणून छातीशी कवटाळली होती, ती अगदीच क्षुल्लक दिसेल.

जीवन म्हणजे तुमच्या दृष्टीचं 'क्षितिज' आहे. त्यामुळे ज्या माणसाची 'आतली' नजरच नाहीये तो जणू झोपलेलाच आहे. 'आतलं' काहीच दिसत नाही... बाहेरची दृष्टी बाहेरचंच पाहतेय. आता तुम्ही मला पाहत आहात. यात तुम्ही फक्त बाहेरच्या दृष्टीनंच जर पाहत असाल तर माझं फक्त शरीरच तुम्ही पाहू शकाल, पण अंतरदृष्टीनं पाहाल, तर मला पूर्ण पाहू शकाल. हे शरीर, ही वरची वस्त्रं म्हणजे आतल्या चैतन्याची आवरणं आहेत, हे समजून येईल. तुम्ही फक्त बाहेरच्या कानांनी ऐकलंत तर फक्त माझे शब्द ऐकू येतील, पण आतल्या कानांनी ऐकलंत तर मात्र त्या माझ्या शब्दांचा अर्थ तुम्ही समजू शकाल. कारण शब्द म्हणजे शरीर आहे आणि अर्थ म्हणजे आत्मा आहे. म्हणूनच तुम्ही जितके सखोल असाल तितकंच खोल तुम्ही पाहू शकाल, ऐकू शकाल आणि जाणू शकाल, पण तुम्ही उथळ असाल तर काहीच सखोल पाहू शकणार नाही.

एक झेन कथा आहे. एक सद्‌गुरू एकदा एका शिष्याकडे गेले. शिष्य बाहेरच बसला होता. गुरूंनी विचारलं, ''सत्य काय आहे?'' शिष्यानं या प्रश्नावर उत्तर म्हणून फक्त मूठ बंद करून दाखवली. गुरू काही न बोलता तिथून चालायला लागले... जाताना एवढंच म्हणाले, ''इथलं पाणी फारच उथळ आहे. मोठी जहाजं इथे थांबू शकणार नाहीत.'' शिष्य फारच निराश झाला... कारण उत्तर तर त्यानं विचारपूर्वक दिलं होतं पण इथंच तो चुकला, कारण कुणीतरी त्याला म्हणालं होतं की हे गुरू शिष्याजवळ जातात तेव्हा त्यांना शब्दांत उत्तर नको असतं, तर कृतीनं हवं असतं... शिवाय कुणीतरी असंही म्हटलं होतं की अमुक-अमुक गुरू एका अमुक-अमुक शिष्याकडे गेले तर त्या शिष्यानं मूठ बंद करून दाखवली होती. त्याचा अर्थ बंद मूठ म्हणजे एक! पाच नसून एकच... पंचतत्त्व नाही तर एकतत्त्व. पंचेद्रियं नाहीत तर फक्त एक आत्मा! कुठेतरी ऐकलेलं होतं, म्हणून यानंही मूठ घट्ट बांधली... पण ही मूठ पोकळ होती. दुसऱ्यानं सांगितल्याप्रमाणे बांधलेली... स्वत:च्या अनुभवाची नव्हती. अनुभव जितका सखोल तितकी मूठ सखोल, घट्ट!

काही वर्षांनंतर गुरू पुन्हा त्या शिष्याकडे आले. पुन्हा शिष्यानं बंद मूठ दाखविली... गुरू म्हणाले, ''फार उत्तम. बरीच खोदाई केलीस. आता पाणी खूपच खोल आहे. आता मोठं जहाज इथे थांबू शकेल...''

पाहणारे आश्चर्यचकितच झाले... दोन्ही वेळा एकच कृती झालेली होती, पण गुरू 'आता' संतुष्ट झाले. असं का विचारता, गुरू म्हणाले, ''आत्ता या वेळी मुठीमध्ये पाच नसून 'एक' आहे. त्या वेळी मुठीमध्ये 'पाच' होते...'' वरून मूठ घट्ट वाटत होती पण आतून पोकळ होती. आत्ता मात्र मूठ आतून-बाहेरून दोन्हीकडून घट्टच आहे. आता या मुठीमध्ये अर्थ आहे. आता ही मूठ प्रतीक नसून 'अनुभव' आहे.

शब्द तेच आहेत, प्रतीकं तीच आहेत... पण तुम्ही जसे बदलत जाता तसा तुमच्या शब्दाचा अर्थ बदलत जातो, तुमच्या जीवनाची तऱ्हा, जीवनाचे रंग बदलत जातात. सगळं जसंच्या तसंच राहतं पण जसंच्या तसं नसतं मात्र! वरवर जसं आहे तसंच दिसतं... कधीकधी तुम्हाला बुद्धत्व प्राप्त होतं, कधीकधी तुमच्या आतला 'कबीर' जागा होतो. वरवर नेहमीसारखंच घडत राहतं, तुम्ही दुकानात जाता, घरी काम करता, मुलांना सांभाळता, भूक लागते, खाता-पिता, झोपता. वरवर सगळं आहे तसंच चालू राहतं... पहिली मूठ. परंतु आतून हळूहळू बदलत जातं... बदलत जाईलच... दुसरी मूठ... तुम्ही बदलत जाल. या तुमच्या बदलण्याबरोबरच जीवनातले सगळे अर्थ, सगळं काव्य, जीवनाची सगळी प्रतीती बदलत जाईल. आतले डोळे जेव्हा उघडतात तेव्हा तुम्हाला समोरची कोणतीही गोष्ट दिसत नाही. त्याच्या आरपार सर्व दिसतं. त्याच्या आतला, गाभ्यातला परमात्मा दिसायला लागतो. ती गोष्ट पारदर्शी होऊन जाते. या दोन गोष्टी लक्षात घ्या...

पडदा जो आहे तो सत्यावर नाहीये तर आपल्या डोळ्यावर आहे. तोसुद्धा दुसऱ्या कोणी टाकलेला नाही, तर आपणच टाकून घेतलेला आहे. दुसऱ्या कोणी टाकला असता तर मनुष्य परतंत्र झाला असता. कारण 'दुसऱ्यानं' तो पडदा बाजूला केला तरच आपल्याला पाहता येणार. परंतु मनुष्याचा आत्मा स्वतंत्र आहे आणि हेच त्याचं ऐश्वर्य आहे! तुम्हीच तुमच्या डोळ्यावर पडदा ओढून घेतला. तुम्हीच भरकटलेले आहात. जाणूनबुजून तुम्ही हे केलं आहे... तेव्हा हेच एक श्रेयस्कर होईल की तुम्ही स्वत:च्या मनानं मार्गावर या. जेव्हा इच्छा होईल तेव्हा या. दुसरी गोष्ट – हा जो पडदा आहे तो वरच्या डोळ्यावर नाहीये. आतल्या डोळ्यावर आहे. कबीरांचं सूत्र आहे. 'घूंघट का पट खोल रे। तो को पीव मिलेंगे।'

कबीरांच्यासाठी परमात्मा परमप्रिय आहे. प्रियकर आहे. सत्याकडे तुम्ही प्रेमाच्या नजरेनं पाहता तेव्हा ते सत्य कोरडं रखरखीत नाही वाटत. तेव्हा ते प्रिय वाटतं. तेच एक प्रिय वाटतं. बाकी काहीच प्रिय वाटत नाही. म्हणूनच जिथे-जिथे प्रेमाची नजर जाते ते सगळं प्रिय होऊन जातं.

एक लक्षात घ्या की सत्य शोधण्यासाठी वैज्ञानिकांसारखी कोरडी, त्रयस्थ नजर असता कामा नये. कारण त्यात भिजून जाणं नसतं. संशोधक तसेच्या तसे कोरडेच राहतात. शोधणाऱ्यामध्ये रूपांतरण होत नाही, परिवर्तन होत नाही, ओलावा नाही, चिंब भिजणं नाही. काहीच नाही. शोधणारा कोरडाच राहतो.

एखादा दार्शनिक... सत्याचा शोध करतो तेव्हा तर्क मांडतो, मोठमोठे सिद्धान्त मांडतो. तर्क-कुतर्कांचं जाळं विणतो, विचारांचं जंजाळ निर्माण करून असंख्य परीक्षा निर्माण करतो... त्याचं संपूर्ण जीवन रखरखीत बनून जातं. एखाद्या निष्पर्ण वृक्षासारखा होऊन जातो. एकही हिरवं पान नाही, कोमल फूल नाही. फक्त सुकलेल्या फांद्यांची गर्दी... बाकी काहीही नाही. शास्त्रांचे ढिगारे वाढत जातात, शब्दांची, तर्कांची जाळी विणली जातात... आणि आतले प्राण सुकत जातात.

आपल्या कानावर नुसता 'दार्शनिक' हा शब्द जरी कधी पडला तरी एखाद्या रखरखीत वाळवंटाची भावना मनात होते. सगळं 'सुकलेलं, तापलेलं!' जीवनातली हिरवी पालवी त्यात तुम्हाला कधीही जाणवणार नाही.

कबीर दार्शनिक नाहीत. कबीर प्रेमी आहेत. त्यांच्या एकेका शब्दामध्ये सुमधुर रस आहे. अंतरंगातल्या रसधारेतून हे शब्द आलेले आहेत, हे तत्क्षणी जाणवतं. यासाठीच आम्ही ऋषींना कवी म्हणतो. संस्कृतमध्ये ऋषी आणि कवी या दोन्हीचा अर्थ एकच आहे. हळूहळू त्याचे दोन वेगवेगळे अर्थ करावे लागले. जगात असेही काही लोक आहेत की, सत्याचा पूर्ण शोध न लागताही कवी होताना दिसतात. त्यांच्या कविता खूप सुंदर... पण त्यांत आत्मा नाही. 'आतून' ते रिकामे आहेत. वरवर बरीच रंगरंगोटी, परंतु आत 'प्राण' नाही. घर खूप सुंदर पण आत माणसं नाहीत. वरवर देह खूप सुंदर परंतु आतले प्राण उडून गेलेले. पाश्चिमात्य देशांत मृत माणसांना खूप सजवून नेतात. एखादी स्त्री मरण पावली तर तिच्या ओठांवर लिपस्टिक, डोळ्यांत काजळ, गालांवर लाली लावली जाते. ती मृत स्त्री अगदी 'जिवंत' वाटते.

कवींची कविता अशीच असते. वरून रंगरंगोटी. आतून रिकामी. यासाठी एक महत्त्वाची गोष्ट लक्षात ठेवा, एखादी कविता खूपच आवडली तर तिथेच थांबा... त्या कवीला शोधायला जाऊ नका. कदाचित त्याला बघितल्यावर निराशा पदरी पडेल. कविता तर फारच सखोल वाटत होती. पण कवी... काहीच नाही. सखोलता नाही, परिपक्वता नाही. काहीच नाही. म्हणूनच कवीला शोधायला जाऊ नका. कारण तिथे व्यक्ती सापडणार नाही. तर केवळ एक कवितेचं तंत्र, एक प्रकारचं कौशल्य नजरेस पडेल. तो कवी (व्यक्ती) लय, ताल, छंद, शब्द, भाषा यांच्या सजावटीचं कौशल्य वापरून अशी रचना तयार करतो की, त्यातून संगीताचा भास निर्माण व्हावा. परंतु हे सारं वरवरचं आहे. एका मृत आत्म्याला लावलेली ही लिपस्टिक आहे. काजळ आहे.

लाली आहे. वरवर ही स्त्री इतकी सुंदर दिसतेय की, जणू काश्मीरहून अवतरली आहे. परंतु आतमध्ये सगळं मृत आहे. काहीही जिवंत नाही. म्हणूनच या स्त्रीच्या प्रेमात पडू नका... या सुंदर स्त्रीला दफन करण्यावाचून कोणताही उपाय नाही.

म्हणूनच कवितेपर्यंतच थांबा. कवीला शोधायला जाऊ नका. अन्यथा कविताही निरर्थक वाटेल.

उर्दूमध्ये खूप मोठमोठे रचनाकार होऊन गेले. त्यांनी अवर्णनीय अशा रचना केल्या... पण तरीही... 'त्यांना' शोधायला जाऊ नका. कारण ते तुमच्या-आमच्या सारखेच दिसणार. ऋषी किंवा संत आणि कवी यांच्यात हाच फरक आहे. कवी नेहमी त्याच्या कवितेपेक्षा छोटा दिसतो... आणि संत-महात्मे त्यांच्या रचनेपेक्षा कितीतरी मोठे दिसतात... त्यांची रचना म्हणजे त्यांच्यापासून आलेली एखादी झुळूक! त्यांच्या रचनेवरून तुम्ही त्यांचा शोध घ्यायचा प्रयत्न केलात तर दिसेल, की रचना फारच छोटी आहे. हा माणूस महान आहे! फक्त त्यांच्या काव्यापर्यंतच थांबलात, तर या महानपणाचा शोध लागणार नाही. त्या रचनेचा, त्या काव्याचा मूळ स्रोत पाहिला तर दिसेल तो स्रोत अनंत आहे, महान आहे. हे काव्य म्हणजे त्या अनंताची एक छोटीशी लहर आहे.

तुम्ही कबीरांच्या वचनांचा विचार केलात तर जाणवेल की, या वचनांपासून कबीर कोसो दूर आहेत. सागर फार मागे राहिलाय... सागरावरची एक हलकी वाऱ्याची झुळूक आपल्यापर्यंत येते आहे असं समजा. एक छोटासा ढग येऊन तुमच्या घरावर बरसून जावा असं आहे हे काव्य. कबीर प्रत्यक्षात फारच महान आहेत. त्यांची वचनं, त्यांचं काव्य म्हणजे त्यांच्या महान व्यक्तिमत्त्वाची एक छोटीशी धार आहे... ती धार म्हणजे संपूर्ण कबीर नव्हेत....

ऋषींना, संतांना नेहमी वाटतं की, आपल्याला जे सांगायचं होतं, ते आपण पूर्ण सांगू शकलो नाहीये; फारच कणभर आपल्याला सांगता आलं.

ऋषींच्याजवळ, संत-महात्म्यांजवळ सत्य आहे... जे सत्य शब्दांपेक्षा मोठं आहे. हे सत्य शब्दांत सांगायचं म्हणजे एका छोट्याशा जगात संपूर्ण आकाश सामावून घेण्यासारखं आहे. खूप कठीण गोष्ट आहे. ऋषींच्या, संतांच्या शब्दांमध्ये जो आनंदाचा उल्लास आहे तो केवळ शब्दांचा दिमाख नाही म्हणता येणार, तर ते शब्द जिथून आले आहेत, ज्या हृदयातून पाझरले आहेत त्या मूळ स्रोताचा तो सुगंध आहे.

एखाद्या फुलांनी बहरलेल्या बागेवरून वाऱ्याची जराशी झुळूक आली तरी त्या झुळुकेमध्ये त्या फुलांचा थोडा तरी सुगंध येतोच... रस्त्यावरून जाणाऱ्या-येणाऱ्यांनाही तो सुगंध जाणवतो. त्या सुगंधावरून कळतं की इथे फुलांनी बहरलेली बाग आहे... त्या झुळुकेमध्ये थोडा गारवा असेल तर कळून येतं की, इथे कुठेतरी

पाण्याचं सरोवर आहे... थोडक्यात काय ही झुळूक तुम्हाला मूळ स्रोतांचं ठिकाण सांगत असते.

कबीर ऋषी आहेत. कवितेच्या रचनेतून त्यांनी जे सांगितलंय ते कवितेपेक्षा कितीतरी महान आहे. कवी जगाकडे पाहतो ते त्याच्या प्रेमपूर्ण नजरेनं! म्हणून त्याला जगातलं सत्य रसपूर्ण दिसतं. रखरखीत नाही दिसत. काव्य म्हणजे जीवनाकडे पाहण्याचा असा ढंग आहे की प्रियकर प्रेयसीला ज्या नजरेनं पाहतो, त्या ढंगानं काव्य प्रतीत होत असतं. लोकांच्या नजरेतून ती कशी का असेना, पण त्याच्या नजरेतून ती परिपूर्ण असते तो तिला फक्त पाहतच नसतो, तर निर्माण करत असतो.

खलील जिब्रानचं एक वचन आहे. प्रियकर, प्रेयसीमध्ये असं काही पाहतो की, ती जणूकाही परमात्म्याची अंतिम कृती. एका प्रेयसीमध्ये अनेक परिपूर्ण व्यक्ती तो पाहत असतो. अनेक संभावना, अनेक शक्यता तो पाहत असतो.

बाप आपल्या मुलांमध्ये जे काही पाहत असतो, ते वर्तमानात काहीच नसतं. पण बाप भविष्यातल्या मोठमोठ्या शक्यता मुलामध्ये पाहत असतो. काहीवेळा तसं घडत नाही. मुलं भरकटली जातात. बाप खोटा पडतो. परंतु बाप मुलामध्ये जे प्रेमाच्या नजरेनं पाहत असतो ते तर नाकारता येत नाही. मुलामध्ये काहीच नसतं; पण बापलोक मुलाची चर्चा करत राहतात... लोकं बापाला वेड्यात काढतात... कारण लोकांना तर मुलामध्ये काहीच विशेष दिसत नसतं. पण बापमंडळींना ते दिसत असतं आणि मुलं शेवटी साधारण निघतात....

प्रत्येक आई आपल्या मुलामध्ये श्रेष्ठत्व पाहत असते. तो श्रेष्ठ होऊ शकतो... शक्यता आहे... एखाद्या दगडासारखा दिसणारा हा मुलगा थोड्याफार प्रयत्नांनी, थोड्या घासपुशीने, थोडे छिन्नीने घाव घालून... हिरा बनू शकतो. तो निश्चित बनेलच असं मात्र नाही.

प्रेम सगळ्या चांगल्या शक्यता पाहत असतं. घृणा मात्र सगळं नकारात्मक पाहत असते. घृणा तुमच्यामध्ये नरक पाहते, पण प्रेम तुमच्यामध्ये स्वर्ग पाहत असतं. घृणा तुमच्यामध्ये सैतान पाहते, पण प्रेम तुमच्यामध्ये देव पाहतं.

साधारण प्रेमामध्येही ही झलक दिसते. ती फक्त तुमची कल्पना नसते. ती प्रेमाची नजर असते. जे लपलेलं असतं त्यावरचं आवरण काढणारी, जे दबलेलं असतं त्याला उघड करणारी! ज्या नजरेसमोर सगळे दरवाजे उघडले जातात. सगळी रहस्यं खुली होतात. साऱ्या जगाकडे जो कोणी प्रेमानं पाहतो, त्या जगातला कणन्‌कण प्रेमाच्या नजरेनं चाखतो, त्याच्या दृष्टीनं हे जग प्रेयसी-प्रियकर होऊन जातं. अशावेळी विराटाचा उदय होतो... तोच परमात्मा!

म्हणूनच कबीर परमात्म्याला 'पिवच' म्हणतात. 'प्यारा' असं म्हणतात. कबीरांच्या दृष्टीनं सत्य हे रखरखीत कोरडं नाहीये... तर अत्यंत 'प्रिय' असं आहे.

विश्व आणि मनुष्याचं जीवन यांतला संबंध फक्त तर्कावर आधारलेला नाहीये... तर तो संबंध प्रेमाचा आहे. म्हणूनच दार्शनिक मंडळी जे दाखवू शकत नाहीत, त्याची किमान झलक कवी मंडळी दाखवू शकतात आणि कवींना फक्त झलकच मिळते. संतमंडळी तर त्याच्याशी एक होऊन जातात.

घूंघट का पट खोल रे, तोको पीव मिलेंगे।

डोळ्यांवर तर घूंघट आहे... काय आहे हा घूंघट?

बुद्धांचं एक वचन आहे. तुमच्या स्वत:शिवाय तुमचा कोणीच मित्र असू शकत नाही आणि तुमच्या स्वत:शिवाय तुमचा कोणी शत्रूही असू शकत नाही. कसं काय? तर तुम्ही सत्याला सामोरे जाल तर स्वत:चे मित्र बनाल, पण सत्याला पाठ दाखवाल तर स्वत:चे शत्रू बनाल. काय आहे हा घूंघट?

तुम्ही जीवनाला नेहमी पाठ दाखवता. त्यापासून नेहमी दूर पळता. तुम्ही पळपुटे आहात... तुम्ही कोणत्या ना कोणत्या मार्गांनी जीवनापासून दूर पळायला बघता. तुम्ही त्याच्याशी सामना नाही करू शकत!... हाच आहे घूंघट... हाच तो डोळ्यांवरचा पडदा....

लक्षात घ्या... जेथे जीवन आहे त्यापासून स्वत:ला... वाचवण्यासाठी तुम्ही दूर पळता आणि शिवाय परमात्म्याला मिळवण्यासाठी इच्छाही धरता... परमात्मा म्हणजे महाजीवनाचा मार्ग आहे... माणूस का पळतो? कुठल्यातरी भीतीपोटी! कसली भीती? तर आयुष्याचा प्रवाह पुढे जात असतो तो अज्ञाताकडे! पुढे काय आहे माहीत नसतं... या अज्ञाताची माणसाला सतत भीती असते. अपरिचित, अज्ञात, अनोळखी असा हा पुढचा मार्ग माणसाला भयभीत करत असतो. परिचित गोष्टींना माणूस सवयीचा झालेला असतो. परंतु जीवन म्हणजे बांधलेली गोष्ट नाही किंवा कोलूला बांधलेला बैलही नाही की जो एकाच परिघात फेऱ्या घालत असतो. जीवन म्हणजे रोजची सवय नाही किंवा पुनरावृत्तीही नाही. जीवन प्रत्येक क्षणी नवीन असतं, या नवीनपणाला तुम्ही घाबरत असता. जुन्या गोष्टींशी तुम्ही परिचित असता. नवीन गोष्टींशी तुम्ही अपरिचित असता. जुनं ते सगळं ओळखीचं असतं... त्याच्याबरोबर तुम्ही आयुष्य जगलेलं असतं, भोगलेलं असतं... नव्याचा काहीचा थांग नसतो. काय माहीत काय असेल?

आपण माणसं जुनं-पुराणं आजारपणही आनंदानं स्वीकारू, पण नवीन स्वास्थ्यपूर्ण गोष्ट स्वीकारण्यासाठी तयार होणार नाही, ही एक आश्चर्याची गोष्ट आहे... नव्या गोष्टींना आपण घाबरतो. सगळा समाजही... लहानपणापासून आपल्याला हेच शिकवतो. जुनं ते घट्ट धरून ठेवा. नव्याला विरोध करा.

एखादा अनोळखी माणूस शेजारी बसला की आपण लगेच त्या क्षणी चौकश्या सुरू करतो. कुठे चालला आहात... काय नाव? काय करता... धर्म कोणता?

का विचारतो आपण? तर मनाचं समाधान करून घेण्यासाठी. चला... हिंदू आहे. काळजी नाही. मुसलमान आहे. आपल्यातलाच आहे... चिंता नाही... परिचित गोष्ट... मुलंबाळं आहेत म्हणल्यानंतर जास्त समाधान. कारण साधारणपणे मुलंबाळं असलेला माणूस जास्त विश्वासू... काँग्रेसी आहात का कम्युनिस्ट... काँग्रेसी आहात... चला ठीकय!

त्याच्याशी परिचित होण्याची आपण लगेच व्यवस्था करायला लागतो.

ट्रेनमध्ये एखादा माणूस प्रवेश करताक्षणी लोक विचारायला सुरुवात करतात. त्या माणसानं उत्तर दिलं नाही किंवा काहीतरी उलटसुलट उत्तर दिलं तर लगेच मनात शंका येते की, काहीतरी धोका आहे. ओढा साखळी, पोलिसांना बोलवा... तो माणूस समजा म्हणाला, मी हिंदू आहे... तर.. ठीकय!

मुलं किती विचारलं आणि त्यानं बोटं मोजायला सुरुवात केली की, तुम्हाला शंका... काहीतरी गडबड आहे. काय सांगता... सामानातलं काहीतरी चोरून नेईल, खिसा कापेल... भरवसा ठेवण्यासारखं काहीनाही... अपरिचित माणसाला आपण कायम घाबरून असतो.

मुल्ला नसरुद्दीन एकदा ट्रेनमधून प्रवास करत होता. डब्याच्या छताकडे एकटक नजर लावून बसला होता. शेजारी जो माणूस बसला होता, त्यानं बोलण्याचा प्रयत्न केला. थोडा खाकरून आवाज केला, पण काही उपयोग होईना. नसरुद्दीन काही छतावरची नजर काढायला तयार नाही! शेजारच्या माणसाला शंका आली... त्यानं प्रश्न विचारायला सुरुवात केली. कुठे चाललात? कुठून आलात?... पण काहीही प्रतिसाद येईना. मुल्लाची नजर आपली वरच... छताकडे. त्या माणसाला वाटलं... हा बहुधा बहिरा असावा. म्हणून त्यानं मोठ्यानं विचारायला सुरुवात केली. तरीही फरक पडेना. तो माणूस चक्रावून गेला. शेवटी तो म्हणाला, ''अरे भाऊ, तुमचा मफलर खिडकीबाहेर उडतोय...'' तेव्हा नसरुद्दीन त्याला म्हणाला, ''तुम्ही गप्प का नाही बसत? तुमच्या सिगरेटमुळे तुमचा कोट जळतोय... मी त्याबद्दल काही बोललोय का? मी गप्प बसलोय ना! मग तुमचं हे काय चाललंय.''

लोकं तुम्हाला शांतपणे वर्तमानपत्रंही वाचू देत नाहीत... तुम्हाला जागा बदलायलाच लागते.

अपरिचित माणसं तुम्हाला घाबरवतात... परिचित माणसं बरी वाटतात. का? तर भीती वाटते. आम्हाला सुरक्षितता हवी असते. आम्हाला सतत ओळखीचा परिसर लागतो... म्हणूनच आम्ही जंगलात जायला घाबरतो. बागेमध्ये जायला घाबरत नाही. कारण बाग ओळखीची आहे. माणसानं निर्माण केली आहे. परिचित आहे. त्याला सीमा भिंती आहेत, रस्ते आहेत. तिथे हरवण्याचा संभव नाही. जंगलामध्ये रस्ते नाहीत. सीमा नाहीत. काहीच नाही. हरवून जाण्यासारखी परिस्थिती निश्चित

आहे. ईश्वरानं ते निर्माण केलेलं असल्यानं विराट आहे. म्हणूनच मनुष्यप्राणी हा नेहमी त्यानं तयार केलेल्या समाजरचनेमध्ये जगणं पसंत करतो. हे एक प्रकारे स्वत:च्या बागेत फिरण्यासारखं आहे.

सत्य म्हणजे परमात्म्यानं निर्माण केलेलं जंगल आहे. म्हणूनच ते विराट आहे. त्या जंगलात तुम्ही वाचाल? किंवा परत तरी याल का? खातरी देता येत नाही. परत आलात तरी ते तुम्हीच असाल याचीही खातरी देता येत नाही. तिथे जो जातो तो पूर्वीसारखाच परत येऊ शकत नाही. आम्ही बुद्धांना तिथे जाताना पाहिलं, महावीरांना जाताना पाहिलं... दोघंही परत आले, पण त्यांचं परत येणं आम्हाला घाबरून सोडणारं होतं.

आम्ही त्यांच्या पूजा मांडल्या, त्यांच्या पायांवर डोकी ठेवली तरीही आम्ही भयचकितच झालो. कारण या अनंत अशा मार्गावरून अनेकांना जाताना पाहिलं... पण त्यांचं परत आलेलं रूप आम्हाला भयभीत करणारं ठरलं. कारण परत येणारे दुसरेच कोणीतरी बनून आले होते. आम्हा सामान्य माणसांबरोबर त्यांचा काहीच ताळमेळ राहिला नव्हता. आमचे त्यांच्याबरोबरचे सगळेच संबंध तुटले गेले होते. आमच्यासाठी ते अनोळखी (आउटसाइडर) होऊन गेले.

त्यांची पूजा करणं म्हणजे तरी काय? आम्ही त्यांच्याशी परिचित होण्याचा 'पूजा' म्हणजे एक मार्ग. आम्ही आपलं त्यांना सांगतो... आपण तीर्थंकर आहात. फारच छान... चोवीस तीर्थंकरांमध्ये तुम्ही चोवीसावे आहात. आम्ही त्यांना आमच्या गणितात बसवून टाकलं. कोणी समजा सांगितलं की आम्ही पन्नासावे आहोत... की झाला संघर्ष! वादविवाद! कारण चोवीसच्यापेक्षा जास्त कोणी होऊच शकत नाही. आम्ही सतत खाचाखोचा निर्माण करत असतो. महावीरांमध्ये जे 'अज्ञात' असं जे प्राप्त झालंय... त्यासाठीसुद्धा आम्ही तर्क आणि गणिताची व्यवस्था केलेली आहे. असं असं आचरण करा... कारण तीर्थंकर असं-असं करत होते. अशा तऱ्हेनं बसा, अशा तऱ्हेनं उठा... कारण तीर्थंकरांचा असा-असा ढंग आहे.

आम्ही निर्माण केलेल्या साच्यात एकदा का आम्ही बसलो की झालो निश्चिंत. आता कसली भीती नाही.

भीतीमुळेच आम्ही पूजापाठ करतो. पूजा म्हणजे आमचा परिचित होण्याचा मार्ग. पहिल्यांदा ज्यांना शिव्या देतो, त्यांची नंतर पूजा करतो. जे लोक आम्हाला पूर्णपणे 'समजलेले' नसतात त्यांच्याशी सुरुवातीला संघर्ष करतो. नंतर ते 'समजायला' लागले की, मग त्यांच्याशी परिचित होण्यासाठी त्यांच्या पूजा करायला सुरुवात करतो. परंतु तोपर्यंत बिचारे केव्हाच पुढे निघून गेलेले असतात. मग आम्ही त्यांच्या मूर्ती उभ्या करतो आणि पूजा करतो. का? तर अजून आम्ही घाबरलेले आहोत.

मी एक गोष्ट ऐकलीये... ईश्वर एकदा खूप थकून गेला होता. थकणारच! एवढा

मोठा गोरख-धंदा... दमणारच! सेवकानं सल्ला दिला की काही दिवस सुट्टीवर जा. बरेच दिवस पृथ्वीवर गेला नाहीत. दहा-पंधरा दिवस पृथ्वीवर जाऊन या. ईश्वरानं सांगितलं, ''पृथ्वीवर जायची इच्छा नाहीये... मागे एकदा असाच पृथ्वीवर गेलो. एक यहुदी मुलगी प्रेमात पडली. एका छोट्याशा प्रेमप्रकरणातून आम्हाला एक मुलगा झाला. जीझस... लोकं अजूनही आमच्या कथेत गुंतले आहेत. अजूनही कित्येक पुस्तकं लिहितात. 'कुमारी मातेचा मुलगा' म्हणून चर्चा करतात. अजूनही ही बडबड बंद नाही झालेली... म्हणूनच मला पृथ्वीवर जायचं नाही...''

काय होतं हे?

दोन-दोन हजार वर्षं लोक व्यर्थपणे चर्चा करताना दिसतात, पुस्तकं लिहितात... कारण काय? तर जीझस बरोबर अजूनही आम्ही परिचित झालो नाहीये. अजूनही आम्हाला 'जीझस' पूर्णपणे समजलेला नाहीये. अजूनही त्याचे काही कोपरे अंधारे आहेत. आम्हाला अज्ञात आहेत... म्हणून आम्ही चर्चा करतो. नवनवे सिद्धान्त, नवनवे शोधग्रंथ... अजूनही लिखाण चालू आहे. जीझसवर आत्तापर्यंत लाखो पुस्तकं लिहिली गेली आहेत. अजूनही लिहीत आहेत. तरीही अजून वाटतं की, हा माणूस आपल्याला कळलेला नाहीये. महावीरांवर इतकी पुस्तकं लिहिली गेली नाहीत, कारण महावीरांचं जीवन साधंसुधं आहे. आम्ही त्यांच्याशी परिचित आहोत. खरं म्हणजे महावीरांवर लिहिण्यासारखं फारसं नाहीच. थोडंफार होतं ते आम्ही जाणून घेतलंय. म्हणून जैन मंडळी तेच-तेच लिहित राहतात. परंतु जीझस अवघड आहे... कोणत्याही साच्यात बसवणं मुश्कील आहे. वेश्येच्या घरी थांबतो, चोरांबरोबर असतो... जुगारी, दारुडे यांच्याबरोबर मैत्री करतो. याचा भरवसाच नाही. सुरुवातीपासूनच कथेत गडबड! अशा आईच्या पोटी जन्म घेतो... की जी कुमारी आहे... अगदी सुरुवातीपासूनच कथेत वादळ. शेवटच्या फाशीपर्यंत तर खळबळजनकच... या सगळ्या कथेत अजून काही कोपरे असे आहेत की, ते पूर्णपणे समजलेलेच नाहीत. महावीरांना आम्ही गुंडाळू शकलो... कारण त्यांचं साधंसुधं जीवन. त्यांना एका साच्यात बसवून टाकलं... रामालाही एका साच्यात बसवलं... सरळ जीवन... पण कृष्णाला आम्ही तसं नाही करू शकलो. म्हणूनच गीतेवर अजूनही लिखाण चालू आहे... कृष्ण फार अवघड! म्हणूनच त्याच्यावर अजूनही चर्चा चालू आहेत.

आमच्या ज्ञानाबाहेर, आमच्या जाणिवेपलीकडे काही असता कामा नये याबद्दल आमचे प्रयत्न असतात. आमच्या जाणण्यापलीकडे जेव्हा काही दिसतं, तिथे आम्ही अडखळतो... अरे बाबांनो तुमचं जाणणं म्हणजे काय आहे? काहीच नाही. कारण त्यापलीकडे अनंत अशा गोष्टी आहेत. जाणण्यासाठी अजून भरपूर आहे.

म्हणूनच अज्ञात, अपरिचित गोष्टींना तुम्ही घाबरत असाल, तर सत्याला कधीही

सामोरे जाऊ शकणार नाही. म्हणूनच आम्ही मंडळी डोळ्यावर पडदा ओढून घेतो. घूंघट घेऊन बसतो. आमच्या आकलनापलीकडे ज्या-ज्या गोष्टी असतात त्यावर आम्ही पडदा टाकतो. या पडद्याच्या आत आम्ही आमची दुनिया सांभाळत राहतो. हा पडदा म्हणजे आमच्या कुवतीच्या सीमा आहेत....

मनसविद् म्हणतात, ''आपल्या आत चेतनांचे दोन भाग असतात. एक जागृत (कॉन्शस) चेतना... आणि दुसरा भाग, अचेतन (अन्कॉन्शस)... या दोन्हीमध्ये पडदा आहे. घूंघट!''

चेतना एकच आहे, पण आम्ही माणसांनी तिचे भाग केले आहेत. त्याच्या एका लहानशा तुकड्याची, जंगलच्या एका कोपऱ्याची साफसफाई करून ते परिचित बनवलंय. झाडं तोडलीत, सीमा तयार केल्या, फेन्सींग केलं... एक छोटासा तुकडा... चेतनेचा... अगदी दहावा हिस्सा म्हणा तो आम्ही साफसफाई करून तयार केलाय... तिथे विशिष्ट आदर्श आहेत, नीतिनियम आहेत. धर्म आहे, शास्त्र आहेत, सिद्धान्त आहेत. गुरू आहेत, मंदिरं आहेत. पूजा प्रार्थना आहेत... तिथे आम्ही हे सगळं जमा केलंय... आता जवळजवळ नऊपट अनन्त विस्तारलेलं आहे; आतमध्ये अचेतन...! त्याच्यात आम्ही या चेतनेमध्ये पडदा टाकलेला आहे ज्यायोगे हा अचेतन हिस्सा दिसणार नाही. आमचा तर्क कसा आहे तर शहामृगासारखा... शत्रू येताना दिसला की डोकं वाळवंटातल्या वाळूत खुपसून घेणारा हा प्राणी... त्याला वाटतं आपल्याला जे दिसत नाही ते अस्तित्वात नाहीच... आम्ही माणसंही असंच समजतो. परमात्मा आधी दृष्टीला पडू दे. मग आम्ही मानू. जे दिसतं आहे ते आहे आणि जे नाही दिसत ते नाही. असा आमचा सीधा मामला आहे.

आम्ही भीतीमुळे पडदा टाकून घेतलाय. साफसूफ केलेल्या जगात आम्ही राहतो. कधीकधी एखाद्याच्या बाबतीत अचेतन धक्के देत असतं, कधीकधी पडदा थोडासा सरकतो. कुठूनतरी आम्ही तयार केलेली व्यवस्था मोडून पडते... अशावेळी आम्ही अशा माणसाला वेडा म्हणतो. परंतु आम्हाला हे समजून येत नाही की हा मनुष्य वेडा होण्याचं कारणच मुळी त्याच्या चेतनेमध्ये अचेतनाचा प्रवेश होणं हे आहे.

मी एक पुस्तक वाचतोय. एली वेसेलचं... एक यहुदी विचारवंत... दुसऱ्या महायुद्धात जर्मनीमध्ये त्याचे सगळे नातेवाईक मारले गेले. आई-बाप, भाऊ-बहीण, तो कसाबसा वाचला... त्या वेळी तो छोटा मुलगा होता. एका ट्रेनमध्ये सगळ्यांना अशा ठिकाणी नेलं जात होतं की, जिथे सर्वांना जाळून मारत होते. सगळे शंकाकुल... पण पळून जाण्याचा काहीच उपाय नव्हता. अशा पद्धतीनं हिटलर लाखो ज्यूंना मारून टाकत होता. त्यासाठी मोठमोठ्या भट्ट्या बनवल्या होत्या. या प्रकारच्या भट्ट्या आत्तापर्यंत कधीच बनवल्या गेल्या नव्हत्या. तैमूरलंग, चेंगीजखानसुद्धा कमी

पडतील, असं क्रौर्य त्या वेळी पाहायला मिळालं. अशा भट्ट्या बनवल्या की एका सेकंदात दहा हजार माणसं नष्ट झाली पाहिजेत. अशा या विद्युत्भट्ट्या! ट्रेनमधील सगळे लोक हवालदिल झाले होते. परंतु मनुष्यप्राणी आशावादी असतो... काहीतरी चमत्कार घडेल, ऑर्डर कॅन्सल होईल. असं काहींना वाटत होतं. लोक चर्चा करत होते आणि बंद तुरुंगासारख्या त्या ट्रेनमधून चालले होते.

एका स्त्रीला तर वेड लागलं. तिचा लहान मुलगा आणि ती असे दोघे बरोबर होते. तो लहान मुलगा तिची समजूत काढत होता. ''आई! काही नाही होणार, लवकरच आपली वडिलांशी भेट होईल... ओरडू नको... रडू नकोस... लवकरच सगळं ठीक होईल...'' तरीही ती स्त्री किंचाळून सांगत होती. त्या बघा ज्वाळा दिसतायत. वरती आलेली चिमणी दिसतेय... धूर दिसतोय... आजूबाजूचे लोक तिला गप्प करायला लागले होते. तरीही ती किंचाळून सांगत होती... मला कितीही मारा, पण ज्वाळा आहेतच... प्रेतं जळण्याचा वास येतोय... तुम्हाला नाही येत वास? घाबरून लोकं वास घेतात, पण तो येत नसतो... आता मात्र एकच उपाय राहिला होता. ते तिच्या डोक्यावर दंडुका मारून तिला बेशुद्ध करायला लागले. मग ती गप्प व्हायची. कारण लोकांच्या मनातल्या भीतीला ती जागं करत होती. त्यांच्या चेतनेत, अचेतनाचा प्रवेश होत होता. त्यामुळे लोकं तिला मारत होते. नंतर-नंतर वेडी म्हणून सगळ्यांनी तिचा नाद सोडला.

तिसऱ्या दिवशी ट्रेन स्टेशनवर आली आणि लोकांनी बाहेर पाहिलं, तर समोर खरोखरच आगीच्या ज्वाळा आणि चिमणीतून येणारा धूर दिसत होता. अर्थात लोकांनी 'तिला' वेडं ठरवलं होतं आणि ते सगळे 'शहाणे' होते.

वेड्या माणसांना अशा गोष्टी दिसायला लागतात की, ज्या तुम्हाला नाही दिसत. वेड्यांना बहुतांशी भविष्यातल्या गोष्टी दिसतात. त्या तुम्हाला दिसत नाहीत. वेड्यांना अशा काही सत्य गोष्टी दिसतात, ज्या तुम्हाला नाही दिसत. परंतु आपण मंडळी वेड्यांकडे लक्ष देत नाही. नवनवीन जे शोध लागले आहेत, त्यानुसार असं म्हणतात की, जगातल्या वेड्यांपैकी जवळ-जवळ नव्वद टक्के माणसं खरी वेडी नाहीतच. त्यांच्या चेतन आणि अचेतन जाणिवांमधला पडदा बाजूला झाल्यामुळे ते असे झालेले दिसतात. सगळे मनोवैज्ञानिक हा पडदा पुन्हा तिथे आणण्यासाठी अथक प्रयत्न करत राहतात. का? तर पुन्हा तो मनुष्य सामान्य जीवन जगू लागेल. पडदा बाजूला करण्याविषयी तर कबीर सांगतायत, पण जगात पडदा बाजूला करण्याच्या दोन तऱ्हा आहेत. एक म्हणजे तुमच्या जाणिवेनं समजून उमजून तो पडदा बाजूला झाला तर तुम्ही महान बनाल, पण दुसरा प्रकार तुमच्या नकळत... काहीही जाणीव नसताना तो बाजूला झाला तर तुम्ही वेडे बनाल. हा पडदा आपला आपण थोडा जरी सरकला, तरी तुमच्या चेतनेवर अचेतन जाणिवा आघात करतील. भरलेल्या

घरात अंधार साचेल, मनाच्या परिघात भूकंप घडतील, तुम्ही विक्षिप्तासारखे चाळे करायला लागाल आणि जर का तुम्ही पूर्ण जाणिवेनं, विचारपूर्वक पडदा बाजूला केलात, हलके-हलके एकेक पदर दूर करत पडदा बाजूला केलात, तर तुम्ही मुक्त होऊन जाल, मुक्तपदाला जाऊन पोहोचाल. म्हणूनच पडदा बाजूला होण्याचे दोन परिणाम संभवतात. एक म्हणजे विक्षिप्त, वेडेपणाची अवस्था आणि दुसरी संतांची अवस्था. कदाचित आम्ही त्यालाच घाबरत असू की पडदा बाजूला झाला अन् वेडे झालो तर?

मी ध्यानाची एक अशी पद्धत अवलंबली आहे की, ज्यामुळे तुम्ही सावधतेनं पडदा बाजूला करू शकाल... ही सगळी सावधतेनं, जागरुकतेनं वेडं होण्याची पद्धत आहे.

माझ्याकडे मंडळी येतात आणि म्हणतात, ''हे काय वेड्यासारखं करायला सांगता?'' मी त्यांना सांगतो की, समजून-उमजून मी तुम्हाला वेडं करतोय. म्हणजे जाणीवपूर्वक तुम्ही परत येऊ शकाल, जाणिवेनं चेतनेत परत याल, जाणिवेनं अचेतनात प्रवेश कराल. मधला पडदा बाजूला करण्याचं कौशल्य तुम्हाला प्राप्त होईल.

म्हणून परमहंसपदाला पोहोचलेली माणसं आणि वेडी माणसं यांच्यात थोडंफार साम्य असतंच. लोकांना ही उच्च कोटीला गेलेली माणसं काहीवेळा वेडी वाटतात त्याचं कारण हेच. एका गोष्टीचं साम्य म्हणजे दोघांच्याही डोळ्यांवरचा पडदा बाजूला झालेला असतो. फरक इतकाच की, वेड्या माणसांचा नकळत बाजूला झालाय आणि संत महात्म्यांचा त्यांच्या जागरुकतेनं बाजूला झालेला आहे.

तुम्हाला जर वेडं होण्यापासून स्वत:ला वाचवायचं असेल तर मग संत बनण्यावाचून काही पर्याय नाही. कारण तुम्ही आत्ता अशा ठिकाणी उभे आहात की पडदा कोणत्याही क्षणी बाजूला होईल. तुम्ही मध्यावर उभे आहात. नकळत वेडेपणाच्या बाजूला गेलात तर तिथून परत आणणं कठीण होईल, त्यासाठी आधीच जागे व्हा आणि पुढे जा. पूर्णपणे जागृतावस्थेत जो या वेडेपणाच्या सीमेवरून पुढे जातो तोच परमहंसपदाला पोहोचतो. होशपूर्वक वेडं होणं म्हणजे परमहंस होण्याची कला आहे. कबीर म्हणतात,

घूंघट का पट खोल रे – तोको पीव मिलेंगे।
घट-घट में वह साईं रमता, कटुक वचन मत बोल रे।।

घटाघटांमध्ये कणाकणांमध्ये एकाचाच वास आहे. जीवन तर एकच आहे. कुठे वृक्ष आहेत, कुठे चांदण्या तारे आहेत. पशु-पक्षी, नद्या-सरोवरं आहेत. माणसं आहेत. काही वेडी आहेत, विक्षिप्त आहेत, काही उच्चकोटीची आहेत, पण जीवन एकच आहे. रूपं अनेक आहेत, पण सगळ्या रूपांत लपलेलं निराकार एकच आहे.

त्यापासूनच विविध रूपं तयार होतात आणि शेवटी त्याच्यातच विलीन होऊन जातात.

म्हणूनच कबीर म्हणतात, शत्रूकडे पाहणं बंद करा. कटुक वचन मत बोल रे। इथे कोणीही शत्रू नाही. इथे कोणी अपरिचित, अनोळखी नाही. एक तोच आहे निराकार! चोरामध्ये तोच आहे, साधूमध्ये तोच आहे. पापी माणसात, पुण्यवान माणसात तोच आहे... म्हणूनच कटुक वचन मत बोल रे।

एकही कठोर शब्द बोलू नकोस, क्रोधाला तुझ्यामध्ये प्रवेश करू देऊ नकोस. घृणेला थारा देऊ नकोस. ईर्षा, वैमनस्य जवळ बाळगू नकोस. कारण तू घृणा कोणाची करणार? क्रोध कुणावर करणार... सगळीकडे तोच आहे.

हा सगळा खटाटोप घूंघट बाजूला करण्याचा आहे परंतु आम्ही माणसं काय करतो? तर तो घूंघट, तो पडदा आणखीन घट्ट कसा बसेल त्याचा प्रयत्न करतो. आमच्या दृष्टीनं सारं जग आम्हाला शत्रू वाटत असतं. या सगळ्या शत्रूंच्या गराड्यात आम्ही आमचं छोटंसं कुटुंब थाटलेलं असतं... पत्नी, मुलं-बाळं... अमुक-अमुक जवळचे. दुसरे अमुक-अमुक परके इत्यादी. पुढे-पुढे हा परिवारही आणखीन छोटा होत जातो. यापूर्वी पाच-पन्नास लोकं कुटुंबात होते. ते आपले होते. आता कुटुंबात पाचच आहेत. बायको... मुलं... पण तेही निश्चितच आपले आहेत, असं नाही म्हणता येत. कारण कधी घटस्फोट होतो. बायको सोडून जाते. दुसऱ्याशी लग्न करते. स्वत:कडे नीट पाहिलंत तर कळून चुकेल की, आपण एकटेच राहिलेले आहोत. सगळे शत्रू आहेत... त्यांच्याबरोबर तुम्हाला लढायचं आहे.

शिक्षण, संस्कार, संस्कृती आणि समाजातल्या धारणांचा हा परिणाम आहे. कारण सतत स्पर्धा शिकवली जाते. प्रतिस्पर्ध्यांशी सतत लढत राहा, याचं शिक्षण दिलं जातं.

कारण दुसऱ्याला जे पाहिजे तेच तुम्हाला पाहिजे. गोष्टी कमी आहेत... त्यामुळे संघर्ष अटळ आहे... एकमेकांच्या छातीवर पाय दिल्याशिवाय आपण पोहोचणार कसे? एकमेकांची शिडी बनवा, दुसऱ्याच्या डोक्यावर पाय ठेवा आणि चढा वर! वरती चढण्यासाठी हा एकच उपाय आहे. यात थोडीशी जरी चूक झाली, थोडे जरी सैल पडलात, थोडे जरी नम्र झालात तर संपलंच सगळं... कसे काय वर चढणार? प्रत्येक माणूस आपला शत्रूच आहे.

ही भावना जोपर्यंत मनात आहे, तोपर्यंत घूंघट आणखी घट्ट होणार. काही कारण नसलं तर तुम्ही कुणाला मित्र समजणारच नाही, पण कारणाशिवाय आम्ही शत्रू मात्र सर्वांनाच समजणार. अमुक एक माणूस मित्रत्व सिद्ध करत नाही तोपर्यंत तो शत्रूच... पण गमतीची गोष्ट अशी की, शत्रू मात्र आपण कधीही सिद्ध केल्याशिवायच समजतो.

कबीर याच्या अगदी उलट सांगतात. ते म्हणतात, जोपर्यंत कोणी 'शत्रू' म्हणून सिद्ध होत नाही तोपर्यंत तरी त्याला मित्र माना, पण आपण एखाद्याला काहीही विचार न करता शत्रू बनवतो. एखाद्या माणसानं चोरी केली की सगळी मनुष्यता आपण चोर समजतो. चार अरब आहेत, त्यातल्या एकानं चोरी केली की सगळे अरब आपण चोर समजतो. कारण आता तुम्ही कुणावरही विश्वास ठेवत नाही. एखाद्या मुसलमानानं वाईट व्यवहार केला की, सगळे मुसलमान आपण वाईट समजतो. एका हिंदूनं धोका दिला की सगळे हिंदू धोकेबाज. एखादा जैन बेईमान निघाला की सगळे जैन बेईमान.

जसं काय सगळ्यांना शत्रू मानण्यासाठी आपण तयारच असतो. एखाद्यानं वाईटपणा सिद्ध केला की सगळे वाईट सिद्ध होतात. याउलट एखादा माणूस जर भला असेल तर सगळ्यांना आपण भले मानत नाही, ही तर सगळ्यांत गमतीची गोष्ट आहे. एखादा मुसलमान तुम्हाला कितीही मदत करू दे, कितीही चांगला वागू दे, तुमच्या संकटकाळी स्वत:चीही पर्वा न करणारा असू दे पण त्यामुळे सगळे मुसलमान 'चांगले' नाही समजले जात. तुम्ही त्याला एकट्यालाच चांगला म्हणणार. इतर सगळे वाईट.

तुम्ही मुळी समजूनच चालता की सगळे शत्रूच आहेत. यामुळे तुमच्या डोळ्यांवरचा पडदा घट्ट होत जातो. हा घूंघट दूर करण्याचा एकच उपाय आहे तो म्हणजे दुसऱ्याच्या प्रती जी वैरभावना आहे, ती संपवून टाकणे. महावीर या वैरभाव दूर करण्याला 'अहिंसा' म्हणतात, तर बुद्ध याला 'करुणा' म्हणतात, ख्रिश्चन त्याला 'सेवा' म्हणतात. या सगळ्या शब्दांमध्ये फरक आहे, पण एक गोष्ट निश्चित की दुसऱ्यामध्ये शत्रुत्व पाहू नका. कारण घटा-घटांमध्ये परमात्मा... कणाकणांत ईश्वर आहे.

घट-घटमें साईं रमता! सगळ्यांच्या हृदयांच्या धडधडण्यात, सगळ्यांच्या श्वासांत तोच आहे.

कटुक वचन मत बोल रे।
धन जीवन को गरब न कीजै, झूठा पचरंग चोल रे।

अहंकार... अकड! कारणं असंख्य असतात, पण अहंकार एकच. कोणाला धनाचा, कोणाला पदाचा, कोणाला त्यागाचा, कोणाला ज्ञानाचा, कोणाला तारुण्याचा, कोणाला शक्तिशाली असण्याचा. जितका अहंकार मोठा तितका पडदा (घूंघट) मजबूत. अहंकार करण्यासारखं आहे काय एवढं? तारुण्य कायम राहतं का? तुम्ही अहंकार बाळगला नाहीत तरीही तारुण्य जायचं तेव्हा जातंच. धनाचं, संपत्तीचं तसंच आहे. हवेची झुळूक असते तसं येतं, तसं जातं आणि जे कायम राहणार नाही, शाश्वत नाही... त्याचा अहंकार कशासाठी? गंमतीचा भाग असा की

शाश्वत राहणाऱ्या गोष्टी ज्यानं निर्माण केल्या त्याला मात्र काडीमात्र अहंकार नाही आणि ज्यांच्या हातात, ज्यांच्या मुठीत नुसती हवेची झुळूक आहे ते मात्र अहंकारानं फुगलेले!

धनसंपत्तीचं काय करणार? त्यापासून काय मिळवणार? क्षुद्र गोष्टी मिळू शकतात, पण महान, विराट असं विकत मिळू शकत नाही.

अहंकार म्हणजे काय आहे... धनवान माणसापेक्षा गरीब कोणीच नाही... फक्त धनच आहे ना जवळ? बाकी काय आहे? धनाचं तर नंतर ओझंच बनतं. आज आहे, उद्या कदाचित असणार नाही. 'मृत्यू' हा सर्व गोष्टी हिरावून नेत असतो. तारुण्य ! किती लोकांचं तारुण्य कायम राहिलंय... वाऽऽ... अद्वितीय आहे! असं किती लोकं म्हणाले ? ते कायम राहिलंय का? तारुण्य म्हणजे हवेची एक लहर... आली अन् गेली.

समुद्रकिनाऱ्यावर जाऊन पाहा... एखादी मोठी लाट गर्व केल्यासारखी उंच उसळताना दिसते पण पूर्ण उसळण्यापूर्वीच तिचं खाली घसरणं सुरू होताना आपण पाहतो. इथे पूर्ण तरुण होता होता म्हातारपणाची वाट सुरू होते.

तारुण्य हे म्हातारपणाचा दरवाजा आहे आणि मग या तारुण्याचा कसला अहंकार? ज्या गोष्टीनंतर म्हातारपण येतं त्याचा कसला अहंकार? या आयुष्याचा अहंकार आहे का? काय आहे या आयुष्यात एवढं मोठं? मरणाशिवाय या जीवनात मोठं ते काय? जीवनाचे सगळे रस्ते मृत्यूकडेच जातात. हे रस्ते रोमला जातील का नाही माहीत नाही पण स्मशानाकडे मात्र जरूर जातात. कबीराचं वचन आहे, ''ई गुर्दन के गांव।''

कबीर म्हणतात, ''हे गाव जिथे तुम्ही राहताय... त्याला जीवन म्हणता... मला तर तुम्ही सगळे मेलेलेच दिसता. सगळे रांगेत उभे आहेत. कधी नंबर लागेल माहीत नाही. जे रांगेत पुढे आहेत त्यांचा नंबर लवकर लागणार. हास्यास्पद गोष्ट म्हणजे यातही सगळ्यांना पहिला नंबर पाहिजे. अरे केव्हातरी मरायचंच आहे तर या ठिकाणाला वस्ती कशाला म्हणता? स्मशानच म्हणा. हा... जरा मागेपुढे होईल कदाचित... कारण स्मशानात गर्दी फार आहे. जागा रिकामी नाही. तिथे रांग लावावी लागते. तुमचा नंबर आला की... सगळ्या सोयी झाल्या की पोहोचालच तिथे.

तुम्ही कुठे चालला आहात? मृत्यूशिवाय कुठेही नाही. कदाचित रस्ते वेगवेगळे असतील, दिशा निरनिराळ्या असतील पण मृत्यू हातात येणारच... गर्व करण्यासारखं काय आहे?

धन जीवन को गरब न कीजै... गर्व केलात तर पडदा मजबूत होणार. तुमच्या जर का लक्षात आलं की हे तर पाण्यावर रेघ मारण्यासारखं आहे. काढता काढताच पुसून जाणार... तर मात्र पडदा थोडा सैल पडू शकेल.

धन जीवन को गरब न कीजै, झूठा पचरंग चोल रे।

हे जे पाच तत्त्वांनी बनलेलं शरीर आहे हे खोटं आहे. स्वप्नांप्रमाणे आहे. हे स्वप्न बराच काळ चालणारं आहे असं समजू या. एखादं सत्तर साल चालू शकतं, पण फक्त फरक आहे तो वेळेचाच... पण जीवन हे स्वप्नाप्रमाणे आहे असं वाटणं म्हणजे घूंघट सरकणं!

तुम्ही कधी विचार केलाय का की, एखाद्या रात्रीच्या स्वप्नामध्ये आपण सत्तर वर्षांतल्या सर्व गोष्टी पाहू शकतो. सकाळी उठल्यानंतर तुम्ही म्हणता अरेच्च्या... सात-आठ मिनिटांचं स्वप्नं होतं, पण लहानपणापासून ते आत्तापर्यंत सगळं काही स्वप्नात दिसलं.

कधीकधी खुर्चीवर बसल्या बसल्या डुलकी लागते. त्या एखाद-दोन मिनिटांत खूप मोठ्ठं स्वप्न पडतं... आपल्याला जाग आल्यानंतर आश्चर्य वाटतं. अरेच्च्या... एका मिनिटात केवढं मोठं स्वप्न... ते स्वप्न नंतर तोंडानं सांगण्यासाठीसुद्धा दहा मिनिटं लागतात. तर मग एका मिनिटात ते स्वप्न कसं काय सामावलं गेलं? एका क्षणात संपूर्ण जीवन सामावून जातं.

मनोवैज्ञानिकांनी केलेल्या संशोधनावरून काही निष्कर्ष निघालेत... आयुष्याच्या लांबीमुळे काहीही फरक पडत नाही. काही पक्षी पाच वर्षे जगतात. काही किडेमकोडे पाच महिने जगतात. एखादा पतंग संध्याकाळपर्यंतच जगतो. जास्तीत जास्त बारा तास, पण त्या बारा तासांत तोही तुमच्या सत्तर वर्षांइतकंच जगतो. प्रेमात पडतो, अंडी घालतो, पिल्लं पैदा करतो, इत्यादी इत्यादी. संघर्ष, लढाई सगळं काही होतं. बारा तासात सगळं होतं आणि मग तो मरतो. तसा विचार करायला गेलं तर तो पतंग तुमच्यापेक्षा हुशार म्हटला पाहिजे कारण तुमच्या सत्तर वर्षांतली सगळी कामं तो अवघ्या बारा तासांत करतो. एफिशियन्सी तर त्याचीच मोठी मानली पाहिजे.

सत्तर वर्षं काय किंवा स्वप्नातली सात मिनिटं काय, काय फरक पडतो. स्वप्न हे स्वप्न आहे. वेळेची लांबी स्वप्नाला 'सत्याकडे' नाही नेऊ शकत. मग स्वप्न आणि सत्य यांत फरक तो कोणता? फरक हाच की... स्वप्नाला आरंभ आणि अंत दोन्ही आहेत, पण सत्याला हे दोन्हीही नाही. ते कधीही सुरू होत नाही आणि कधीही संपत नाही.

गर्वच धरायचा असेल तर तो सत्याला शोधण्याचा करा. सत्याचा करा आणि ज्या कोणी त्याला प्राप्त केलंय तो तर कधीच गर्व करत नाही आणि तुमच्यासारखी माणसं स्वप्न हातात घेऊन फिरतात आणि अहंकार बाळगतात.

धनजीवन को गरब न कीजै, झूठा पचरंग चोल रे।
सुन्न महल में दियना बारिले, आसन सों मत डोल रे।

खूप मौल्यवान वचन आहे. सुन्न महलमें दियना बारिले। सगळ्या संतांचं सार आहे. तुझ्या अंतरंगात जे रिकामेपण आहे, जो अंधार आहे तिथे ज्ञानाचा, प्रकाशाचा दिवा लाव... अंतरातल्या शून्य शांततेत तू जागरुकतेचा दिवा लाव.

'सुन्न महल में दियना बारिले, आसन सों मत डोल रे।'

हा दिवा पेटवण्यासाठी दोन गोष्टी महत्त्वाच्या आहेत. एक म्हणजे तू स्थिर राहा. आसन हलवू नको.

'आसन सों मत डोल रे।'

जपानमध्ये झेन फकीरांनी एक पद्धती विकसित केलीये. त्या पद्धतीला 'झाझेन' म्हणतात. झाझेन म्हणजे 'जस्ट सिटिंग, डुइंग नथिंग!' फक्त बसून राहायचं. काहीही करायचं नाही. फक्त एकच गोष्ट लक्षात ठेवायची ती म्हणजे आसन स्थिर ठेवायचं. फारच अवघड आणि मौल्यवान आहे हे!

शरीराची काहीही हालचाल न करता तुम्ही थोडावेळ नुसतं बसायचा प्रयोग यशस्वीरित्या पूर्ण केलात तर हळूहळू लक्षात येईल... जसं-जसं शरीराचं हलणं बंद होतं, तसं-तसं मनाचंही हलणं बंद होत जातं. कारण शरीर आणि मन या दोन वेगवेगळ्या गोष्टी नसून एकाच गोष्टीच्या दोन बाजू आहेत. जेव्हा शरीरच हलत नाही तर मन कसे हलणार? किंवा उलट 'मन' स्थिर राहिलं, तर शरीरही स्थिर राहणार. कुठूनही सुरुवात करा, पण स्थिर राहण्याचा प्रयत्न करा. 'झाझेन'पद्धतीत जे सांगितलंय तेच कबीरांनी सांगितलंय... 'आसन सों मत डोल रे।' स्थिर बसा... काहीच करू नका... जणू दगडाची मूर्ती! या दगडयाच्या शरीरमूर्तीमध्ये तुमच्या लक्षात येईल की, हळूहळू पहिल्यांदा मन शिथिल होईल, विचार कमी-कमी होत जातील, कमी होतील, आणखीन कमी होतील. कधीकधी एखाद्या क्षणी शरीर पूर्णपणे स्थिर झाल्यानंतर विचार पूर्णपणे संपून जातील. सगळं शून्य होऊन जाईल. हा झाला पहिला चरण.

आता दुसरा चरण... या सुन्न महालात... शून्य अंतरंगात जागृत व्हा. संपूर्णपणे विवेकाची साथ द्या. पाहा... पूर्णपणे भानावर येऊन, जागरुकतेनं स्वत:ला सांभाळा, जागृत राहा.. झोपू नका.

सुन्न महल में दियना बारिले, आसन सों मत डोल रे!

कारण झोपही येऊ शकते. झोपलात तर संपलात. कारण काहीच जाणीव न होता... काहीच न पाहता तुम्ही 'शून्य' झालात तर तो 'शून्याचा' अनुभव घेऊ शकणार नाहीत. दरवाज्यापर्यंत पोहोचणार पण शिडीवरच तुम्हाला झोप लागणार... मग काय होणार तर त्या सुन्न महालात प्रवेशच होऊ शकणार नाही.

गाढ झोपेत असंच घडतं. शरीर स्थिर होऊन जातं. तुम्ही निरीक्षण केलंत तर लक्षात येईल की, आपल्याला झोप नीट लागली नाहीतर आपण सतत कूस बदलतो.

झोप छान लागली, तर आपण कूस बदलत नाही. त्या वेळी आपलं शरीर स्थिर असतं. हालचाल काहीच नसते. अशावेळी म्हटलं जातं 'घोडे बेचकर सो गये।' त्या वेळी स्वप्नंही पडत नाहीत. 'सुषुप्तावस्था' असते ती. स्वप्नरहीत अवस्था. त्या अवस्थेचा एक क्षणसुद्धा खूप आनंदाचा असतो. परमानंदाचा असतो. परंतु समजा तुम्हाला कुणी विचारलं की, नुसत्या छानशा झोपेनं एवढा आनंद कसा काय प्राप्त झाला, तर तुम्हाला नीट काहीच सांगता येणार नाही. कारण तुम्ही शून्यावस्थेच्या दरवाज्यापर्यंत गेला होतात, पण झोपला होतात मध्येच! परत आलात तसेच. त्या 'सुन्न महालात' प्रवेशच केला नाहीत.

पतंजलीनं म्हटलंय, समाधी आणि सुषुप्तीमध्ये एकच फरक आहे. अन्यथा दोन्हीही सारखंच आहे. तो फरक म्हणजे सुषुप्तीमध्ये तुम्हाला भान नसतं... समाधीमध्ये ते असतं. 'सुषुप्ती' ही अगदी समाधीसारखीच आहे. म्हणजे पहिला प्रकार तोच आहे की शरीर पूर्णपणे स्थिर, मन पूर्णपणे शून्य!

दुसरा प्रकार म्हणजे तुम्ही जागृत व्हा, जागे व्हा. 'होश से भर जाओ' ही समाधीवस्था! म्हणजेच आता सुषुप्ती समाधी बनून गेली. आता निद्रा म्हणजेच संपूर्ण जागृतावस्था. जागं होणं.

सुन्न महल में दियना बारिले, आसन सों मत डोल रे।
जागू जुगुत सों रंगमहल में, पिय पायो अनमोल रे।।

तिथे गेल्यानंतर जागे व्हा आणि पूर्ण भानावर राहून त्या सुन्न महालात जरा डोकावून पाहा... त्याचक्षणी तो सुन्न महाल रंगमहालासारखा दिसेल. कारण जागं झाल्यानंतर बधिरता राहिलीच नाही, परमानन्दाचा दरवाजा उघडला गेला म्हणूनच तो रंगमहाल झालाय. अनंत असे राग-रंग भरलेला महाल... कारण जीवन हा एक उत्सव आहे आणि त्या उत्सवात परमात्मा सतत नाचतोय, गातोय. परमात्मा हाच एक आनंद आहे. ते नृत्यही आनंदाचं आहे म्हणूनच ज्या क्षणी तुम्ही जागे व्हाल, त्या क्षणी तो सुन्न महाल रंगमहाल होऊन जाईल.

जागू जुगुत सों रंगमहल में, पिय पायो अनमोल रे।

तो सुन्न महाल फक्त रंगमहालच बनून जात नाहीतर तिथे प्रियतमाचीही भेट घडून येते.

कह कबीर आनन्द भयो है, बाजत अनहद ढोल रे।

कबीर म्हणतात, परमानन्द झालाय. असा ढोल वाजतो की तो, 'अनहद' आहे....

'अनहद' फार मौल्यवान शब्द आहे. 'अनहद' म्हणजे ज्याला कोणत्याही सीमा नाहीत. कोणतीही हद्द नाही. तो ढोल वाजतच राहतो. सतत वाजत राहतो. तुम्हाला कळो वा न कळो, तो वाजतोच आहे. तुम्ही या जगात नव्हता तेव्हाही तो

वाजत होता, तुम्ही नसाल तेव्हाही तो वाजतच राहणार आहे. या जगातला हा उत्सव तुमच्यामुळे चाललेला नाही. अनहद!... हा उत्सव पूर्वीपासून चालतच राहिलेला आहे आणि चालतच राहणार आहे. दिवस असो वा रात्र, अंधार असो किंवा प्रकाश असो, सकाळ असो किंवा संध्याकाळ, चंद्र, तारे असोत किंवा सूर्य असो; हे नर्तन चालूच राहणार. सारं जग या नृत्यामध्ये एकरूप झालेलं आहे आणि एक अनहद असा ढोल वाजतोच आहे.

कबीर याला 'ढोल' म्हणतात. उपनिषदं याला 'ओंकार' म्हणतात. तोच नाद, अनहद नाद, एक राग, तेच संगीत कुणीही न वाजवता आपलं आपण वाजत राहतं. कारण कुणी एकानं समजा वाजवलं तर कधीतरी थकून जाईल ना, कधीतरी थांबेल ना?... नाही हे 'कोणीही' वाजवत नाहीये. वाजवणारा कोणीही नाही.

फार सखोल अशी धारणा आहे. कोणीही नृत्य करवून घेत नाही... नृत्य आपोआप चालू आहे. अस्तित्व हे एक प्रकारचं नृत्य आहे... इथे नर्तक कोणीही नाही. अस्तित्व म्हणजे सर्जन... निर्माण करणारा दुसरा कोणीही नाही. व्यक्ती कोणीही नाही. ज्या दिवशी या सुन्न महालात तुम्ही प्रवेश कराल तेव्हा तुम्हाला जाणवेल की, हा नाद केव्हाचा चालू आहेच... आपण बहिरे होतो. हा सुन्न महाल हा कायमचा रंगमहालच होता. आपण आंधळे होतो. हा प्रियतम तर आपल्यामध्येच वास करत होता.

तुम्हीच प्रियतमा आहात, तुम्हीच प्रियतम आहात. कोणा दुसऱ्याबरोबर तुमचं मिलन होणार नाहीये... तुमचं तुमच्याबरोबरच मिलन होणार आहे.

''कह कबीर आनन्द भयो है, बाजत अनहद ढोल रे।''

'आनंद भयो है' असं म्हणण्याची जोपर्यंत वेळ येत नाही तोपर्यंत प्रयत्न सोडू नका... प्रयत्न एकच... युक्ती एकच... ती म्हणजे जे काही करायचं ते पूर्णपणे भान राखून... एकाग्रता, जागरुकता राखून... ही जागरुकता इतकी पराकोटीची असली पाहिजे की, ती हळूहळू तुमच्या झोपेमध्येही विलीन होऊन जाईल. त्याचवेळी तुमची सुषुप्ती ही समाधी बनून जाईल... आणि मग तुम्ही झोपी जाता-जाता जागृत व्हाल... इथेच तुम्हाला जाणीव होईल की, आपण झोपलो आहोत पण जागेही आहोत. तोच क्षण! तोच क्षण... तुम्ही म्हणाल, ''आनंद भयो है, बाजत अनहद ढोल रे।''

जोपर्यंत हा क्षण येत नाही तोपर्यंत प्रयत्न सोडू नका. कारण बऱ्याच वेळा काही मुक्काम असे येतात की, तिथे फसायला होतं. वाटतं शेवटचं ठिकाण आलं, पण तसं नसतं... तुमचा 'आतला' प्राण जोपर्यंत याची ग्वाही देत नाही तोपर्यंत प्रयत्न सोडू नका.

एक लक्षात घ्या. प्रवासाच्या सुरुवातीला लोकं 'शांती' शोधत असतात.

तुम्ही 'सुन्न' महालात प्रवेश कराल, तर शांती जरूर मिळेल, पण तो एक मुक्काम आहे. शेवटचं ठिकाण नाही. झोपेमध्येही शांती मिळते. म्हणूनच डॉक्टर्स किंवा मनोवैज्ञानिक अशांत माणसाला 'ट्रँक्विलायझर' देतात आणि झोपवून टाकतात. शांतीच शांती!

झोप लागली की, शांती मिळते. वेड्या लोकांसाठी हा एकच उपाय असतो. ट्रँक्विलायझर दिलं की; काम झालं. म्हणूनच धर्माचं लक्ष्य शांती नाही. कारण शांती ही एक प्राथमिक तयारी आहे. आता तो एक रिकामा सुन्न महाल आहे, पण जेव्हा तो महाल रंगमहाल बनेल, तेव्हा धर्माचा उद्देश पूर्ण होईल.

म्हणूनच आनंद हे लक्ष्य आहे, शांती नाही. शांती नकारात्मक (निगेटिव्ह) आहे. कारण शांतीचा अर्थ तणाव नाही. तणावरहित अवस्था. परंतु हे एवढंच पुरेसं आहे का? एवढ्याशा गोष्टीवरून तुम्ही म्हणू शकाल का की, 'आनंद भयो है।' तुम्ही एवढंच म्हणू शकाल की दु:ख नाहीये. परंतु दु:ख नाहीये म्हणजे फारसं काही मोठं प्राप्त झालंय असं नाही. हे म्हणजे असं झालं की पायातून काटा तर निघाला पण फुलांचा वर्षाव कुठे झाला?

शांती ही नकारात्मक गोष्ट आहे. तो एक मुक्काम आहे. आनंद हा विधायक असतो त्यामुळेच तो लक्ष्य आहे. म्हणूनच अगदी स्वस्थ बसलात... न हलता... तर शांती मिळेल... तेवढंच होईल.

इथे ध्यानावर जे प्रयोग चालतात त्यात पहिल्यांदा तुम्हाला डोलण्याचाच प्रयोग केला जातो. मन भरून एकदा डोलून घ्या... हालचाल करून घ्या. भरपूर हास्य विनोद करून घ्या. एवढ्यानं तुमच्या शरीराच्या आकांक्षा, इच्छा पूर्ण होऊन जातात आणि त्यात एखादा क्षणसुद्धा तुम्ही जर निश्चल झालात, तर मग शांती प्राप्तीची पहिली पायरी पूर्ण झाली. पण हे झालं अर्धं काम... यात्रा अर्धीच झालीये. अर्धी बाकी आहे. म्हणूनच ध्यानाचा प्रत्येक प्रयोग उत्सवी स्वरूपात व्हायला पाहिजे. प्रत्येक प्रयोगामागे फक्त शांतीच नाहीतर आनंदाचा रस वाहायला हवा. नाचा, खेळा आणि धन्यवाद देऊन म्हणा... 'कह कबीर आनन्द भयो है, बाजत अनहद ढोल रे।'

शांती... पहिला मुक्काम आणि आनंद हा अंतिम मुक्काम हवा. तुमच्या जगात अशांती आणि दु:ख ओतप्रोत भरलेलं आहे. अशांती तर शांती मिळल्यानंतर नष्ट होऊ शकते, पण दु:ख हे आनंद मिळाल्यानंतरच नष्ट होऊ शकतं. बुद्ध पहिल्यांदा 'लक्ष्य' विचारात घेतात. शांती, शून्यत्व याविषयी विचार करीत नाहीत. वेदांतामध्ये पूर्णत्वाचा विचार होतो. म्हणजेच पूर्णांकाच्या अहोभावाचा. म्हणूनच बुद्धांचे विचार अपुरे आहेत. वेदांतातले विचार जास्त सखोल आहेत... म्हणूनच बुद्ध पहिल्या पायरीवर आहेत आणि शंकर तसंच वेदांत हे अखेरच्या मुक्कामावर आहेत आणि या दोघांना कबीरांनी जोडलेलं आहे. कबीर म्हणजे संगम आहे.

कबीर म्हणतात, ''सुन्न महल में दियना बारिले!'' ते या शब्दांचा फार उपयोग करतात. ते म्हणतात, ''शून्य म्हणजे सर्वकाही आहे. शून्यता ही सिद्धावस्था आहे.''

'सुन्न महल में दियना बारिले...' हा 'दियना' शब्दसुद्धा बुद्धांकडूनच आलाय. कारण तेही म्हणतात दिवा लावा... उजळून टाका. अगदी त्यांच्या अंतिम क्षणी, मरतेसमयीही त्यांनी हेच म्हटलंय... 'अप्प दीपो भव।' आनंदला म्हणाले ते. आपला स्वत:चा (आतला) दिवा लाव. तुझा दिवा तूच हो! म्हणूनच हे दोन्ही शब्द बुद्धाकडून आलेले आहेत.

'सुन्न महल में दियना बारिले।
आसन सों मत डोल रे।''

हा पुढचा भाग वेदांतातला आहे. पहिलं पाऊल बुद्ध. नंतरचं पाऊल शंकर.

जागू जुगुत सों रंगमहल में, पिय पायो अनमोल रे।
कह कबीर आनन्द भयो है, बाजत अनहद ढोल रे।

आज एवढंच...!

■

सूत्र

संतो जागत नींद न कीजै।
काल न खाय कल्प नहि व्यापै, देह जरा नहि छीजै।।
उलट गंग समुद्र ही सौखे, ससिं ओ सूरही ग्रासै।
नवग्रह मारि रोगिया बैठे, जल, मंह, बिम्ब प्रगासै।।
बिनु चरनन को दहं दिसि धावै, बिनु लोचन जग सूझै।
ससै उलटि सिंह कंह ग्रासै, ई अचरज को बूझै।।
औंधे घड़ नहीं जल बूड़ै, सूधे सों जल भरिया।
जिहि कारन नल भींन-भींन करु, गुरु परसादे तरिया।।
पैठि गुफा मंह सब जग देखै, बाहर किछुड न सूझै।
उलिटा बान पारिघिही लागै, सुरा होय सो बूझै।।
गायन कहे कवहुं नहिं गावै, अनबोला नित गावै।
नट वट बाजा पेखनि पेखै, अनहद होत बढ़ावै।।
कथनी-बदनी निजुके जोहे, ई सभ अकथ कहानी।
धरती उलटि आकासहि बेधै, ई पुरखन की बानी।
बिना पियावे अमृत अंचवै, नदिय नीर भरि राखै।
कहहिं कबीर सो जुग-जुग जीवै, राम सुधारस चाखै।।

आठ

सुनो भाई साधो!

'संतो जागत नींद न कीजै।'

या वचनाचे दोन अर्थ आहेत आणि दोन्हीही अर्थ नीट समजून घ्यायला पाहिजेत. पहिला अर्थ आपल्याला परिचित आहे. तो म्हणजे आपण जागेपणीही झोपलेले असतो, कारण आमच्या जागेपणात तीव्रता नाही. सखोलता नाही. आमचं जागं असणं म्हणजे ज्वाला नाहीये तर तो एक मिणमिणता दिवा आहे. आमच्या जागेपणात झोपेचं मिश्रण आहे. आम्ही उठतो, बसतो, फिरतो, चालतो, कामं करतो; पण जसं काही झोपेमध्ये.

झोपेत चालण्याचा एक आजार असतो – 'सोमनाबुलिझम.' या आजारात माणसं डोळे उघडे ठेवतात... आणि झोपेत बाकीचे व्यवहार उरकतात आणि जेवणही करतात आणि पुन्हा येऊन झोपतात. सकाळी उठल्यानंतर त्यांच्या लक्षातसुद्धा येत नाही की, रात्री आपण काय-काय केलं ते. मग त्यांना स्वत:ला आश्चर्य वाटतं. समजा हा माणूस एकटा असेल, तर त्याला वाटेल भुताखेताचा हा प्रकार असावा. रात्री कुणी जेवण केलं? कुणी कपडे फाडले, कुणी भांडी फेकली?... यांतलं सकाळी काहीही लक्षात राहत नाही.

या प्रकारच्या रोग्यासारखी आमची अवस्था आहे. प्रमाण थोडं कमी असेल... पण प्रकार तोच आहे. कारण आमची झोप कधीही तुटत नसते. सावकाशपणे ही झोप आमचा ताबा घेत असते. एक प्रकारचा गाढ आळस आम्हाला घेरून राहतो. आमच्या 'आत' एक प्रकारचा अंधार भरून राहतो. या झोपेचं अत्यंत प्राथमिक लक्षण म्हणजे आपण जे काही करत राहतो, त्यात आपण स्वत: पूर्णत्वानं कधीही नसतो. जेवण जेवतो. यांत्रिकपणे तुकडा मोडतो आणि तोंडात घालतो, पण मन कुठे-कुठे भटकत असतं. काहीतरी स्वप्नं पाहत असतं. मन जेवणात नसतंच... तरीही आम्ही तुकडे मोडतो आणि तोंडात घालतो, चावतो, गिळतो. जेवण पूर्ण करतो. उठतो. आपल्याला पाहणारा मनुष्य जो असतो त्याला वाटतं आम्ही छान जागेपणी हे सगळं करतोय, पण तसं नसतं... आम्ही हे सर्व झोपेत करत असतो. जागृतावस्था कशाला म्हणता येईल? तर संपूर्ण मन आणि हृदय वर्तमानात केंद्रीभूत असेल, तरच त्याला 'जागेपणा' म्हणता येईल. जे काही करू ते संपूर्ण 'चेतने'सह... त्यालाच 'पूर्ण जागृती' म्हणता येईल.

चेतनेचा वर्तमानाशी संयोग म्हणजे जागृतावस्था. झोपेला आम्ही झोप का म्हणतो? तर वर्तमानाशी आमचा सगळा संबंध तुटलेला असतो. स्वत:च्या बिछान्यावर झोपलेले असतो, पण स्वप्नं पाहत असतो एखाद्या सम्राटाच्या महालातल्या बिछान्याची! आम्ही झोपतो आपल्या घरात... पण स्वप्नं पाहतो लंडन, न्यू यॉर्कमधली. जेव्हा तुम्ही स्वप्नं पाहत असता तेव्हा तुमच्या जाणिवेतही नसतं की, आपण इथे आपल्या घरात झोपलोय ते! सकाळी उठल्यावर स्वत:लाच

हसता... अरे... केवढा प्रवास करून आलो.

स्वप्नं म्हणजे आपण जिथे असतो तिथून दूर जाणं! तुमच्या अस्तित्वापासून दूर जाणं, जे तुम्ही नाही आहात ते होऊन जाणं... तिथे तुम्ही नाही तिथे पोहोचणं!

असत्य हे सत्याप्रमाणे दिसायला लागणं म्हणजे स्वप्न आणि सत्य हे सत्याप्रमाणे दिसायला लागणं म्हणजे 'जागेपणा!'

तर आपण झोपलेले आहोत... पहिला अर्थ जाणून घेऊ.

संतो जागत नींद न कीजै।

जागृतावस्था असताना, जागे असताना झोपू नका... मुल्ला नसरुद्दीन एकदा एक प्रवचन ऐकायला गेले होते. बरोबर पत्नीही होती. काही वेळातच त्यांची पत्नी चक्क घोरायला लागली... प्रवचन करणारे जरा बेचैनच झाले. पत्नी घोरतेय म्हटल्यानंतर मुल्ला नसरुद्दीन काही वेळानं उठले आणि आपली काठी घेऊन बाहेर पडले. प्रवचनकर्त्यानं नंतर त्यांच्या पत्नीला विचारलं... ''माझ्या प्रवचनात इतका कंटाळवाणेपणा आहे का... की तुम्ही तर झोपून गेलात... पण आपले पती तर बाहेर निघून गेले...'' पत्नीनं उत्तर दिलं, ''आपण काही चिंता करू नका... त्यांना झोपेत चालण्याची सवय आहे.''

संतो जागत नींद न कीजै।

जागे राहणार असाल तर संपूर्णपणे जागे राहा... कारण त्यामुळे जेव्हा तुम्ही झोप घ्याल तेव्हा तुम्हाला पूर्ण झोप मिळेल. आत्ता काय होतंय की, तुम्ही पूर्णपणे जागेपण नाही आणि पूर्ण झोपेतही नाही. तुमच्या जागेपणात झोप आहे आणि झोपेत जाग आहे. सगळं विस्कळीत आहे. फसवं आहे. गोंधळ आहे. अनेक गोष्टींची मिळून खिचडी आहे... साधी, सरळ, स्वच्छ अशी तुमची गोष्ट नाहीये. म्हणून एक कोणतीतरी गोष्ट पूर्णत्वानं करा... जागं राहणं पूर्णपणे निभावलंत तरच झोप अतिशय संपूर्णपणे निभावली जाईल... सध्या सर्वांसमोर एकच प्रश्न आहे, तो म्हणजे शांत झोप कशी लागेल?

हजारो प्रकारची ट्रँक्विलायझर्स आहेत, औषधं आहेत पण सगळी व्यर्थ आहेत. रशियात तर छोटी-छोटी यंत्रं बनवली आहेत. त्यांनी विजेचे सौम्य झटके दिले जातात. विजेचेच ते झटके आहेत, पण फारच कमी प्रमाणात. ते यंत्र रात्री डोक्याला लावलं जातं. यंत्रातून अत्यंत माफक प्रमाणात विजेचे झटके डोक्याला दिले जातात आणि मग झोप येते. हजारो घरांमध्ये ही यंत्रं वापरली जात आहेत. मनोवैज्ञानिकांचं म्हणणं आहे की, काही काळानंतर आपोआप शांत झोप लागणारा मनुष्य अक्षरश: शोधावा लागेल, निदान पाश्चात्त्य देशांत तरी! बिछान्यावर पडल्यावर लगेच झोप लागली, हे काही काळानंतर अशक्य होणार आहे. शंभर वर्षांनी लोकं असंही म्हणतील की एक काळ असा होता की, लोकं काहीही प्रयास न करता झोपत होते.

महावीर आणि बुद्ध वृक्षाखाली बसून सहज ध्यान करत होते, असं कुणी म्हणत असेल, तर त्यावर आमचा विश्वास नाही.

साधारण या प्रकारचीच परिस्थिती सध्या झोपेबाबतीत होतेय. जे लोक निद्रानाशानं पीडित असतात ते सगळ्यांना विचारत असतात, 'तुम्ही काय करता झोपेसाठी? मला तर झोपच येत नाही.' तुम्ही उत्तर देता... 'काही नाही, फक्त उशीवर डोकं टेकतो आणि झोपतो...' त्याला विश्वास वाटत नाही. तो म्हणतो, 'मी पण तसंच करतो... पण मला झोप लागत नाही... शंभर वेळा मी उठतो. परत झोपतो. सतत कूस बदलत राहतो... काहीतरी उपाय असणार. तुम्ही लोकं काहीतरी लपवताय. काहीतरी माझ्याविरुद्ध कारस्थान आहे हे... कारण सगळं जग झोप घेतंय आणि मी एकटा जागा राहतोय.'

काय होतंय या माणसाच्या बाबतीत? हा रात्रभर झोपत नाही आणि दिवसा जागेपणी झोप घेतो. तुमच्या जागेपणात झोपेचा शिरकाव होत असेल, तर अर्थातच झोपेमध्ये जागेपणाचा शिरकाव होणारच! अशा तऱ्हेनं तुमच्या आयुष्यात सगळाच गोंधळ निर्माण होणार. एकही गोष्ट तुमच्या जीवनात साधी, सरळ राहणार नाही. तुमच्या प्रेम करण्यात घृणा मिसळली जाणार. घृणा करण्यात प्रेमाची चाहूल ऐकायला येणार. तुम्ही मित्राशी शत्रुत्व करणार आणि शत्रूशी मित्रत्व करणार. तुमचं जीवन म्हणजे एक न सुटणारं कोडं बनून जाणार. म्हणूनच जागेपणी जागेच राहा म्हणजे झोपेच्यावेळी झोप येईल... ही पहिली महत्त्वाची गोष्ट! कारण रात्र ही रात्रच असली पाहिजे आणि दिवस हा दिवसच असायला पाहिजे....

पण आपण माणसं असं कधीच करत नाही. तुम्ही घरी येता आणि कार्यालयाचे विचार सुरू करता, कार्यालयात जाता आणि घराचे विचार मनात आणता. तुम्ही खरोखरच वेड्या माणसासारखे वागता. ऑफिसमध्ये जाता तर तिथे ऑफिसचंच काम करा.

मी काही दिवस हायकोर्टाच्या न्यायाधीशांच्या घरी पाहुणा म्हणून राहिलो होतो. एक दिवस त्यांची पत्नी मला म्हणाली, 'माझे पती आपले भक्त आहेत. तुम्हीच त्यांना जरा समजवा की 'न्यायाधीश' हे पद फक्त न्यायालयातच असू दे. रात्री झोपताना बिछान्यावरसुद्धा ते न्यायाधीशच असतात. आम्ही सगळेजण जणू काय नोकर चाकर किंवा गुन्हेगारच! ते मॅजिस्ट्रेट पदावरून खालीच उतरत नाहीत. या त्यांच्या सवयीमुळे आम्हा सगळ्यांना वेड लागायची पाळी आली आहे.'

तुम्ही 'व्यापारालाच' घरी आणता. बायकोजवळ बसता, मध्ये तिजोरी असते... हिशोबाच्या वह्यांचा ढीग लागलेला असतो. अशावेळी बायकोबरोबर काय बोलणार? कसं प्रेम करणार? मुलां-बाळांबरोबर हसणं नाही, खेळणं नाही.

तुम्ही जे काही करता ते अपूर्ण आहे. हे अपुरेपण सतत तुमचा पाठलाग करत

असतं. जागृत असलेला माणूस सर्व कामं पूर्ण करत असतो. कारण तो पूर्णपणे जागृतावस्थेत असतो. आपली सगळी चेतना पणाला लावून तो काम करतो. मग अगदी क्षुद्र काम का असे ना! ते करून तिथेच संपवून टाकतो. मागे काहीही बाकी ठेवत नाहीत. अशी माणसं जागं राहण्याच्यावेळी पूर्ण जागी राहतात आणि झोपेच्यावेळी पूर्ण झोपतात. अशा व्यक्तीच्या आयुष्यात प्रगाढ शांती पसरलेली असते. त्याचं कोणतंही काम अपूर्ण नसतं.

मृत्यू जरी समोर उभा ठाकला आणि म्हणाला, 'उठा'... तर ही माणसं एकदम तयार! कारण आता काही करण्यासारखं उरलेलं नाही....

तुमच्या दाराशी जर मृत्यू येऊन उभा ठाकला, तर तुमची तयारी असेल?... तुम्ही म्हणणार अजून थोडा वेळ थांब... कालच एकाला शिवी दिली होती. त्याची क्षमा मागायची आहे. कोणाकडून तरी पैसे उधारीवर घेतले होते, ते पण परत करायचे आहेत... माहीत नाही अजून काय-काय करायचं आहे. कितीतरी गुंते सोडवायचे आहेत. आत्ता तर मरायला वेळच नाही.

म्हणूनच प्रत्येक माणूस 'अवेळी' मरतो. फक्त जागृत झालेला मनुष्यच योग्यवेळी मरतो. मरण केव्हाही आलं तरी तो तयारच असतो... बुद्धांचं मरण हे तुम्ही कधीही 'अवेळी' म्हणून शकणार नाही... वेळेपूर्वी ते मरण पावले असं नाही म्हणता येणार. कारण जागृत माणसं वेळेपूर्वी कधीच मरत नाहीत... ती मरण पावतात ती वेळच योग्य असते.

एक श्रीमंत माणूस होता... त्यानं एक पोपट पाळला होता. त्या पोपटाला त्यानं एक विशेष गोष्ट पढवून ठेवली होती... ती अशी... मालक बाहेर निघाला की पोपटानं म्हणायचं, ''मालक, स्वामी... घाई करा... तसाही बराच उशीर झालाय!'' तो मालक केव्हाही घराबाहेर पडताना, जिना उतरताना पोपट म्हणायचा, ''मालक... जरा घाई करा. आधीच उशीर झालाय...'' काय करणार या धावपळीच्या जीवनात त्या माणसानं त्या पोपटाला दुसऱ्याला पळवत राहायची युक्ती शिकवली होती. एक दिवस तो माणूस मरण पावला. अंत्ययात्रा निघाली तेव्हा तो पोपट म्हणायला लागला, ''मालक... घाई करा... आधीच उशीर झाला आहे.''

पोपटाला काय माहीत मालक मेलाय ते! तसा तर मालक मरण पावला तो जरा घाईनंच... आयुष्यभर पळापळ करता-करता बऱ्याच गोष्टी राहून गेल्या होत्या. एक काम पुरं होता-होता दुसऱ्या कामामागे लागायचं असा सगळा मामला. त्यामुळे आयुष्य संपत येतं तरी कामं संपत नाहीत. त्यामुळे आयुष्यभर नुसती पळापळ!

आणि एक लक्षात ठेवा... सगळीच कामं अर्धवट राहिली की, तुम्हीही अपुरेच राहणार. सगळी कामं पूर्ण झाली तर तुम्ही पूर्णत्वाला पोहोचणार. जेव्हा तुमचं काम पूर्ण होतं, तेव्हा एक प्रकारची गहन शांती प्राप्त होते. शांतिपूर्ण वातावरण आसपास

पसरलं जातं. हे वातावरण म्हणजे परिपूर्णतेचं, फुलफिलमेंटचं आकाश असतं, तृप्तीचं, संतोषाचं आकाश!... सगळी कामं पूर्ण झाली....

पण तुमची सगळी कामं कधीच पूर्ण होत नाहीत. अगदी क्षुद्र कामंही पूर्ण होत नाहीत... ती कामं सतत तुमचा पाठलाग करतात. खाताना, जेवतानाही धावपळ... मग रस्त्यात खाण्याचे विचार मनात... प्रेम करतानाही कसंतरी धावतपळत प्रेम करण्याचे सोपस्कार करायचे आणि मग रस्त्यात दुसऱ्या स्त्रियांकडे, पुरुषांकडे पाहत राहायचं... सगळंच अपूर्ण!

अपुरेपणा हा तुमचा रोग आहे. छान व्यवस्थितपणानं स्वस्थचित्तानं जर तुम्ही जेवण केलंत तर पुन्हा खाण्याचे विचार येणार नाहीत... शांतपणे, बुडून जाऊन प्रेम केलंत तर वासना नष्ट होईल. ज्या गोष्टीचा आपण पूर्णत्वानं उपभोग घेतो, त्यापासून लवकर सुटका होऊ शकते.

अनुभवाचं नाव आहे, 'मुक्ती' आणि जो अनुभव अपूर्ण असतो, तो तुम्हाला बांधून ठेवतो... तो तुम्हाला मुक्त करत नाही.

संतो जागत नींद न कीजै।... हा झाला पहिला अर्थ. दुसरा अर्थ कदाचित तुमच्या मनातही येणार नाही. जे लोक ध्यानामध्ये खोलवर उतरलेत त्यांनाच हा दुसरा अर्थ लक्षात येईल... मी म्हणालो होतो, सुषुप्ती आणि समाधी यांत सारखेपणा आहे... फक्त एक फरक आहे. सुषुप्तीमध्ये गाढ झोप असते आणि समाधीमध्ये परिपूर्ण जागरण!

ध्यानामध्ये खोलवर जाणाऱ्यांनाच याचा अर्थ कळेल. एक क्षण असा येतो की, तुम्ही ध्यान करताना कधीतरी सुषुप्ती आणि समाधीच्या मधल्या रेषेवर उभे असता या ठिकाणी तुम्ही झोपूही शकता किंवा जागेही राहू शकता. पतंजलीनं या अवस्थेला नाव दिलंय, 'योग-निद्रा!' आता तुम्ही फक्त शांत झालेले आहात. फक्त शांत! परंतु कबीरांच्या व्याख्येतला आनंद इथे नाही. 'अनहद ढोल' कुठला वाजत नाहीये. कुठलाही आनंद अजून नाहीये... अमृताचा वर्षाव नाही... पण... तुम्ही शांती अनुभवताय. संसार संपला... पण अजून मोक्ष दूर आहे. रात्र संपली आहे, परंतु सूर्य अजून उगवायचा आहे. ही तर पहाट आहे. तुम्ही मध्यावर उभे आहात. हिंदू मंडळी याला 'संधिकाल' म्हणतात. म्हणूनच 'संध्या' करण्याची ही वेळ. प्रार्थनेचा क्षण. तसंच संध्याकाळचं... सूर्य मावळलाय पण रात्र सुरू व्हायची आहे. हासुद्धा प्रार्थनेचा क्षण! प्रार्थना करण्याची वेळ. हे दोन्ही 'संधिकाल' प्रार्थनेच्या वेळा म्हणूनच आपण पाहतो. परंतु हे एक प्रकारचं प्रतीक आहे. असाच 'संधिकाल' आपल्या आत घडत असतो. हा खराखुरा संधिकाल! झोपेची अवस्था, संसार, अंधार, सगळं काही संपलंय... पण खरा आनंद अजून यायचाय. अजून आनंदाचा ढोल वाजला नाही.

संसारातला कल्लोळ आता संपलाय... आतमध्ये शांतीचं संगीत लहरत आहे,

पण... परिपूर्ण आनंदाची अजून प्राप्ती नाही झालेली! खोट्या, नकली गोष्टींपासून सुटका झालेली आहे, पण सुयोग्य गोष्टी अजून दृष्टिपथात नाहीयेत... हा किनारा तर सुटलाय... पण 'तो' किनारा अजून आलेला नाही. अजून आम्ही प्रवाहातच आहोत. या अवस्थेत दोन शक्यता आहेत. एक तर तुम्ही गाढ झोपेत जाऊ शकता. कारण शांतता गाढ आहे. त्यामुळे झोप छान लागू शकते. अशी झोप तुम्ही कधीच अनुभवलेली नसणार. या झोपेतून तुम्ही जागे झाल्यानंतर भरपूर ताजंतवानं वाटणार. कारण झोप इतकी गाढ होती की बस्स! हजारो वर्षांत अशी झोप मिळालेली नाही जणू! परंतु... ही झोप धोकादायक आहे. कारण या झोपेमध्ये तुम्ही जर का पूर्णपणे बुडून गेलात, तर परिपूर्ण आनंदाची घटिका जी जवळ आलेली आहे, ती निसटून जाणार.

म्हणूनच योग-निद्रा ही शांतिपूर्ण आहे, पण नकारात्मक आहे. योग-निद्रेत स्वत:ला 'सावध' ठेवणं महाकठीण! कारण साध्या झोपेतसुद्धा तुम्ही स्वत:ला आवरू शकत नाही. साधी झोप आली तरी जांभया काय येतात, पापण्या झपाझप मिटायला काय लागतात. एक क्षणही जागं राहणं शक्य होत नाही... हे झालं साध्या झोपेचं... मग ही तर योग-निद्रा आहे. इथे तर तुमच्यातला कणन्‌कण शांतीच्या सागरात असणार आहे. प्रगाढ शांतता! इतकं सुख मिळणार या झोपेत की तुम्ही स्वत:ला विसरूनच जाणार... कदाचित तुम्हाला असंही वाटेल की, कबीरांनी वर्णन केलेला आनंद हाच आहे म्हणून!

बहुतेकांच्या साधना-पद्धती या इथपर्यंतच नेणाऱ्या आहेत. महेश योगींची पद्धती या योग-निद्रेपर्यंतच आहे... ते ज्याला 'भावातीत ध्यान' म्हणतात. 'ट्रान्सडेंटल मेडिटेशन.' ते योग-निद्रेच्या पुढे नाही जाऊ शकत. म्हणूनच पश्चिमेकडे त्याचा प्रभाव जास्त प्रमाणात पडला... तसा पूर्वेकडे नाही पडला. कारण पश्चिमेकडे झोप ही गोष्ट फार कठीण आहे. पूर्वेकडे अजूनही लोक मजेत झोपतात. त्यामुळेच महेश योगींचा 'योग-निद्रा' प्रयोग 'पश्चिमेकडे' फारच लोकप्रिय झाला. तिकडे लोकांना झोप यायला लागली.

ही काही साधीसुधी घटना नाहीये. फार मोठी गोष्ट आहे. लोकांनी यामुळे खूप सुख उपभोगलं.

परंतु सुख म्हणजे आनंद नव्हे; सुख म्हणजे केवळ दु:खाची कमतरता! जसं आजार तर दूर झाला... पण स्वास्थ्य नाही मिळालं... म्हणजेच आजार दूर जाण्यानं स्वास्थ्य नाही मिळू शकत. आजार गेला म्हणजे स्वास्थ्य मिळालं असं नाही होऊ शकत.

'स्वास्थ्य' ही एक सकारात्मक गोष्ट आहे, विधायक स्थिती आहे आणि हीच थोडी समजून घेऊ.

आपल्या शरीरात जर समजा कोणताही रोग नाहीतर वैद्य म्हणणार... कोणताच आजार नाही दिसत... सगळं ठीक आहे, सर्व तपासण्या होतात. काहीच निघत नाही, पण तुम्हाला माहीत असतं की, सगळं काही ठीक असलं, तरीही 'ठीक' नाहीये. कारण दोन्ही 'ठीकमध्ये' फार मोठा फरक आहे. एक अशा प्रकारचं ठीक असतं की, ज्यामध्ये 'वेलबिइंग' – अगदी आतल्या आनंदाचा भाव असतो. जसा भरपूर फुललेल्या फुलांचा बहार, जीवनाचा प्रवाह भरपूर असा वाहत असलेला, स्वास्थ्यपूर्ण जीवनाची मस्ती. प्रत्येक पावलामध्ये नृत्य भरलेलं, बोलण्यामध्ये संगीत गुंजत असलेलं, डोळ्यांमध्ये पाहण्यातलं माधुर्य असलेली आंतरिक शक्ती प्रगाढतेनं वाहत असलेली... अशी अवस्था एका ठीक असण्याची! दुसरी 'ठीक' असल्याची भावना म्हणजे... सगळं काही 'तंदुरुस्त' आहे. तपासण्यांमध्ये तर काहीच दिसत नाही... परंतु आपण मात्र 'आतून' गलितगात्र झालेलो!... एखाद्या मृत व्यक्तीप्रमाणे. दिसायला तर काहीच नाही. डोकं दुखत नाही, पोट दुखत नाही... हात पाय मोडलेले नाहीत, कुठलं प्लॅस्टर बांधलेलं नाही... व्यवस्थित आहोत... पण... 'ठीक' नाही. कुठली चेतना नाही, आनंदाचा भाव नाही... उठून नाचावं, गावं असं वाटतच नाहीये... मेलेल्या माणसासारखं पडून राहावं असं वाटतं.

मेलेला माणूस आजारी असू शकत नाही... तसंच तुम्हीही आजारी नाही... तुमचं स्वास्थ्य म्हणजे फक्त आजाराचा अभाव एवढंच! असंच सगळं घडतं योग-निद्रेमध्ये! ताणतणाव सगळे संपतात, मस्तकात त्या विचारांचं काहूर संपलेलं असतं, चिंता संपलेल्या असतात, कोणतीही काळजी राहिलेली नसते. फक्त शांत, शांत, भाव! पण तरीही योग-निद्रा म्हणजे समाधी नव्हे... तर ती फक्त समाधीच्या दरवाज्यापर्यंत नेणारी असते. खराखुरा प्रवास तर नंतरच सुरू होतो.

म्हणूनच कबीर म्हणतात, 'संतो जागत नींद न कीजै।' ते साधू तसंच संन्याशांना उद्देशून म्हणतात. म्हणूनच आत्तापर्यंत मी कबीरांवर कधी बोललो नाही. कारण साधू-संन्यासी तर माझ्याजवळ हवेत? कारण कबीरांवर बोलणं म्हणजे संतांवर बोलणं जे ध्यानधारणा करतात! नाहीतर कबीरांचं बोलणं कळणं अवघड आहे. ध्यानामध्ये जे खोलवर उतरलेत त्यांनाच कबीरांचं बोलणं कळेल, कारण ते बोलणं समजून घेणं, हा अगदी 'आतला' अनुभव आहे. खूप शांतिपूर्ण आणि सुखाचा अनुभव! पण इथेच थांबायचं नाही... कारण हा एक 'थांबा' आहे. अजून नियोजित ठिकाण आलेलं नाही. अजून पुढे मार्गक्रमण करायचं आहे.

योग-निद्रा सुखद निश्चित आहे, पण ती समाधी नव्हे किंवा बुद्धत्व नव्हे. ही अवस्था परमअवस्था नाही. संसाराच्या पाशातून मोकळे झालो परंतु परमात्म्याचं सुख अजून बाकी आहे. निरर्थकता बाजूला गेलीय पण सार्थकता अजून यायचीय आणि याच सांध्यावर जर का खोलवर झोप लागली, तर मात्र सगळंच केरात जाईल. पुन्हा

संसारात परत, पुन्हा तोच किनारा...

संतो जागत नींद न कीजै।
काल न खाय, कलप नहि व्यापै, देह जरा नहि छीजै।।
उलट गंग समुद्र ही सोखै, ससिं ओ सूरही ग्रासै।
नवग्रह मारि रोगीया बैठे, जल, मंह बिम्ब प्रगासै।।
बिनु चरनन को दहं दिसी धावै, बिनु लोचन जग सूझै।
ससै उलटि सिंह कंह ग्रासै, ई अचरज को बूझै।।

कबीरांच्या वचनांमध्ये विशिष्ट सूत्र आहे. ते आधी समजून घेऊ. म्हणजे मग त्या वचनांचा पूर्ण अर्थ लक्षात येईल. या विशिष्ट सूत्राचं नाव आहे, 'उलटबांसी!' याचा अर्थ आहे उलट वचन... उदा. एखादा कुणीतरी बासरी वाजवतोय... वाजवता-वाजवता तो एक क्षण असा येतो की, तोच मुळी बासरी बनून जातो आणि बासरी 'तो' बनून जाते. सगळं काही उलट, बासरी ही वाजवणाऱ्यालाच वाजवते आहे... एक क्षण असा येतो की, सगळं उलटं-पालटं होतं. जीवनातलं सगळं काही निराळं होऊन जातं. खूप ध्यानपूर्वक हे वचन समजून घेतलं, तर लक्षात येईल. कारण हे वचन प्रतीकात्मक आहे. एखाद्या कोड्यासारखं आहे.

आपण श्वास घेतो... आत घेतो, बाहेर सोडतो, आपल्याला वाटतं... 'मी श्वास घेतो!'... यावर आपण कधी विचार केलाय का की, आपल्या हातात जर श्वास घेणं असतं, तर आपण कधी मरणारच नाही. जितकी वर्षं आपण इच्छा करू, तितकी वर्षं 'आपण' श्वास घेऊ शकतो? असंच ना?

मुल्ला नसरुद्दीन शंभर वर्षांचे झाले. लोकं शुभेच्छा देण्यासाठी आले... लोकं विचारू लागले... आपल्या दीर्घायुष्याचं रहस्य काय? नसरुद्दीन म्हणाले, ''श्वास घेत राहा...!''

म्हणजे काय?... श्वास आपणहून कसा काय घेत राहणार आणि मध्येच थांबला तर? कारण मध्येच थांबला तर आपण मरूनच जाणार ना? पुन्हा श्वास घेण्यासाठी तुम्ही जिवंत राहणारच नाही. श्वास बंद होणं, म्हणजे तुमची समाप्ती! एक क्षण जरी तुम्ही वाचलात तरी तुम्ही परत श्वास घेऊ शकाल, पण तुम्ही जिवंतच राहणार नाही, तेव्हा पुन्हा श्वास घेण्याचा प्रश्नच नाही. तुम्ही म्हणजे श्वास आहात. तो तुमचा प्राण आहे. त्यामुळे श्वास थांबला की तुम्ही थांबलात! आपला श्वास थांबलाय हे तुम्हाला कणभरही कळू शकणार नाही. त्यामुळे तो पुन्हा घेण्याचा प्रश्नच उद्‌भवत नाही. 'आतमध्ये' काहीच जिवंत असणार नाहीये की ज्यायोगे श्वास थांबल्याची सूचना मिळू शकेल... श्वास थांबलाय हे दुसऱ्या व्यक्तीला कळणार. तुम्हाला नाही! तुमचा श्वास थांबलाय हे घरातल्या मंडळींना कळणार... मग आसपासचे सगळे लोक रडणार, भेकणार, विलाप करणार... तुम्हाला काहीच कळणार नाही. तुम्हाला

कळत असतं, तर तुम्ही तुमचा श्वास थांबवलाच नसता. नाही का?

या सर्व स्पष्टीकरणाचा अर्थ समजून घेतलात तर लक्षात येईल की, तुम्ही काहीच करत नसता... श्वास घेतला जातोय. सोडला जातोय. तुम्ही काहीही करत नाही... तुम्ही त्याचे कर्ते नाही.

कबीर म्हणतात, 'तुम्ही श्वास घेताय' हा विचार मनातून काढून टाका. उलट श्वास तुम्हाला पुढे नेतोय... किंवा जगवतोय असं म्हणा हवंतर. तुम्ही संसारात जीवन जगताय असं नाहीतर संसार तुम्हाला जीवन जगायला भाग पाडतोय. तुम्ही जिवंत आहात, ही गोष्टच मुळी चुकीची आहे... कारण परमात्मा तुमच्यात जिवंत आहे. तो तुमच्यात श्वास भरतोय. हीच गोष्ट म्हणजे 'उलटबांसी...' श्वास घेणारा वगैरे कुणी नसून श्वास म्हणजे तुम्ही असं आहे.

एका गोष्टीवरून तुमच्या लक्षात येईल... मनोवैज्ञानिक नेहमी एका छोट्याशा प्रयोगानं एक पद्धती सांगतात... त्याला 'गेस्टाल्ट' म्हणतात. लहान मुलांच्या पुस्तकात एक चित्र असतं. एक कुंडी ठेवलेलं चित्र. कुंडीकडे सतत पाहत राहिलं असता हळूहळू तिथे दोन माणसांचे चेहेरे दिसू लागतात... कुंडीचा वरचा काठ म्हणजे त्यांचं नाक! त्यांचं डोकं म्हणजे कुंडीचा एक भाग, त्या दोघांच्या मधला भाग म्हणजे कुंडी... दिसत होतीच... आणखीन नीट तुम्ही पाहिलंत, तर लक्षात येईल की ते दोन्ही चेहरे गायब झालेत आणि दिसतेय ती फक्त कुंडी! पुन्हा लक्षपूर्वक पाहाल, तर पुन्हा ते दोन चेहरे दिसतील आणि कुंडी गायब झालेली दिसेल. हे सारखं बदलत राहणार. गमतीची गोष्ट अशी की, तुम्ही कुंडी म्हणून पाहाल तर कुंडीच दिसेल... चेहरे दिसणार नाहीत... भलेही तुम्हाला माहीत असेल की या चित्रात दोन चेहरे लपलेत म्हणून! तसंच चेहरे म्हणून पाहाल तर कुंडी दिसणार नाही. तरीही या चित्रात कुठेतरी कुंडीही आहे, हे तुम्हाला माहीत असतं.

कारण एकच, मन एकावेळी एकच गोष्ट जाणत असतं. शिवाय मन सतत परिवर्तनशील असल्यानं एका गोष्टीकडेही खूप वेळ लक्ष पुरवू शकत नाही. म्हणून एकदा कुंडी, एकदा चेहरे, एकदा कुंडी, एकदा चेहरे असं सतत होत राहतं... यासाठी जर्मन शब्द आहे 'गेस्टाल्ट' आणि याच विचारधारेवर एक संपूर्ण शास्त्र निर्माण झालेलं आहे. ते म्हणजे 'गेस्टाल्ट सायकॉलॉजी!' ते म्हणतात, जीवन गेस्टाल्ट आहे.

'मी श्वास घेत आहे' असा विचार तुमच्या मनात असेल, तर ही जीवनदृष्टी नास्तिक असेल, पण 'माझ्यामध्ये कोणीतरी श्वास घेतंय' असा विचार असेल तर ती आस्तिक दृष्टी असेल. एवढ्याशा छोट्या फरकानंसुद्धा आयुष्याचा अर्थ बदलून जातो. कुणीतरी दुसराच माझ्यामध्ये श्वास घेतोय हा विचार मनामध्ये पक्का असेल तर तुमच्यातला अहंकार संपून जाईल. 'श्वाससुद्धा' आपण आपल्या मर्जीनं घेऊ शकत नाहीतर मग आमच्या इतर कर्तृत्वाचा काय अर्थ?

तुम्ही म्हणता मी प्रेम करतो... साफ चूक आहे. प्रेम तुम्ही करत नसून तुमच्याद्वारे प्रेम केलं जातंय. कारण तुम्ही तुमच्या मनानं जर प्रेम करत असता तर समजा मी म्हणालो, 'ही अमुक-अमुक. या स्त्रीवर प्रेम कर,' तर कराल का? नाही. कारण तुम्ही म्हणाल की, अहो असं कसं कुठल्याही स्त्रीच्या प्रेमात मी पडू? असं कधी होतं का? प्रेम हे आपोआप घडतं... ते नसेल घडायचं तर नाही घडत... हं! प्रेमाचा अभिनय करायचा असेल तर प्रश्न नाही, पण अभिनय म्हणजे प्रेम नव्हे ना?

तुम्ही कधी प्रेम केलंय? किंवा प्रेम आपोआप झालंय? तुम्ही केलं असेल तर तुम्ही समजणार 'मी' केलंय... मी कर्ता... आपोआप झालं असेल तर तुम्ही समजणार की मी निमित्तमात्र आहे... कर्ता नाही. माझ्याकडून कुणी दुसऱ्यानं प्रेम करवून घेतलंय... तुम्ही स्वत:ला कर्ता समजत असाल, तर तुमचं प्रेम फक्त वेश्येबरोबरच होऊ शकतं... आणि वेश्येबरोबर कधी प्रेम होऊ शकतं का?

मुल्ला नसरुद्दीन एकदा एका वेश्येकडे गेले. त्यांनी तिला सांगितलं की, मी तुझ्यावर प्रेम करू इच्छितो. वेश्या म्हणाली, ''करा...'' ते पुढे म्हणाले, ''तुला माझ्या जीवनाचा दीपक बनवण्याची इच्छा आहे.'' ती म्हणाली, ''बनवा...'' ते पुढे म्हणाले, ''माझ्या हृदयात तुला दिमाखानं स्थान देण्याची इच्छा आहे...'' ती म्हणाली, ''द्या स्थान!...'' ते म्हणाले, ''तुझ्यासाठी मरण पत्करण्याची तयारी आहे.'' त्यावर ती म्हणाली, ''मग पत्करा मरण!... पण जे काही करायचंय ते लवकर करा... कारण बाहेर दुसरं एक गिऱ्हाईक वाट पाहतंय.''

नाटकं करणं एक निराळी गोष्ट आणि धंदा करणं, ही निराळी गोष्ट. जीवनाकडे जितकं बारकाईनं पाहाल तितकं तुम्हाला कळेल की, आपण काहीही करत नसून सगळं काही घडतंय. आपोआप घडवलं जातंय. हॅपनिंग्ज! प्रेम होऊन जातं... म्हणूनच ते एखाद्या संकटासारखं असतं... एखादा माणूस चार मुलांचा बाप... एका स्त्रीचा पती... तरीही दुसऱ्या स्त्रीच्या प्रेमात पडतो. सगळे आसपासचे सांगतात. भानावर ये, तो ही स्वत:ला भानावर आणण्याचा प्रयत्न करतो, पण तरीही तो म्हणतो काय करू. 'हो गया!' त्याला स्वत:ला कळत असतं की, हे मी करतोय ते चुकीचं आहे, पण तरीही स्वत:ला सांभाळू शकत नाही. मनात बायको मुलांचे विचार येतात. त्याला अपराधी वाटतं. आपणही त्यालाच दोषी समजतो, पण तसं नसतं. घटना घडून जाते... दोष कुणाचाच नसतो.

प्रेम ही गोष्ट माणसाच्या आवाक्याबाहेरची आहे. जोपर्यंत तुम्ही बुद्धत्वाला पोहोचू शकत नाही, तोपर्यंत ते आवाक्याबाहेरचंच आहे. जेव्हा तुम्ही बुद्धत्वापर्यंत पोहोचता तेव्हा सगळे आयामच बदलून जातात. तुम्ही कुणाच्या प्रेमात पडण्याची शक्यताच संपते. कारण तुम्हीच प्रेम होऊन जाता. तुमच्यापासून इतरांना प्रेम मिळतं, इतरांना वाटलं जातं, आसपास पसरलं जातं. एखाद्या दिव्यासारखं तुमचं व्यक्तिमत्त्व

बनून जातं. स्वत:ही प्रकाशित होणं आणि वाटेत आलेल्यांना प्रकाश दाखवणं. तुम्ही एखाद्या फुलासारखे बनून जाता. स्वत:ही फुलणं आणि आसपास सुगंध पसरवणं. प्रेमात धाडकन आपटण्यासारखं किंवा त्या पठडीतलं प्रेम आता तुमच्याजवळ नाही. त्या वेळी तुम्ही दु:खी, हतबल आणि संभ्रमात राहत होतात. बुद्धी सांगत होती ठीक चाललंय.

बुद्धीचे विशिष्ट तर्क असतात, पण त्या तर्काला हृदय मानत नाही. बुद्धीचं प्रमाण मानून तुम्ही प्रेम दाबूनही टाकू शकता, प्रेमाचे दरवाजे बंद करू शकता... पण हृदय? त्याचं काय? ते कुणासाठी तरी धडकत असतंच. तुम्ही बायकोचे पाय चेपाल, तिची सेवा कराल पण कधीतरी क्षणिक वाटेल की, हे सगळं खोटं आहे. सगळं बुद्धीप्रमाणे करतोय.

तुम्ही कुठले कर्ता? साधा श्वासही तुमचा नाही किंवा प्रेमही तुमचं नाही. तुमचा कुणावरही अधिकार नाही. म्हणूनच गीतेमध्ये अर्जुनाला कृष्णानं सांगितलंय... तू फक्त निमित्तमात्र हो. 'मी हे करणार आहे.' यातला 'मी' तू विसरून जा. कारण हे सगळे मरणारच आहेत. त्यांचं मरण निश्चित आहे. तुझ्या हातून नाही मेले तर दुसऱ्या कुणाच्या तरी हातून ते मरणारच.

'निमित्त' शब्द फार महत्त्वाचा आहे. याच्या योग्यतेचा दुसरा शब्द इतर भाषेत शोधणं कठीण आहे... हा शब्द पूर्वेचा आहे. हिंदूंचा आहे... फार सखोल अर्थ आहे या शब्दाला... याचा अर्थ आहे की, मी कारण पण नाही आणि कर्तापण नाही. मी केवळ बहाणा आहे. निमित्त आहे. जे व्हायचं ते होणारच. बहाणे कुठले का असेनात. जे घडायचं ते घडतंच. त्यात मी माझा अहंकार कशाला मध्ये घालू?

म्हणूनच तुमच्यामधला 'कर्ता' भाव निघून जाऊन आपण निमित्त असण्याचा भाव जास्त वाढीला लागेल. तेव्हा हा उलटा प्रवाह (उलटबांसी) लक्षात येईल. का? तर आता सारं उलट दिसायला लागणार. गेस्टाल्ट बदलणार. कालपर्यंत तुम्ही जगाकडे जसे पाहत होता, तसे आता पाहणार नाही. आता तुम्ही उलट दृष्टीनं पाहणार. म्हणून या उलट सूचना देण्यासाठी कबीरांनी प्रतीकांचा वापर केला. ते म्हणतात, ''काल न खाय कलप नहि व्यापै। देह जरा नहि छीजै।।

तुमच्यामध्ये 'कर्ता' भाव जोपर्यंत आहे तोपर्यंत तुम्हाला मरण आहे. ते येणारच. कारण 'कर्ता' भाव असण्याला मृत्यू आहे, पण आत्मा मरत नाही. परंतु तुम्ही स्वत:ला कर्ता समजता. मृत्यूचं भय कोणाला? तर अहंकाराला! आत्म्याला नाही. जोपर्यंत तुम्ही तुमच्यातल्या 'मी'ला कुरवाळत बसता, पुन्हा-पुन्हा त्याला खतपाणी घालता तोपर्यंत तुम्हाला मृत्यूचं भय आहेच.

म्हणूनच जितका माणसाला अहंकार, तितकं त्याला मृत्यूचं भय... निरहंकारी माणसाला मृत्यूचं भय कोणतंच नाही. काल न खाये कलप नहि व्यापै...

त्याला नाही काळाचं भय, नाही कुठल्या दु:खाचं भय, कोणतीही पीडा नाही, कोणत्याही तऱ्हेचा संताप नाही. देहाला कसलीही झीज नाही! देह जरा नहि छीजै। थोडंही वृद्धत्व नाही.

परंतु शरीराला तर म्हातारपण येतंच. शरीराला मृत्यू असतोच, पण तुमच्यातला 'मी' जोपर्यंत आहे तोपर्यंत शरीराचा मृत्यू तुम्हाला जाणवेल. पण 'मी' संपला की शरीराच्या 'आत'मध्ये पाहण्याची दृष्टी प्राप्त होईल. 'आत' जे लपलेलं आहे ते दिसू लागेल, पण लक्षात ठेवा की एकावेळी एकच दिसेल... दोन्ही एकदम नाही दिसणार. जोपर्यंत तुम्हाला वाटतंय की मी म्हणजे शरीर आहे, तोपर्यंत तुम्हाला आत्मा नाही दिसणार आणि ज्या वेळी तुम्हाला आत्म्याची जाणीव होईल, तेव्हा शरीर तुम्हाला नाही दिसणार.

म्हणूनच ज्ञानी लोक म्हणतात की, 'संसार' म्हणजे सगळी माया आहे, पण ब्रह्माचं दर्शन झालं की, संसार दिसेनासा होतो... आणि संसारात जोपर्यंत आपण असतो तोपर्यंत 'ब्रह्मदर्शन' होऊ शकत नाही. गेस्टाल्ट! एकच दिसू शकणार. एकावेळी एकाचीच जाणीव होण्याची तुमची क्षमता आहे.

काल न खाये, कल्प नहि व्यापै, देह जरा नहि छीजै। उलट गंग समुद्रही सोखै... आता परिस्थिती पूर्णपणे उलटी होऊन जाते. आपण पाहतो की गंगा सागरात विलीन होते... आणि कबीर म्हणतात, ''सागर गंगेमध्ये विलीन होतो.'' कबीरांची दोन वचनं आहेत. एक वचन असं आहे –

हेरत हेरत हे सखी, रहया कबीर हेराई।
बुंद समानी समुंद में सो कत हेरी जाई।।

गेस्टाल्टची ही एक बाजू आहे. कबीर म्हणतात. शोधता शोधता शोधता कबीरच हरवून गेले. एक थेंब सागरात पडला. त्याला परत कसा आणणार? यानंतरच वचन आहे, ''हेरत हेरत हे सखी रहया कबीर हेराई। समुंद समाना बुंद में सो कत हेरी जाई ।। आता समुद्रच त्या थेंबात विलीन झालाय. आता स्वत:ला कुठे शोधू– एकात 'बुंद सागरमें गीर गया।' म्हणताना स्वत:ला कसा शोधू म्हणतात, दुसऱ्या वचनात 'सागर बुंद मे' म्हणताना आता स्वत:ला कुठे शोधू असं म्हणतात... एकाच वचनाच्या दोन बाजू. जोपर्यंत स्वत:तला 'मी' तुम्हाला महत्त्वाचा वाटतोय तोपर्यंत तुम्ही सागराच्या महारूपाला घाबरता. कारण एक थेंब सागरात कुठल्या कुठे जाणार... कसा काय त्याला शोधणार? पण ज्या क्षणी तुमच्यातला 'मी' संपेल त्या क्षणी सागर तुमच्यात विलीन होणार, मग कसलं घाबरणं. एकूण दोन्ही क्रियांचा परिणाम एकच! विलीन होणं! परंतु दृष्टी मात्र निरनिराळी आहे. 'तुम्ही' सागरात विलीन होताना घाबरता, पण सागर तुमच्यात विलीन होताना तुम्ही घाबरत नाही कारण तुम्ही समजता की आता मी 'श्रीमंत' झालो... तुम्ही परमात्म्यात विलीन होता तेव्हा घाबरायला होतं,

पण परमात्मा तुमच्यात विलीन होतो तेव्हा तुम्ही आनंदित होता. परमात्मा प्राप्तीच्या संबंधातसुद्धा तुमच्या मनात भय असतं. का? तर आपलं सारं अस्तित्व नष्ट होईल, आपली ओळख (आयडेंटीटी), आपलं नाव, पत्ता, ठिकाण सारं-सारं संपून जाईल, अशी तुमच्या मनात भीती असते आणि जिथे आमचं अस्तित्वच संपणार आहे, तिथे असा परमात्मा कशाला हवाय?

परंतु याची दुसरी बाजू... जी सत्याच्या जास्त जवळ आहे. ती बाजू म्हणजे परमात्म्यामध्ये आपलं संपून जाणं नसून, परमात्माच आपल्यात संपणं आहे. समुद्राचं थेंबात हरवणं! यामध्ये तुम्ही मिटून न जाता तुम्ही विराट होऊन जाता. तो थेंब सागर बनून जातो.

कबीर म्हणतात, उलट गंग समुद्र ही सोखै। ससिं औ सूरही ग्रासै।।

गंगा सागराला पिऊन टाकते. चंद्र सूर्याला आपल्यात विलीन करून घेतो... हा झाला याचा वरवरचा अर्थ. याचा आतला गाभ्यातला अर्थ आहे... चंद्र, सूर्य म्हणजे दोन श्वास. डाव्या श्वासाचं दार सूर्य आणि उजव्या श्वासाचं द्वार म्हणजे चंद्र! या दोघांना जोडलेल्या दोन नाड्या म्हणजे इडा आणि पिंगला... सूर्य नाडी... चंद्र नाडी. हे योगी मंडळींचं प्रतीक आहे. म्हणूनच तुमच्यातलं चैतन्य फक्त निमित्तमात्र होऊन जातं, तेव्हा तुम्ही कर्ता राहत नाही. तुमच्यातला मी संपतो. तुम्ही म्हणायला लागता की, माझ्यातला 'मी' म्हणजे एक भ्रम आहे. मी म्हणजे 'तू' आहेस (परमात्मा) या अवस्थेपर्यंत तुम्ही जेव्हा पोहोचता तेव्हा सागर हा थेंबामध्ये उतरतो. तुमच्यातली चेतना सूर्य चंद्राला आपल्यात सामावून घ्यायला लागते. जोपर्यंत तुम्ही फक्त श्वासावर अवलंबून असता तेव्हा श्वास थांबला की, तुम्ही संपून जाता. कारण श्वासच तुमचा आधार... त्याच्याशिवाय जगणं नाहीच, पण... चेतनेसह तुम्ही जिवंत राहू शकता. कारण श्वास चेतनेत लीन होऊन गेलाय. म्हणूनच कधीकधी समाधिस्थ योगी पूर्णपणे श्वासरहित होऊन गेलेले दिसतात. श्वास चालू आहे का नाही, याचा पत्ता लागणंही कठीण असतं.

तुमच्यापैकी कोणी सखोल असे ध्यानप्रयोग करत असतील, तर आपल्या घरातल्या मंडळींना सांगून ठेवा की, श्वासरहित अशी एखाद्या मृत माणसासारखी तुमची अवस्था झाली तरी घाबरू नका. कारण श्वास कधीकधी पूर्णपणे थांबू शकतो. वैद्यसुद्धा येऊन सांगू शकतो की हा माणूस मरण पावला आहे म्हणून कारण श्वास जवळ-जवळ... नव्व्याण्णव टक्के थांबलेला असतो. एक अगदी हलकासा आवाज फक्त येत असतो. जेव्हा श्वास पूर्णपणे थांबतो तेव्हा मन पूर्णपणे शांत होऊन जातं... पण हे सगळं ध्यानप्रयोगातच.

तुमच्याही लक्षात आलं असेल की, श्वास आणि मनाचा अगदी खोलवर संबंध आहे. जेव्हा आपण रागामध्ये असतो तेव्हा श्वास निराळ्या तऱ्हेनं चालतो. मन

वैतागलेलं असेल, रागामध्ये असेल तेव्हा श्वास अत्यंत अनियमित होतो. जशी एखादी कार खड्डे असलेल्या रस्त्यावरून थांबत-थांबत चालत असते. कामवासनेनं तुम्ही जेव्हा पछाडलेले असता तेव्हा श्वास वेगळ्या गतीनं चालतो. तुम्ही घामाघूम होत राहता. तुम्ही शांत असाल तर श्वास शांतपणे चालतो. त्या वेळी श्वासामध्ये एक तऱ्हेचा ताल किंवा लयबद्धता जाणवते. जेव्हा तुम्ही आनंदात असता तेव्हाही श्वास वेगळ्या गतीनं चालतो. थोडक्यात तुमच्यातल्या सगळ्या विविध मनोभावनांप्रमाणे श्वास बदलत असतो. आता थोडं उलट बाजूनं करून पाहू या... थोडं हुशारीनं. तुम्ही श्वासांच्या गतीत बदल केलात, तर तुमचे मनोभाव बदलत जातात कारण एक दुसऱ्याबरोबर जोडला गेलाय. त्यामुळे याप्रमाणे तुमच्या मनोवस्थेतल्या बदलानुसार तुमच्या श्वासाची गती तुम्ही जाणू शकता.

पुन्हा कधीतरी शांत बसलात तर श्वासाच्या गतीची परीक्षा करा. कधी खूप आनंदात असाल तेव्हाही श्वासाच्या गतीची नोंद करा. आता या परीक्षा करणं तुम्हाला जमायला लागलं, म्हणजे (आनंद, राग, शांतता या मनोवस्थांतल्या श्वासाच्या नोंदी करणं.) मग तुम्ही प्रयोग करायला मोकळे... कसे?... तर समजा राग आला तर श्वासाची गती नियंत्रित करायला जमलं पाहिजे... राग आला की शांत बसायचं आणि श्वासाला शांत असतानाची गती द्यायची. अचानक तुम्हालाच उमजेल की रागाला बंधन बसलंय. कारण जोपर्यंत श्वासामध्ये बदल होत नाही, तोपर्यंत क्रोध शरीरात प्रवेश करू शकत नाही. मनाची अवस्था शांत असताना श्वासाची गती कशी असते, हे ओळखायला यायला लागलं तर मग सतत तीच गती कायम ठेवण्याचा प्रयोग तुम्ही करू शकाल. यामुळे दिवसातले चोवीस तास तुम्ही 'शांती' अवस्थेत राहण्याचा प्रयत्न करू शकाल... नंतर जाणवेल की, गाढ शांती आपल्याला मिळू शकतेय. प्रफुल्लित अवस्थाही तुम्ही याच प्रयोगानं मिळवू शकाल कारण प्रफुल्लित अवस्थेतली श्वासाची गती कशी असते हे एकदा उमगलं की, तो प्रयोग करून बघा... भराभर प्रफुल्लता तुमच्यात बहरायला लागेल.

बुद्धांनी असे श्वास आणि मनाच्या संबंधातले खूप सखोल असे प्रयोग केले. त्यांचा ध्यानाचा जो 'अनापानसतीयोग' आहे, तो केवळ श्वासाच्या कौशल्यावरच आहे. बस्स... श्वासाकडे पाहा, त्याला ओळखा आणि श्वासाला मनोभावावस्थेशी संलग्न करा... जे भाव अपेक्षित आहेत, त्याच गतीनं श्वास सोडा... आता ज्या भावनेला जवळ करायचं आहे, वाढवायचं आहे, त्याच मात्रेत श्वासाला पकडा आणि हळूहळू वाढवत न्या. अशातऱ्हेनं श्वासाच्या रूपांतरणामुळे आपलं मन आणि चित्तसुद्धा रूपांतरित होऊन जातं, पण चित्त जिथे हरवून जातं तिथे श्वासही हरवून जातो. एका काठावर श्वास, दुसऱ्या काठावर चित्त... एकाच चैतन्याचे, एकाच ऊर्जेचे दोन काठ. तर असा एखादा क्षण तुमच्या आयुष्यात आला की, श्वास बंद

होत चाललाय... तर तुम्हाला भीती वाटेल, असं माझे बरेचसे शिष्य येऊन सांगतात.

पण घाबरू नका... घरातल्या मंडळींनाही तसं सांगा... कारण नातेवाईक मंडळी तुमचं ऐकणार नाहीत. कारण तुम्ही खोटे-खोटेसुद्धा मेलात आणि डॉक्टरांनीही तसं निदान केलं तर?

एक मनुष्य मरण पावला. तसा तो मेला नव्हताच फक्त श्वास फारच शांतपणे... सावकाश होत होता. डॉक्टरांनी सांगितलं मरण पावलाय... लोकांनी त्याची ताटी बांधली. स्मशानात नेलं. स्मशानात नेतानेताच त्या माणसाला शुद्ध आली... तो हालचाल करायला लागला. सगळी मंडळी घाबरली... तो स्वत: ओरडायला लागला... मला सोडा... मी जिवंत आहे. लोकं म्हणायला लागले, असं कसं होईल? कुठल्या सोम्यागोम्यानं नाही सांगितलं, खूप मोठ्या डॉक्टरांनी सांगितलंय की हा मरण पावलाय, आता त्या मोठ्या डॉक्टरांचं मानायचं का या मूर्खाचं मानायचं? जवळ-जवळ शंभर माणसं स्मशानात आलेली होती, अंतिम सोपस्कार करण्यासाठी भटजी आले होते. एकीकडे भटजी म्हणायला लागले, तुम्ही तर सगळेच पाहत होता... वैद्य काय सांगत होते ते!

एकीकडे तो मृत समजला गेलेला माणूस ओरडत होता. मी जिवंत आहे, मी जिवंत आहे! भटजी सगळ्यांची मतं घ्यायला लागले. हा तर मूर्ख माणूस, शिक्षण नाही, अडाणी! जीवन आणि मृत्यूमधलं 'अ', 'ब', 'क', ही याला माहीत नाही... मग कुणाचं ऐकायचं? हात वर करा. डॉक्टराचं ऐकायचं का या मूर्खाचं... कारण हे चिकित्सक डॉक्टर फार मोठे डॉक्टर आहेत. लंडनहून शिकून आलेत. एफ.आर. सी.एस.! हजारो जिवंत तसंच मेलेल्या माणसांचा अभ्यास आहे यांचा.

सगळ्या लोकांनी डॉक्टरांच्या म्हणण्यावर विश्वास ठेवला. कारण या मूर्ख माणसाचा काय भरवसा? आत्तापर्यंत तरी यानं कोणंतही काम भरोश्याचं केलं नाही... झालं. जाळून टाकलं त्याला लोकांनी.

लोकं नेहमी 'विशेषज्ज्ञांवर' विश्वास ठेवतात. म्हणूनच घरातल्या मंडळींनाही सांगून ठेवा की श्वास बंद झाला तरी घाबरू नका. शिवाय गदागदा हलवू पण नका. कारण त्यामुळे धोका जास्त वाढतो. कारण ज्या वेळी श्वास पूर्ण बंद होतो त्या वेळी कोणी जोरात हलवलं तर कदाचित शरीर आणि आत्मा यांचा संबंध तुटू शकतो. कारण ध्यानप्रयोगात त्या वेळी नाजुकातली नाजूक अवस्था असतो. त्या वेळी तुम्ही शरीरापासून जास्तीत जास्त दूर असता. अगदी तलम असा एक (अव्यक्त) अदृश्य धागा फक्त शरीर आणि आत्म्याला जोडलेला असतो आणि अशात कोणी हलवलं तर संपलंच!

म्हणूनच ध्यानाच्या अवस्थेत अशा क्षणी तुम्ही अजिबात भयभीत होता कामा नये. उलट तुमच्या साधनेतली ही परमभाग्याची अवस्था आहे... याच क्षणासाठी

आपण आयुष्यभर शोध घेत होतो. याच क्षणात तुम्हाला अमृताची चव कळणार आहे. याच क्षणात तुम्हाला कळणार आहे, शरीर वेगळं आहे आणि आत्मा वेगळा आहे. एकच क्षण... हा अनुभव घेतल्यानंतर तुम्ही पूर्वीसारखे राहणार नाही... गेस्टाल्ट बदलून गेलाय. आता तुम्हाला कळून चुकेल की, परमात्माच आपला श्वास घेत असतो. तोच तुमच्यामध्ये जिवंत असतो. तुम्ही तुमच्यामध्ये नसून तोच तुमच्यामध्ये असतो तुम्ही फक्त त्याचे वाहन असता; तुम्ही त्याचे फक्त हात असता. एक माध्यम असता. जीवन त्याचं आहे... तुम्ही बासरी आहात. मात्र वाजवणारा 'तो' आहे.

आत्तापर्यंत तुम्हाला वाटत होतं की, वाजवणारे 'आपणच' आहोत. तुम्ही समजत होतात, गाणं तुम्ही म्हणताहात पण तसं नाही. तुम्ही फक्त माध्यम आहात. अगदी बासरीलाही थोडी अक्कल असती, ती थोडी सुशिक्षित असती तर कदाचित तिलाही वाटलं असतं की, आपणच स्वर काढतोय... हा मनुष्य विनाकारण फुंक मारून कष्ट करतोय.

कबीर म्हणतात, *मै बांस की पोंगरी हूँ। गीत मेरे धुन तेरी...*

बासरीचा बांबू जो होतो तो संतपदाला जातो. आता आणखीन काही मिळवण्यासारखं राहिलेलं नाही. उलट गंग समुद्रही सोखै, ससिं ओ सूरहिं ग्रासै।

नवग्रही मारि रोगिया बैठे, जल मह बिंब प्रगासै।

सगळं उलटं होऊन जातं! पाण्यामध्ये आग लागते. जळामध्ये सूर्यबिंब प्रकट होतं, सगळीकडे प्रकाश होतो.

बिनु चरनन को दहं दिसी धावै, बिनु लोचन जग सूझै।

आता अशी वेळ येते की, पायांची गरजच पडत नाही. 'चेतना' दाही दिशांना, 'पाया' विनाच धावू शकते. साहजिकच आहे 'पाय' हा अवयव शरीराला जरूरी आहे. चेतनेसाठी कशाचीही आवश्यकता नाही... शरीराची नाही, विशिष्ट स्थानाची नाही किंवा विशिष्ट वेळेची नाही... आता बिनु चरनन नंतर बिन लोचन जग सुझै। 'सत्याच्या' दर्शनासाठी या डोळ्यांची गरजच काय?

महावीरांचे डोळे बंद आहेत. सगळ्या मूर्ती पाहा. तसंच आहे. जैनांमध्ये दोन पंथ आहेत. श्वेतांबर आणि दिगंबर. या दोन पंथांमध्ये वादविवाद आहेत की, महावीरांचे डोळे बंद असावेत का उघडे असावेत? दोन्ही पंथांनी वेळ वाटून घेतला. अर्धा दिवस डोळे उघडे ठेवायचे आणि अर्धा दिवस बंद करायचे. 'उघडे डोळे' ठेवण्यासाठी एकप्रकारचे खोटे डोळे लावले जातात. श्वेतांबर पंथाचा हा मार्ग चुकीचाच आहे. कारण डोळे उघडे ठेवण्याचं काहीच प्रयोजन नाही. कारण या डोळ्यांनी 'सत्य' पाहता येत नाही. त्यासाठी 'आतली' नजर लागते आणि ती 'आतली' नजर ही शरीराची नसून चेतनेची आहे. ही 'नजर' जागृततेची आहे. 'पूर्णपणे भानावर' असल्याची आहे.

बिनु लोचन जग सूझै...।

आणि हे डोळे उघडायची गरजच नसते मुळी. या डोळ्यांनी जगातलं सत्य नाही दिसू शकत... या डोळ्यांनी फक्त मायेचा पसारा दिसू शकतो. या डोळ्यांनी फक्त वरवरचं जग दिसतं... आतली दुनिया दिसण्यासाठी 'आतले' डोळे पाहिजेत. 'आतली नजर' पाहिजे... डोळे कधीतरी बंद होणारच, हात-पाय कधीतरी थकणारच. त्यामुळे या बाहेरच्या अवयवांना काहीच अर्थ नाही. तुमच्या आतमध्ये जी चेतनेची ऊर्जा आहे. तीच ऊर्जा दाही दिशांना संचार करू शकते, डोळे नसताना पाहू शकते, हात-पाय नसताना स्पर्श करू शकते.

चेतनेसाठी, आत्म्यासाठी वेळ किंवा ठिकाणाची गरजच नाही. कारण या दोन्ही गोष्टी फक्त बाह्य शरीरासाठी आहेत.

बुद्धांना कोणीतरी विचारलं... जेव्हा आपण शरीराचा त्याग कराल तेव्हा प्रत्यक्षात कुठे असाल? बुद्धांनी उत्तर दिलं... असेन तर सर्व ठिकाणी, नाहीतर कुठेच नाही. कारण एकदा शरीराचं माध्यम संपल्यानंतर वेळ किंवा ठिकाणाचं कारणच काय? नाही का?

तुम्ही जसजसे ध्यानामध्ये खोलवर उतराल तसतसं तुम्हाला जाणवेल की, वेळ आणि ठिकाण... काहीही नाही. त्याचं अस्तित्व संपलेलं आहे.

ससै उलटि सिंह कंह ग्रासै, ई अचरज को बूझै।

सशानं उलट सिंहाला खाण्यासारखी अघटित घटना घडल्याप्रमाणे प्रतीत होतो. अचानक तुम्हाला साक्षात्कार होतो की, आपण एक प्रकारची विराट शक्ती बनलोय. सशानं सिंहाला खाल्लंय... आयुष्यभर लीन दीन होतो. कायम भिकाऱ्यासारखे हात पसरत राहिलो. आता तुम्हाला स्वत:ला मालक झाल्यासारखं वाटतं, तुम्ही सम्राटासारखे बनता. ई अचरज को बुझै!

स्वामी राम अमेरिकेला गेले. ते स्वत:ला सम्राट म्हणत असत. तसं तर जवळ काहीच नव्हतं. दोन लंगोट्या आणि एक लोटा. परंतु स्वत:ला बादशहा राम म्हणायचे. त्यांनी एक पुस्तक लिहिलं. नाव दिलं बादशहा रामांचे सहा हुकुमनामे! जेव्हा बोलत असत तेव्हाही स्वत:ला बादशहा राम म्हणायचे... म्हणायचे की बादशहा रामाला तहान लागलीये, पाणी द्या... हे सारं ऐकायला विचित्र वाटायचं आणि अमेरिकेत तर फारच विचित्र वाटायचं. प्रत्यक्ष अमेरिकेचे अध्यक्ष त्यांना भेटले होते. त्यांनीही त्यांना विचारलं की आपण स्वत:ला बादशहा म्हणवता... आपण कसले बादशहा आहात? तुमच्याजवळ तर काहीच नाही... राम म्हणाले, ''म्हणूनच तर मी बादशहा आहे. कारण माझं काही मागणं नाही, माझ्या काहीही गरजा नाहीत. मी पूर्णपणे भरलेला आहे. तुमचे श्रीमंतातले श्रीमंत लोकंही इथे गरीब आहेत, कारण त्यांच्या मागण्या अजून पूर्ण झालेल्या नाहीत.''

एक सूफी फकीर होता. जुनैद! एक सम्राट त्याच्या जवळ गेला... बरोबर दहा हजार सोन्याच्या मोहरा घेऊन गेला... जुनैदनं विचारलं, ''तुमच्याजवळ पुरेशा आहेत ना? आणखीन काही मागायचं नाही ना?'' सम्राट म्हणाले, ''मागण्या कधी पुऱ्या होतात का? तुमच्या चरणांपाशी आलोय... काही आशीर्वाद द्या.'' जुनैद म्हणाले, ''या मोहरा तुम्ही घेऊन जा. कारण नाहीतर तुम्हाला कमी पडतील. आम्ही तर सम्राट आहोतच. आम्हाला काहीही कमी नाही. कारण या मोहरा घेऊन आमच्यात काहीच भर पडणार नाही. कारण आम्ही तर 'पूर्ण' आहोत. घडा पूर्णपणे भरलेलाच आहे... तसं तुमचं नाही. या मोहरा मला दिल्यानंतर तुम्ही मात्र गरीब होऊन जाल. तसेही तुम्ही माझ्यापेक्षा गरीबच आहात. म्हणून म्हणतो तुम्ही या मोहरा घेऊन जा.'' जुनैद गरीब होते. जवळ काहीही नव्हतं... तरीही हे कुठल्याप्रकारचं स्वामीत्व? आपण मालक असल्याचा, सम्राट असल्याचा हा कुठला भाव? कबीर म्हणतात... ससै उलटि सिंह कंह ग्रासै, ई अचरज को बूझै।

जो आत्तापर्यंत हीनदीन होता. अचानक गेस्टाल्ट बदलले, ध्यानात खोल शिरल्यानंतर शरीराची आसक्ती संपते... 'आतमध्ये' प्रवास सुरू झाला आणि सम्राट बनले. कमजोर होते, ते महाशक्तिशाली बनले. जे अज्ञानी होते ते परमज्ञानी झाले, बंधनात होते ते मुक्त झाले. ई अचरज को बूझै। अतिशय क्षुद्र गोष्टींसाठी जे सतत रडत होते, तळमळत होते, ते आता आनंदानं नाचायला लागले. ते परमात्मा बनून गेले... ई अचरज को बूझै। कबीर म्हणतात, तुमच्यात दोन्ही गोष्टी वास करत असतात. वासना जोपर्यंत असते तोपर्यंत तुम्ही दरिद्री राहता. जोपर्यंत तुमच्यामध्ये 'कर्ता' भाव असतो, तोपर्यंत तुम्ही भिकारी असता. म्हणूनच वासना जेव्हा संपते तेव्हाच तुम्ही मालक बनता. तुम्हाला वाटतं एक वासना पूर्ण केली संपलं, पण तसं नसतं. वासना पूर्ण करून संपत नसते, तर ती वाढत असते.

म्हणूनच बुद्ध म्हणतात, वासना सतत वाढणारी असते. तिला तुम्ही कधीच पूर्ण करू शकणार नाही. कितीही उपाय करा, पण ती नाही पूर्ण होऊ शकत.

आपल्याजवळ दहा हजार असतात, पण वाटतं लाखभर हवेत. लाखभर मिळाले की, वाटतं दहा लाख हवेत. वासना कमी होण्याऐवजी दुपटीतिपटीनं वाढत राहते. वासना आणि तुम्ही यांतलं अंतर कायम दुपटी-तिपटीचंच असतं... म्हणून तुम्ही कायम गरीबच राहता.

जगात दोन्ही तऱ्हेचे गरीब असतात. एक पैसा असून गरीब आणि दुसरे पैसा नसल्यानं गरीब. वासनेच्या मागे लागून लागून आपल्या हातात काहीच लागलं नाही ही जाणीव जेव्हा होते, दृष्टी जेव्हा बदलते तेव्हाच तुम्ही मालक बनता. कर्ता बनता. आता हाच माणूस उलटा प्रवास करू लागतो. वासनेच्या रस्त्यानं न जाता 'आतल्या' रस्त्यानं प्रवास सुरू होतो.

चेतनेचेसुद्धा दोन प्रवास असतात. एक वासनेच्या दृष्टीने काहीतरी मिळवण्यासाठी आणि दुसरा स्वत:ला मिळवण्यासाठी. शांत बसून 'आतमध्ये' जाण्यासाठी. जो स्वत:ला मिळवतो, ते सगळं काही मिळवतो आणि बाह्य जगातलं सर्वकाही मिळवून स्वत:ला मिळवलं नाहीत, तर तुम्ही निर्धनच राहणार... गरीबच राहणार. भिकाऱ्यासारखे आपण रोज मरत आहोत हे तुम्हाला त्रास देणार.

औंधे घड़ नहीं जल बूड़ै, सूधे सों जल भरिया।
जिहि कारन नल भींन भींन करु, गुरु परसादे तरिया।।

तुम्ही नेहमी सारखा सुलटा घडा घेऊन नदी पार करायला लागलात तर बुडून जाल. पण उलटा घडा घेतलात तर तरून जाल. कारण नेहमीच्या सुलट्या घड्यामध्ये पाणी जाऊ शकतं. उलट्या घड्यामध्ये पाणी नाही जाऊ शकत आणि आत्ता तर तुम्ही जसे आहात, तसे तर बुडतच चालला आहात. कारण घडा तुम्ही साधा घेतला आहे. म्हणूनच प्रत्येक क्षण तुम्ही बुडतच चालला आहात... आणि त्यामुळे हे ही कळतंय की, या प्रतिक्षण बुडण्यामुळे दु:ख कमी न होता वाढतंच आहे. कालच्यापेक्षा आज जास्त आहे. एवढंच काय पण काल तुमच्या मनात होतं की कदाचित उद्या हे दु:ख कमी होईल... अशा तऱ्हेनं तुम्ही रोजच्या रोज खोल-खोल बुडत चालला आहात. तुमचे सगळे आधार संपत चाललेत, सगळ्या नावा बुडत चालल्या आहेत... एक गोष्ट स्पष्ट आहे.

औंधे घड़ नहीं जल बूड़ै, सूधे सों जल भरिया।

तुमच्याजवळचा घडा सुलटा आहे. त्याला जरासा उलटा करा. ज्या रस्त्यानं तुम्ही चालला आहात, विचार करा आणि उलटा रस्ता पकडा. तुम्ही जे करताय, ज्याचा विचार करताय त्याच्या बरोबर उलटं करा. आत्ता अहंकारी आहात... तर निरहंकारी बना... विचारी आहात सारखे विचार करता, तर आता निर्विचारी व्हायची सवय लावा. वासनेनं भरलेले आहात, तर आता वासनहीन होण्याचा प्रयत्न करा.

औंधे घड़ नहीं जल बूड़ै, सूधे सों जल भरिया।
जिहि कारन नल भींन भींन करु, गुरु परसादे तरिया।।

घड्याला उलटं करायचं कौशल्य ज्या-ज्या लोकांना प्राप्त झालं, ते गुरूच्या या प्रसादानं तरून गेले. विविध तऱ्हेचे लोक तरून गेले. जिहि कारन नल भींन भींन करु। भिन्न-भिन्न तऱ्हेचे लोक याचा लाभ घेऊन गेले. प्रत्येकाची तरून जाण्याची तऱ्हा भिन्न-भिन्न! प्रत्येकाची जीवन जगण्याची चेतना भिन्न पण... ते सगळे तरून गेले. एकंदरीत सारांश काय, तर औंधे घड़ नहीं जल बूड़ै, सूधे सों जल भरिया। जिहि कारन नल भींन भींन करु, गुरु परसादे तरिया।।

कबीर यातली मेख बरोबर सांगतात... ती अनेक संतांनीही सांगितलीय... कबीरांचा मतितार्थ असा आहे. तुम्ही स्वत: तुमचा घडा उलटा करू शकलात तरीही

आणि तुमच्याजवळ गुरू नसेल, तर तुम्ही तरून नाही जाऊ शकणार. कारण 'गुरु परसादे' हे महत्त्वाचं! पहिली महत्त्वाची गोष्ट म्हणजे गुरुविना तुम्ही घडा उलटा करूच शकणार नाही. परंतु तरीही समजा काही योगायोगानं तुम्ही तो उलटा करू शकलात तरीही तुम्ही तरून नाही जाऊ शकणार. कारण तुम्हाला अहंकार होणार... हे 'मी केलंय... मी तरून जाणार, कोण मला अडवणार? 'मी' हा घडा उलटा केलाय. आता 'मी' दुःखी नाही, 'मला' शांती प्राप्त झाली आहे. आता माझं काहीही वाकडं होऊ शकत नाही! हा जो तुमच्यातला अहंकार आहे तो तुमच्या घड्याला क्षणात सुलटा करू शकतो. कारण 'अहंकार' संपूर्ण नष्ट झाल्याशिवाय घडा पूर्ण उलटा होऊ शकत नाही. तुमची अवस्था अहंकारविरहित झाली की, तुमचा घडा पूर्ण उलटा होऊन जातो, पण ही सारी चिंता कोण करणार? असं सतत तुम्हाला सावध कोण करणार? कोण तुमची काळजी घेणार?

गुरूचा अर्थ असा आहे की, जो पूर्ण तरून गेला आहे आणि तो तुम्हाला उत्तेजना देणार आहे. तुमची काळजी घेणार आहे. समजा दहा लोकं प्रवासाला निघाले. वाटेत घनदाट जंगल लागलं... ते काय करणार? तर रात्री पाळीपाळीनं जागणार. म्हणजे एकानं जागायचं बाकीच्या नऊ माणसांनी झोप घ्यायची. जो जागलेला असतो. तो संकट आलं तर बाकीच्या मंडळींना जागं करतो. नंतर त्याच्या झोपण्याची वेळ येते तेव्हा दुसरा कुणीतरी जागत बसतो. म्हणजेच एकानं कुणीतरी जागत राहणं आवश्यक असतंच.

गुरूचा अर्थ जो स्वतः जागा आहे. तुमच्या झोपलेल्या अवस्थेत या जागत्या गुरूंची खूपच आवश्यकता. कारण तुम्ही सारखे सारखे झोप घेणार आणि मग तुमचा घडा सुलटा होणार... सारखे सारखे तुम्ही विसरणार, चुका करणार... मग तुम्हाला सावध कोण करणार?

एक सूफी फकीर होते. त्यांचं खरं नाव कुणाला माहीत नव्हतं. परंतु 'खैर नस्साज' नावानं ते ओळखले जात असत. एक दिवस एका झाडाखाली ध्यान करत बसले होते. एक मनुष्य गुलामाच्या शोधात त्या झाडाखाली आला. त्याला एक दणकट शरीराचा गुलाम विकत घ्यायचा होता. फकिरांना पाहून त्याला वाटलं हा कुठून तरी पळून आलेला गुलाम आहे आणि या जंगलात लपला आहे... माणूस तर मजबूत दिसतोय... कामाला छान आहे. त्या माणसानं फकिरांना विचारलं, ''तू पळून आलेला गुलाम आहेस का?''

फकिरांनी डोळे उघडले आणि म्हणाले... ''बरोबर आहे तुमचं... पळून आलेला आहे आणि गुलामपण आहे.'' त्याचा अर्थ एवढाच होता की, परमात्म्यापासून पलायन केलेलं होतं आणि तीच माझी गुलामी होऊन गेली. हीच तर अडचण आहे की संसारी मनुष्य आणि फकीर माणूस यांच्या भाषेत काहीच साम्य नसतं.

नस्साज म्हणाले, ''आपण बरोबर बोलताय... मी पळून आलेलो आहे आणि गुलामच आहे...'' त्यावर तो गृहस्थ म्हणाला, ''बरंच झालं... मी तर एका गुलामाच्या शोधातच आहे. चल माझ्यामागोमाग. तुलाही एखादा मालक पाहिजे ना?'' ''होय तर!'' नस्साज म्हणाले... ''हीच तर माझी शोधयात्रा आहे. मी मालकालाच शोधतोय.'' त्या माणसानं नस्साजला घरी आणलं आणि म्हणाला, ''आता मी तुझा मालक आणि तू माझा गुलाम. मी जे काही काम तुला सांगेन, ते तुला करावं लागेल.'' नस्साज म्हणाले, ''हेच तर मला पाहिजे होतं... कुणीतरी मला काही सांगावं आणि मी ते ऐकावं... काय करावं आणि काय करू नये हे सांगणारं मला कुणीतरी हवंच होतं. आत्तापर्यंत माझ्या मनानं जे काही केलं, ते सगळं विचित्र झालं. स्वत: करून फसलो... तुम्ही भले गृहस्थ भेटलात.''

त्या माणसाच्या मनात काहीतरी संशय आला. हा तर वेडाच वाटतोय. गुलाम म्हणून याला आपण आणलाय खरा, पण याची भाषा काहीतरी निराळी वाटतेय... अर्थात काय करायचंय आपल्याला? तो तर तयार आहे ना काम करायला... मग झालं तर... शिवाय फुकट मिळालाय. काहीही पैसे मोजावे लागले नाहीत. आणखीन म्हणजे तब्ब्येतही धट्टीकट्टी दिसतेय. काम सुरू झालं. गुलाम तर भला निघाला. त्या माणसानं त्याला नाव दिलं खैर! 'खैर' म्हणजे भला. त्या गृहस्थाचा कपडे विणण्याचा व्यवसाय होता. त्याने याला कपडे विणायला शिकवलं... म्हणून त्याचं दुसरं नाव ठेवलं गेलं, 'नस्साज', कारण 'नस्साज' म्हणजे कपडे विणणारा. अशारीतीनं त्याचं नाव झालं, 'खैर नस्साज' अशा तऱ्हेनं काम करता-करता दहा वर्षे लोटली... मालकासाठी इतकं सुंदर काम केलं, इतकी सेवा केली, मालकाला इतका मान दिला की, मनोमन मालकाला खंत वाटायला लागली. आपण याचं शोषण करतोय हे मनात कुठेतरी खुपायला लागलं. या गुलामाच्या जिवावर मी इतकी दौलत मिळवली, पण याच्यावर काहीही पैसा खर्च केला नाही. आता याला मुक्त करण्याची वेळ आली आहे. त्या गृहस्थाने त्याला बोलावलं आणि सांगितलं, ''तू खूपच कामाचा निघालास. छान काम केलंस, पण आता मला खटकतंय की मी तुझं शोषण करतोय. त्यामुळे आतापासून मी तुला मुक्त करतोय. आता तू तुझा मालक झालास.''

नस्साज म्हणाले, ''तुम्ही मला माझा मालक बनवलंत खरंच फार कृपा झाली. खूप काही शिकायला मिळालं. तुमच्याजवळ 'दास' होण्याची कला मला शिकायला मिळाली. कारण 'गुलाम होणं' म्हणजे काय हे जेव्हा खरं कळायला लागलं, तेव्हा सगळा अहंकार गळून गेला. अहंकार गळाला की, 'गुलामी' संपायला सुरुवात होते. तुम्ही तर मला मुक्त केलंत... पण आता तुमचं काय? तुम्ही किती काळ गुलाम बनून राहणार?''

फकिराची भाषा आणि सांसारिकांची भाषा भलेही वरवर सारखी वाटते, पण ती कधीच सारखी नसते. ते वेगळंच काहीतरी पाहत असतात आणि तुम्ही काहीतरी वेगळंच पाहता.

कबीर म्हणतात, तुम्ही इतके झोपलेले आहात की, सतत तुम्हाला कुणीतरी जागं केल्याशिवाय तुम्ही जागे होणारच नाही. त्यामुळे तुमचा घडा उलटा राहणं शक्यच नाही. तुम्ही बुडणारच. माहीत नाही किती जन्मात तुम्ही किती वेळा बुडलेले आहात. आता तर हळूहळू बुडण्याचीसुद्धा तुम्हाला सवय झाली आहे. आता बुडण्यात तुम्हाला त्रासही होत नाही. तुम्हाला वाटतं हेच जीवन आहे. असंच बुडणारं जीवन असतं. तुरुंगात एखादा कैदी बरीच वर्षे राहिला की, त्याची त्याला छान सवय होऊन जाते. त्याला वाटतं हेच जीवन आहे. जुने कैदी बाहेर पडतात तेव्हा आतले विचारतात, ''आता परत कधी येणार?'' कैद्यांना तुरुंग घरासारखा वाटायला लागतो. बाहेर गेल्यानंतर ते सैरभैर होतात. शिवाय तुरुंगापेक्षा सुरक्षित जागा ती कोणती. कुठल्याही चिंता नाहीत, भांडणं नाहीत, सांसारिक विवंचना नाहीत, एखाद्या सम्राटाला असतो तसा चारही बाजूला पहारा! मोठमोठ्या भिंती... की कोणी आतमध्ये येऊ शकत नाही. रात्री निश्चिंत झोप... दुष्काळाची भीती नाही, जेवणाची भ्रांत नाही. कामाची चिंता नाही. इथे कोणी बेरोजगार राहत नाही. सगळंच कसं सुरक्षित! म्हणूनच तुरुंगाबाहेर आल्यानंतर कैद्यांना बाहेरचं आकाश घाबरवून टाकतं. पोपटाला पिंजऱ्याबाहेर सोडून पाहा, त्याची कशी अवस्था होते ते. थोड्याच वेळात तो परत येतो पिंजऱ्यापाशी. त्याला पिंजऱ्याबाहेर काढायचे प्रयत्न केलेत तर तो पिंजरा पकडून ठेवतो, ओरडतो. का? तर पिंजरा हेच त्याचं जीवन झालेलं असतं. त्याचीच सवय होऊन जाते... पिंजऱ्यासारखं सुख कुठेच नाही. मोकळं आकाश धोकादायक वाटतं.

बुडण्याची सवय झाली आहे तुम्हाला. तुरुंग हे तुमचं घर बनलेलं आहे. हे घर तुम्ही खूप सजवलेलं आहे, रंगरंगोटी केली आहे... आपण ज्या ठिकाणी आहोत तिथे रोजच्या रोज बुडतो आहोत, हेच तुम्ही विसरला आहात.

''जिहि कारन नल भींन भींन करु, गुरुपरसादे तरिया।'' म्हणूनच तुम्ही स्वत:हून कुठल्याही तऱ्हेनं तरून जायचे प्रयत्न केलेत तरीही ते अशक्य आहे... कुणीतरी आसपास जागा राहिलेला असला पाहिजे की, जो तुम्हाला सतत सावध करेल. त्याचाच अर्थ आहे – गुरुप्रसाद!

'प्रसाद' शब्द यासाठी वापरलाय, कारण तुमच्याकडून त्याची कोणतीच अपेक्षा नाही. अर्थात 'त्याला' देण्यासारखं तुमच्याजवळ आहे काय म्हणा? 'प्रसाद' म्हणजे हे विनाशर्त दान आहे. तो तुम्हाला देतो आहे, ते तुम्ही घ्यायचं इतकंच! दुसरा कोणताही प्रतिसाद नकोय. म्हणूनच गुरू जे काही तुम्हाला देतात, तो प्रसाद असतो. तुम्ही त्याची कधीही परतफेड करू शकत नाही.

पूर्वीची म्हण आहे. पित्याचं ऋण फेडता येतं, मातेचं ऋण फेडता येतं, शिक्षकाचं ऋण फेडता येतं, पण गुरूचं ऋण फेडता येत नाही. कारण ऋण फेडण्यासारखं तुम्ही देणार तरी काय?

बुद्धांना त्यांचा शिष्य आनंदानं विचारले, ''तुम्हाला काय देऊ म्हणजे आम्ही तुमच्या ऋणातून मुक्त होऊ? बुद्धांनी उत्तर दिलं... ''एकच काम करा. जे झोपलेले आहेत, त्यांना जागं करा... दुसरा काही उपाय नाही...'' म्हणूनच गुरूच्या देण्याला 'प्रसाद' म्हणतात. गुरूचं कोणतंही देणं हे प्रसादच... अगदी त्यांनी राख दिली तरीही तो प्रसादच. त्यांच्या स्पर्शानं राखेचंही सोनं होतं.

त्यांचं सारं देणंच मौल्यवान. जो 'जागा' झालाय त्याच्या हातातली राखसुद्धा मौल्यवान असते आणि जो 'झोपलेला' आहे, त्याच्या हातातलं सोनंही राखेसमान आहे. कारण खरा प्रश्न आहे, तो झोपण्याचा आणि जागं असण्याचा! 'जागं' राहण्यानं (जागृत) प्रत्येक गोष्ट सोन्यासारखी उजळून निघते आणि झोपेमुळे सगळ्याची माती होते.

मूर्च्छा ही सगळ्या गोष्टींना नष्ट करणारी आहे. ती म्हणजे मृत्यूच! आणि 'जागृत' होणं म्हणजे सगळ्या गोष्टींना जाग देणं! म्हणजेच जागृतता म्हणजे जीवन आहे. महाजीवन !

पैठि गुंफा मंह सब जग देखै, बाहर किछुउ न सूझै।

'हृदयाच्या गुंफेत' बसून राहतो. बाहेर नजर टाकत नसून 'आतमध्ये' पाहतो. 'आत' पाहणं हाच जागृत होण्याचा उपाय. डोळे बंद करायचे, कान बंद करायचे, हात सैल सोडायचे आणि शरीराला इतकं सैल सोडायचं की जणूकाही त्याचं अस्तित्व नाहीच.

उलिटा बान पारिघिही लागै, सुरा होय सो बूझै।

याचवेळी असं काही घडून जातं की ते अलौकिक असतं.

''सूरा होय सो बूझै।'' जो खराखुरा साहसी आहे तोच यातून मार्ग काढू शकतो. साध्यासुध्या माणसाचं कामच नाही हे. कारण तुम्ही जो तीर ज्या 'लक्ष्या'ला मारण्यासाठी सोडत आहात तो तिकडे न जाता सरळ तुमच्याच हृदयात घुसतोय.

'उलिटा बान पारिघिहि लागै।

उलटबांसी! तुमची चेतना ही आत्तापर्यंत बाहेर सोडला जाणारा तीर आहे. सगळी 'लक्ष्यं' बाहेरची! कुणाला धनसंपत्ती हवीय, कुणाला मोठं पद हवंय, कुणाला आणखीन काय काय हवंय. कारण संसार तर फार मोठा असल्यामुळे 'लक्ष्यं' खूपच असणार. त्यामुळे तुमच्या चेतनेचा तीर बाहेर ही सारी 'लक्ष्यं' गाठण्यासाठी जाणार. परंतु तुम्ही डोळे मिटून 'आत' पाहायला सुरुवात करता तेव्हा उलटा प्रवास सुरू होतो. तो चेतनेचा तीर बाहेरच्या ऐवजी आतमध्ये घुसायला लागतो... 'आतमध्ये

पाहताना डोळे वेगळं पाहतात. त्यांचा पाहण्याचा ढंग बदलतो आणि चेतना 'आतल्या बाजूला' वाहायला लागते. जशी गंगा गंगोत्रीजवळ वाहायला लागते. मूळ स्रोतापाशी तुमच्यातली चेतना येते. जिथून बाहेर पडते तिथेच परत येते. तिचा 'उगम' हेच तिचं 'लक्ष्य' बनतं आणि त्याचवेळी जीवनातली साक्षात्कारी घटना घडते, जीवनात परमधन्यता निर्माण होते. पण कबीर म्हणतात, 'सुरा होय सो बूझै।' कमकुवत माणसांचं हे काम नाही. ही परमसाक्षात्कारी घटना सहन करण्याची ताकद सामान्य माणसांमध्ये नाही. हे साहसी माणसांचं काम आहे म्हणूनच आपण महावीरांना 'महावीर' म्हणतो... त्यांचं खरं नाव वर्धमान होतं... ज्या दिवशी 'बाणा'चा प्रवास उलटा झाला त्या दिवसापासून आपण त्यांना महावीर म्हणायला लागलो... 'वर्धमान' तर मृत झाले... महावीर जन्माला आले... महावीर म्हणजे परमसाहसी!

एक कायमच लक्षात ठेवा धर्म ही कमजोर माणसांची गोष्टच नाही मुळी! घाबरणारे आणि कमकुवत लोक तुम्हाला हमखास मंदिरामध्ये सापडणार. गुडघे टेकणारे, हात जोडणारे, नवस बोलणारे... सगळे लोक तिथेच भेटणार. परंतु त्या मंडळींना धार्मिक नाही म्हणता येणार. कारण तिथेही ही मंडळी काहीतरी मागतच असतात. त्यांचा तीर बाहेरच जात असतो. विवेकानंदांचे वडील जेव्हा मरण पावले त्या वेळची गोष्ट! तोपर्यंत ते घर कर्जबाजारी झालेलं होतं. वडिलांनी खूप कर्ज करून ठेवलं होतं. घरची खूप गरिबी होती. घरात खायला काहीवेळा अन्नाचा कणही नसायचा... आणि विवेकानंदांना तर लागला होता, नाद रामकृष्णांचा! आता तर परिस्थिती खूप बिघडायला लागली होती. विधवा आई, डोक्यावर कर्ज... कधीकधी विवेकानंद घरी जात तेव्हा त्यांच्या लक्षात यायचं एकासाठीच पुरेल इतकं अन्न आज आहे. आई किंवा ते स्वत:! अशावेळी ते आईला खोटंच सांगायचे की आज मला मित्रानं जेवायला बोलावलंय... बाहेर रिकाम्या पोटानं हिंडून, रस्त्यावरच्या नळाचं पाणी पिऊन, पोटावरून हात फिरवत ते घरी यायचे आणि आईला म्हणायचे, ''मित्राकडे भरपूर जेवण झालंय. काय मस्त होता स्वयंपाक...'' मस्त ढेकर देत-देत विविध पदार्थांची नावं घेत जेवण झाल्याचं सांगायचे की त्यामुळे आईला विश्वास वाटावा!

रामकृष्णांना हे समजलं... हे तर फारच भयंकर आहे. ते विवेकानंदांना म्हणाले, ''हे नाही चालणार... तू काय वेडा आहेस का? देवळात कालीमातेची मूर्ती आहे... मातेजवळ जाऊन काहीतरी माग... तुला जे पाहिजे ते माग....''

विवेकानंद गाभाऱ्यात गेले. रामकृष्ण बाहेर थांबले. एक तास गेला... तासानंतर विवेकानंद बाहेर आले. खूप आनंदित चेहरा आणि डोळ्यांतून पाणी वाहतंय. रामकृष्णांनी विचारलं, ''मागितलंस का काही?'' विवेकानंद उद्‌गारले, ''अरेच्चा... विसरलोच... बरी आठवण केलीत...'' पुन्हा गाभाऱ्यात गेले... एका तासानं पुन्हा

बाहेर आले... प्रसन्न मुद्रा... रामकृष्णांनी विचारलं, ''काय मागितलंस?'' विवेकानंद म्हणाले, ''मी काहीही मागू शकणार नाही. आईजवळ काय मागणार?... समोर 'ती' असताना मला आणखीन काय हवंय? तिला काय माहीत नाही माझी परिस्थिती? परमात्म्याला तर सारंच माहीत असतं. त्याच्या मर्जीप्रमाणेच सगळं चालतं. त्याच्या मर्जीपेक्षा तर आपण शहाणे नाही ना? त्यानं ज्या अर्थी अशी परिस्थिती दिलीय, त्या अर्थी त्यात काहीतरी अर्थ असणार. तुम्ही म्हणालात म्हणून आत गेलो, पण आतमध्ये गेल्यानंतर इतका तल्लीन झालो आणि विलक्षण आनंदानं भरून गेलो. माझं भुकेलं पोट माझ्या लक्षातही आलं नाही. मी काहीतरी मागण्यासाठी आलोय हे विसरून गेलो... छे... छे... माझ्या हातून काहीही मागणं होणार नाही.''

रामकृष्ण म्हणाले... ''मी हाच विचार करत होतो, कारण तू काही मागितलं असतंस तर तू 'संसारी' ठरला असतास. तू काहीही मागितलं नाहीस, तरच तू या मार्गावरून चालू शकशील. कारण या रस्त्यावरून फक्त साहसी मंडळीच प्रवास करू शकतात.''

'सुरा होय सो बूझै।' अज्ञातात प्रवास करण्याचं साहस ज्यांच्या अंगी आहे. हिंमत ज्यांच्या अंगी आहे, त्यांनीच हा रस्ता पकडावा. अत्यंत क्षुद्र गोष्टी सोडून 'विराटा'मध्ये प्रवेश करण्याची ताकद हवी.

गायन कहे कवहुं नहिं गावै, अनबोला नित गावै। साधक गात असतो, पण ते गाणं नसतं. तो असतो एक आनंदभाव... तो काहीही बोलत नसतो, तरीही गाणं चालू असतं. अनबोला नित गावै। उलटबांसी. उलटा प्रवाह... मीरा गाताना आपण पाहतो. पण कबीर म्हणतात की ती गात नाही... 'आतमध्ये' सगळं शांत आहे. एकही शब्द उमटत नाहीये. तुम्ही बुद्धांना, महावीरांना डोळे मिटून शांत बसलेलं पाहता पण कबीर म्हणतात, 'गाणं' चालू आहे. आतमध्ये, अनहद नाद बाजे!

संतांची स्थिती या 'उलटबांसी' प्रमाणे आहे. संत बोलतात तरीही ते बोलत नसतात आणि तुम्ही गप्प बसता तरी तुम्ही बोलत असता. चूप बसणं वरवरचं असतं. आतमध्ये भरपूर बोलणं चालू असतं आणि संतमंडळी बोलत असतात वरवर... पण आतमध्ये गहन 'शांत' असतात. संतांच्या गप्प बसण्यातलं 'बोलणं' आणि तुमच्या गप्प बसण्यातलं 'बोलणं' यात फरक आहे. संतमंडळी गप्प बसतात आणि तुम्हालाही 'गप्प' बसायला सांगतात... ''माझ्यासारखे वागा, दरवाजा उघडा आहे. आत या आणि गप्प राहा!'' असं ते तुम्हाला सांगत असतात. तुम्ही संतांबरोबर त्यांच्या सहवासात राहिलात तर तुम्ही त्यांच्याकडून बरंच काही शिकाल.

'मौन' हे अध्यात्माचं द्वार आहे. शब्दांपासून मुक्त होण्याची पद्धती आहे.

गायन कहे कवहुं नहिं गावै, अनबोला नित गावै।
नट वट बाजा पेखनि पेखै, अनहद हेत बढ़ावै।।

संसाराकडे एक खेळ म्हणून ते पाहतात. एक नाटक म्हणून पाहतात. 'नट वट बाजा पेखनि पेखै' संसाराचा हा सगळा वाद्यवृंद जो वाजतोय, या सगळ्या क्रीडा ज्या चालल्या आहेत; अभिनय चालले आहेत, नाटकं चालली आहेत... हे संतलोक संसाराकडे एक नाटक म्हणूनच पाहतात. हे द्रष्टेपण आहे.

अनहद हेत बढ़ावै। इकडे संसाराकडे नाटक म्हणून पाहायचं आणि दुसरीकडे स्वत:च्या 'आतमध्ये' नि:शब्दतेकडे ओढा वाढवायचा.

संसाराला जोपर्यंत तुम्ही वास्तविक मानता तोपर्यंत त्याच्या मोहात, त्याच्या प्रेमात तुम्ही वाहून जाता. कारण 'वास्तवाकडे' प्रेमाचा ओढा असतो. तुम्ही संसाराकडे खेळ म्हणून कसे काय पाहणार? तुम्ही सिनेमाला जाता. त्यातलं सगळं खोटं-खोटं तुम्हाला खरं वाटतं... मंडळी डोळे पुसत असतात. दोन-दोन रुमाल वापरतात. त्यातल्या त्यात एक बरं की, सगळीकडे अंधार असतो... त्यामुळे कुणाला दिसत नाही. पडद्यावर चित्रपट वगैरे काहीही नसतं. सगळा ऊन-सावलीचा खेळ असतो.

संत म्हणतात, 'हा संसार म्हणजे ऊन-सावलीचा खेळ आहे,' ते त्याला नाटकच समजतात आणि नाटकाला तुम्ही लोक संसार समजता. कारण तिथेही तुम्ही रडता, हसता, आनंद घेता. तिथेही कुणाचा खून झाला की तुम्हाला दु:ख होतं, समोर पडद्यावर कुणी कुणाला भोसकलं की तुम्ही एकदम ताठ बसता, उत्तेजित होता. तुम्ही नाटकालाच वास्तव समजता... मग संसाराला नाटक कसं काय समजणार? आणि खरा अर्थ यातच आहे की संसार म्हणजे नाटक आहे, याची जाणीव होणं!

नट वट बाजा पेखनि पेखै, अनहद होत बढ़ावै।

कथनी-बदनी निजुकै जोहै, ई सभ अकथ कहानी। या सगळ्या खेळाकडे, केवळ संसाराच्या खेळाकडेच नव्हेतर आपल्या सगळ्या कर्माकडे, कृतीकडेही एखाद्या द्रष्ट्याप्रमाणेच हे संतलोक पाहतात. साधं उदाहरण... आपल्याला भूक लागते... संतांनाही भूक लागते, पण आपण म्हणतो मी भुकेला आहे, पण संतांच्या दृष्टीनं 'शरीर' भुकेलं आहे. स्वत:ला ते भुकेशी जोडून घेत नाहीत. पायाला ठेच लागली तर ती तुम्हाला लागते, पण संतांच्या पायाला ठेच लागली, तर ती त्यांच्या 'पायाला' लागते. त्यांना नाही लागत. गरजेचं जे असेल ते सर्व ते करतात... पण हा सारा खेळ आहे हे जाणून असतात.

संतांमध्ये सतत साक्षीभाव जागृत असतो. हा 'साक्षीभाव' असणं, ही जगातली मोठी अमूल्य गोष्ट आहे. म्हणूनच कबीर म्हणतात, ''कथनी-बदनी निजुके जोहै, निजुके जोहै...' साक्षी असणं! सगळं पाहायचं पण साक्षीभावानं पाहायचं. कोणतीही गोष्ट चिकटवून घ्यायची नाही किंवा कोणत्याही गोष्टीच्या बंधनात राहायचं नाही. 'सगळ्यांतून' जायचं पण अस्पर्श राहायचं... संसारात असूनही संसाराची 'स्वत:'मध्ये घुसखोरी होऊन द्यायची नाही. हीच तर सारी 'साधू'ची लक्षण आहेत.

'ई सभ अकथ कहानी' ही सारी अद्भुत गोष्ट आहे. संसाराकडे एकदा का नाटक म्हणून पाहिलं की मग कसल्या चिंता, कसले कष्ट 'ई सभ अकथ कहानी', 'धरती उलटि आकासहि बेधै, ई पुरखन की बानी' पूर्वजांची ही वचनं ज्यांनी जाणली आहेत... की धरती आकाशाला छेद देत आहे, त्यांचीच चेतना उलट प्रवास करून संसाराला छेद देते.

बिना पियावे अमृत अंचवै, नदिय नीर भरि राखै।
कहहिं कबीर सो जुग-जुग जीवै, राम सुधारस चाखै।।

बिना पियावे अमृत अंचवै... चारही बाजूंनी अमृताची बरसात होतेय. ते भरून घेण्यासाठी पेल्याचीही गरज नाहीये. 'तुमच्यामध्येच' ते भरलं जातंय. बिना पियावे अमृत अंचवै।... अमृताचा वर्षाव होतो, तो कधी पेल्यामध्ये होत नसतो. तर सगळे बंध तोडून, सगळे किनारे तोडून तुमच्याभोवती सागरासारखा तो उसळत असतो. 'नदिय नीर भरी राखै' तुमच्यामध्ये एखादी नदी वाहत राहावी, तसा तो वाहत राहतो. सुकलेल्या भूमीवर आकाशातून बरसात व्हावी, तसं काहीसं होऊन जातं. चारही बाजूंनी ही बरसात होत असते...

'कहहिं कबीर सो जुग-जुग जीवै...' ज्याच्यावर या अमृताची बरसात होते त्याला मृत्यू नाही. तो सदाचाच जिवंत राहणार आहे. चिरंतन काळापर्यंत या परमात्म्याच्या अमृताचं प्राशन करीत राहणार आहे. 'राम सुधारस चाखै'... जगामध्ये दोन प्रकारचे स्वाद आहेत. एक शरीराचा अन् दुसरा आत्म्याचा! तुम्ही जेव्हा भोजन करता तेव्हाचा स्वाद असतो तो शरीराचा, संभोग करतानाचाही स्वाद शरीराचा असतो, फुलांचा सुगंध येतो... तो मनभरून आपण घेतो... तोही स्वाद शरीराचाच. दुसरा स्वाद जो इंद्रियांशी संबंधित नाहीतर आत्म्याशी संबंधित आहे. तो स्वाद आहे परमात्म्याचा. परंतु हा स्वाद कधी प्राप्त होतो? तर तुमचा प्रवास उलटा सुरू होतो तेव्हाच.

तुमची गंगा सागराला ग्रासून टाकते, तुमची यात्रा उलट्या मार्गानं सुरू होते तेव्हाच हा स्वाद प्राप्त होणं शक्य आहे.

औंधे घड़ नहीं जल बूड़ै, सूधे सों जल भरिया।
जिहि कारन नल भींन भींन करु, गुरु परसादे तरिया।।

इतकंच रहस्य आहे की तुमचा घडा उलटा झाला पाहिजे. जेव्हा संसाराचं पाणी तुमच्या घड्यात भरणार नाही. तेव्हा परमात्मा अमृताचा वर्षाव तुमच्यावर करेल. साध्या घड्यामध्ये 'संसार' भरून जातो आणि तुम्ही बुडून जाता. असंख्य वेळा असे बुडलेले आहात. आता भानावर या!

■

सूत्र

रस गगन गुफा में अजर झरै।
बिन बाजा झनकार उठे जहं, समुझि परै जब ध्यान धरै।।
बिना ताल जहं कंवल फुलाने, तेहि चढ़ि हंसा केलि करै।।
बिन चंदा उजियारी दरसै, जहं तहं हंसा नजर परै।
दसवें द्वार तारी लागी, अलख पुरुष जाको ध्यान धरै।
काल कराल निकट नहिं आवै, काम-क्रोध-मद-लोभ जरै।।
जुगत-जुगत की तृषा बुझानी, कर्म-मर्म अध-व्याधि टरै।
कहै कबीर सुनो भाई साधो, अमर होय कबहूं न मरै।।

नऊ

रस गगन गुफा में अजर झरै

अमृताचा शोध म्हणजे धर्म... माणसाच्या आयुष्यात एकच गोष्ट ठाम आहे. निश्चित आहे, ती म्हणजे मृत्यू! दुसरी कोणतीही गोष्ट निश्चित नाही. बाकी सर्व गोष्टी योगायोग आहेत. अनिश्चित आहेत. मृत्यू मात्र योगायोग नाही... तो निश्चित आहे. वाचण्याचे कितीही उपाय असोत, सगळे व्यर्थ जाणार! कारण मृत्यू निश्चित आहे. मृत्यूपासून अजून कोणीही सुटलेला नाही. पशुपक्षी, झाडं-झुडपं यांनाही मृत्यू आहे, पण त्यांना तो माहीत नसतो. म्हणूनच मनुष्य सोडून दुसरे कोणीही प्राणिमात्र 'धर्म' निर्माण करीत नाहीत.

मृत्यूच्या जाणिवेमुळेच 'धर्माची' निर्मिती होते. जितकी ती जाणीव तीव्र असेल, तितका धर्माचा शोध तीव्र असतो. मृत्यूचं अस्तित्व नसेल, तर धर्माचा शोध संपून जाईल. माणूस कधीच मरणार नसेल तर मंदिरं, मशिदी सगळ्या पाडल्या जातील. म्हणूनच वयाची जसजशी वाढ होत असते, तसतसा माणूस धर्माकडे ओढला जातो. वय वाढत जातं तसतसा माणूस मरणाबद्दल विचार करायला लागतो. म्हणून मंदिरं, मशिदी आठवायला लागतात. तारुण्यात माणसं मंदिरांना विसरलेली असतात. तारुण्याची नशा असते. मनुष्याचं जीवन चढावर असतं, गती असते जीवनाला. एकंदरीत भोगांची नशा असते. परंतु जसजसा उतारावरचा प्रवास सुरू होतो तसतसा भरवसा कमी व्हायला लागतो, हातातून काहीतरी निसटत चालल्याची जाणीव व्हायला लागते. मृत्यूची चाहूल लागायला लागते तसतसा धर्म आठवायला लागतो.

धर्माच्या शोधासाठी मृत्यूचं कारण असतं म्हणूनच धर्माचा शोध म्हणजे अमृताचा शोध. अमृताचा अनुभव जोपर्यंत मिळू शकत नाही तोपर्यंत माणूस भयभीत असतो मृत्यूसाठी! कितीही विसरण्याचा प्रयत्न करा, कितीही लपवण्याचा प्रयत्न करा... पण ती भीती असतेच. म्हणूनच आम्ही मृत्यूला लपवण्याचे सतत प्रयत्न करत राहतो.

या सर्व गोष्टींत एक महत्त्वाची गोष्ट लक्षात घेणं जरूर आहे. जगात दोन संस्कृती आहेत. एक संस्कृती आहे, ती कामवासनेला दाबून टाकणारी आहे आणि दुसरी संस्कृती आहे, ती मृत्यूच्या अस्तित्वाला दाबून टाकणारी आहे. पाश्चिमात्य देशात मृत्यूच्या अस्तित्वाला दाबण्याचे प्रयत्न होताना दिसतात आणि 'सेक्सभावना' मुक्तपणे वापरताना दिसतात. पूर्वेकडे सेक्सभावना दाबून टाकलेली दिसते. कामवासना बंधनात आहे, पण मृत्यूच्या अस्तित्वाला खुलेपणानं स्वीकारलेलं आहे... या दोन संस्कृती जगात आहेत....

कामवासना आणि मृत्यू हे दोन किनारे आहेत. कारण कामवासना म्हणजे जन्माचा स्त्रोत आणि तुम्ही जन्माचा स्त्रोत जर दाबून टाकत असलात, तर मृत्यू तुम्हाला मान्य करायलाच हवा. कारण दोनच पर्याय जीवनात आहेत. जन्म मान्य

केलात तर मृत्यू विसरा... आणि मृत्यूचं अस्तित्व मान्य केलंत तर जन्माचा स्रोत विसरावा लागतो. पूर्वेकडे लोकांनी निश्चित केलं की, आम्ही मृत्यूचं अस्तित्व पाहणार. जन्माकडे लक्ष नाही देणार... कामवासनेकडे नाही लक्ष पुरवणार. जशी काही कामवासना अस्तित्वातच नाही. असं काही जीवन जगायचं, की जणू कामवासना नाहीच या जगात.

समजा परग्रहावरून एखादा माणूस आपल्या इथे उतरला आणि गावागावांतून, बाजारातून फिरायला लागला, तर त्याला पत्ताही लागणार नाही की, यांच्या जीवनात कामवासना आहे की नाही. कारण आम्ही मंडळींनी तिला रात्रीच्या अंधारात लपवलं आहे. आमच्या जीवनात बाहेरच्या जगात तिचं अस्तित्व आम्ही दाखवत नाही. आम्ही आमच्या मनात तिला लपवलेलं आहे.

जी संस्कृती कामवासनेला दाबून टाकते, त्या संस्कृतीत मृत्यूचा गंभीरतेनं विचार होतो आणि म्हणूनच पूर्वेकडे लोक धार्मिक झाले. कारण मृत्यूकडे गांभीर्यानं पाहिलं की आपोआपच अमृताचा शोध सुरू होतो. पश्चिमेकडे कामवासनेला मुक्त सोडलं गेलं आणि मृत्यूला नाकारलं. म्हणूनच पाश्चिमात्य देशांमध्ये मृत्यूला विसरून जाण्याचे प्रयत्न केले जातात. तिकडे मृत्यूची चर्चा करणं अशिष्ट मानलं जातं आणि पूर्वेकडे कामवासनेवर बोलणं अशिष्ट मानलं जातं. कामवासनेवर जर कुणी चर्चा करत असेल, तर त्याला संस्कारहीन, असभ्य मानलं जातं. या उलट पश्चिमेकडे कामवासनेवर कितीही चर्चा करा... कसंही वागा... कुणाला काहीही वाटत नाही, पण 'मृत्यूची चर्चा...' शांतम् पापम्।

'मृत्यूला' माणसांनी पर्यायी शब्द शोधलेत 'स्वर्गवासी झालेत', 'वैकुंठवासी झालेत' इ.इ. आमच्यातले तर अनेक जण तसं पाहता 'नरकवासीच' होणारे असतात, पण आपण म्हणतो स्वर्गवासी झाले. कारण 'मृत्यू' शब्दाच्याऐवजी स्वर्गवासी शब्द जास्त मधुर आहे. यामुळे असं वाटतं की, ही व्यक्ती मरण पावली नाहीये... आहे कुठेतरी! मृत्यूच्या अस्तित्वाला लपवण्याची ही मोठी युक्ती! लोक म्हणतात, 'चोला छोड दिया' शरीर सोडून गेले... म्हणजे जणू फक्त शरीराचा त्याग केलाय, मेलेले नाहीत.

'मृत्यूचं तथ्य' लपवण्यासाठी हजारो युक्त्या आम्ही शोधल्या आहेत... पश्चिमेकडे तर जरा जास्तच. मृत्यूनंतर एखादा उत्सव असल्यासारखं त्या देहाला सजवून, दिमाखात फुलांच्या गाडीतून नेलं जातं. 'मृत्यू' नाहीच जणू... त्याचं अस्तित्व लपवण्याचे हे सगळे खटाटोप... म्हणूनच सगळी स्मशानं गावांबाहेर असतात. पश्चिमेकडे तर सुंदर-सुंदर शिलालेख कोरतात. 'अमुक-अमुक माणूस इथे चिरनिद्रा घेत आहे...' मेलेला नाही... मृत्यूला लपवणं... एखादी गोष्ट कायमची नष्ट झाली आहे हे अमान्य करणं. पश्चिमेकडे 'मृत्यू' हा विषय

जाणूनबुजून नाकारला गेलाय... म्हणूनच तिथे विज्ञानानं जन्म घेतला. कारण मृत्यूचा विचार हा चेतनेतून बाजूला झाला की उरतो तो फक्त जन्माचा विचार, म्हणजेच कामवासना... जीवन...! आणि मग जीवन अधिकाधिक सुलभ कसं होईल, त्यानुसार त्याच्या सुविधांचे शोध लागले आणि त्यासाठी विज्ञान! असं चक्र चालू झालं. जीवन जास्तीत जास्त रंगारंग कसं होईल, कलात्मक कसं बनवता येईल, राहायला चांगली-चांगली घरं, रस्ते, इतर सोयी यांसाठी सगळी ऊर्जा वापरली जाऊ लागली. मृत्यूला विसरले आणि जीवनाला घट्ट कवटाळलं, अशी परिस्थिती तिथे निर्माण झाली आणि विज्ञानाचा जन्म झाला!

पूर्वेनं कामवासनेचा सखोल विचार केला नाही. त्यामुळे जीवन उपेक्षित राहिलं... कसे जगता तुम्ही? काही कुणाला घेणं नाही... घाणीतले जिवजंतू राहतात तसे राहतो आपण. झोपड्यांमध्ये माणसं जिवंत राहतात का मरतात? पोटभरीचं खातात का भुकेले राहतात? कुणीही विचार करत नाही. माश्यांनी भरलेली दुर्गंधीयुक्त घरं... हा खेळ फक्त दोन दिवसांचा... कधीतरी संपणारच... म्हणजे खरीखुरी गोष्ट कोणती तर मृत्यूच. तो येणारच... मग तुम्ही झोपडीत राहा किंवा महालात राहा. कुठेही मृत्यू येणारच. म्हणजे सतत मृत्यूभोवती विचार गुंफलेले!... जीवन किंवा जन्म दोन्हीकडे पूर्वेच्या मंडळींनी दुर्लक्षच केलेलं आहे. त्यामुळे इकडे विज्ञानाचा विकास झाला नाही. धर्म मात्र विकसित झाला आणि ज्या वेळी या दोन्ही गोष्टींकडे एखादी व्यक्ती पूर्ण जागरूकतेनं पाहते, तेव्हा तिच्याबाबतीत क्रांती घडते. ही क्रांती सत्याकडे नेणारी असते. कारण एकाला लपवून दुसऱ्याकडे पाहणं म्हणजे होणारा बोध, हा अर्धा होणार. तुम्ही अधुरे राहणार आणि अर्धसत्य हे असत्यापेक्षाही भयानक असतं. कारण अर्धसत्य हे सत्यासारखंच वाटतं, पण ते सत्य नसतं. पूर्णसत्य हेच खरं सत्य असतं.

अशा एका संस्कृतीला पुढे नेणारे तुम्ही बनावं की, जी फक्त सत्याकडे पाहते. मला तुम्हाला असंच बनवायचं आहे. जन्मही असणार आहे, जीवनसुद्धा आहे आणि कधीतरी मृत्यूही येणार आहे, याची जाणीवही असणारी संस्कृती हवी... विज्ञानाचा विकास हवाच, कारण त्यामुळे आपण रोजचं जीवन सुलभतेनं जगू शकू आणि धर्माचा विकासही हवाच की त्यामुळे आम्हाला अमृताचा शोध लागेल.

फक्त 'विज्ञान'च जर जगात असेल तर केवळ मृत्यूचाच 'शोध' होईल. म्हणूनच विज्ञानानं अणूबाँब आणि हायड्रोजन बाँबचे शोध लावले. शोध घेता-घेता मृत्यूचाच शोध घेतला. जे दाबून टाकायला पाहतो तेच समोर येतं... जे दाबून टाकलं जातं, त्याचाच शोध घेतला जातो आणि ते हातात येतं. कुठेही, कितीही लपवा, कुठे लपवलंय ते तुम्हाला स्वत:ला माहीतच असतं. कितीही विसरण्याचा प्रयत्न करा,

पण तुम्हाला तर त्याचा पत्ता माहीतच असतो आणि जी गोष्ट लपवलेली असते, तीच तुमच्या अचेतन मनाला प्रभावित करत असते.

एका शास्त्रज्ञानं आयुष्यभर संशोधन करून आपला शोध पूर्ण केला. पन्नास वर्षं त्यानं त्यात घालवली होती. एक दिवस धावत-धावत घरी आला आणि म्हणाला, ''पन्नास वर्षं घालवली, पण काम पूर्ण झालं.'' दारातच त्याचा लहान मुलगा बसलेला होता. त्यानं मुलालाही सांगितलं की, ''बेटा, इतकी वर्ष काम केलं... संशोधन पूर्ण झालं.'' मुलानं विचारलं, ''असं काय अद्भुत शोधलं तुम्ही?'' बापानं उत्तर दिलं, ''मी अशी एक गोष्ट शोधलीये, की ज्यामुळे मनात आणलं, तर एका क्षणात मी जगभराच्या लोकांचा संहार करू शकतो!'' मुलगा लहानच होता. उत्सुकतेपोटी तो म्हणाला, ''बाबा, मग पहिल्यांदा मलाच मारून दाखवा ना!'' मुलं नेहमी म्हणतात ना... की पहिल्यांदा मला करून दाखवा म्हणून, तसंच!

तो शास्त्रज्ञ अत्यंत उदास झाला. मुलाचं बोलणं त्याला अस्वस्थ करून गेलं. सगळेच शास्त्रज्ञ उदास आहेत... कारण कळत-नकळत त्यांनी मृत्यूचा शोध लावलाय... 'जीवन' शोधायला गेले होते, पण शोधला काय, तर मृत्यू! जे लपवायला गेले होते, तेच हातात आलं.

पश्चिमेच्या लोकांनी मृत्यूचं सूत्र शोधून काढलं. 'सहजपणे कसं मारावं, कौशल्यानं कसं मारावं!' आता एका क्षणात सगळी दुनिया नष्ट करता येते. ही तर अजबच गोष्ट झाली. शोधायला गेले जन्म हाती लागला मृत्यू.

पूर्वेच्या मंडळींनी कामवासनेला सतत दाबून-दाबून सगळं चित्त कामवासनेत एकवटून टाकलंय... शोधायला गेले ब्रह्मचर्य, पण ब्रह्मचर्य मिळालं नाही. मिळालं काय? तर लपलेली वासना. मनामध्ये सतत 'कामवासना' थैमान घालत राहते. त्याचीच धून वाजत राहते... आणि 'कामवासनेची' धून जोपर्यंत वाजत राहते तोपर्यंत कबीरांची धून ऐकायला येणारच नाही. तोपर्यंत कबीर ज्या विश्वाचा विचार करतात ते दहावं दार कधीच उघडलं जाणार नाही. 'कामवासना' हा तर पहिला दरवाजा आहे आणि पहिल्याच दरवाज्यावर जो अडकला आहे, तो दहाव्या दरवाज्यापर्यंत कसा काय पोहोचणार? दहावं दार तर अखेरचं दार आहे. अंतिम दार! पहिल्याच दाराशी घुटमळलो तर शेवटापर्यंत कसे जाणार! परंतु जितकं आम्ही कामवासनेला दाबून टाकलंय तितकेच आम्ही कामवासनेनं भरून गेलोय आणि पश्चिमेकडे जितका मृत्यूचा विचार दाबून टाकला तितका तो उफाळून आला. मला एवढंच सांगायचंय, जितके तुम्ही लपवायला पाहाल, विसरायला पाहाल ते आज नाहीतर उद्या प्रकट होणारच. जीवनातल्या स्पष्ट अशा वास्तविकतेकडे सरळ नजरेनं पाहा. जीवनात जन्म जितका वास्तव आहे, तितकाच मृत्यू वास्तव आहे. म्हणूनच जन्माकडेही पाहा

आणि मृत्यूकडेही पाहा. भयामुळे, संकोचामुळे ज्या गोष्टी तुम्ही लपवायला जाता, त्या वारंवार तुमच्या समोर येतातच. भीतीपासून आत्तापर्यंत कोणीही मुक्त झालेलं नाही. म्हणून निर्भय बना.

रोमा रोलाँनं डायरीत याबद्दल फार सुंदर टिपण्णी केलीय. ''मी एकच गोष्ट जाणतो. निर्भयता... जीवन जसं आहे तसं आरपार पाहणं... निर्भयतेनं पाहणं! काहीही लपवणं नको. जीवन जसं आहे, त्या संपूर्ण अनुभवाला सामोरं जाणं श्रेयस्कर आहे. काही लपवायला जाल, तर जीवन अपूर्ण राहील.''

एक लक्षात ठेवा. कामवासना जीवनाचं सूत्र आहे आणि त्याचाच अंत म्हणजे मृत्यू आहे. जे काही जन्मानं सुरू होतं ते मृत्यूमध्ये संपून जातं आणि जे जन्मापूर्वी असतं ते मृत्यूनंतरही राहतं.

जन्म आणि मृत्यूकडे सरळ, तीव्र नजरेनं पाहाल तर तुमच्या डोळ्यांतही अशी शक्ती निर्माण होईल की, जन्ममृत्यूच्या पलीकडचंही तुम्ही पाहू शकाल. पण एका किनाऱ्याकडे डोळेझाक कराल तर इतके भयभीत होऊन जाल की, काहीही बघण्याची ताकद राहणार नाही आणि ज्या डोळ्यांमध्ये भय आहे ते डोळे जणू धुक्यातच आहेत. कोणतीच गोष्ट नीट पाहू शकत नाहीत. अशावेळी तुम्ही तर्क शोधायला जाता. तसे तर सगळेच तर्क शोधत असतात, परंतु तर्क म्हणजे सत्य नव्हे. कारण वेडी लोकंसुद्धा तर्क करू शकतात.

मुल्ला नसरुद्दीन एकदा मानसोपचारतज्ज्ञांकडे गेले... तज्ज्ञानं तपासणीनंतर सांगितलं, ''या माणसाची विचारशक्ती डळमळीत आहे का नाही, हे पाहायला हवं...'' तज्ज्ञ म्हणाले, ''नसरुद्दीन, समजा आम्ही तुमचा एक कान कापला तर काय होईल?'' नसरुद्दीन पटकन म्हणाला, ''काय होणार? माझी ऐकण्याची क्षमता अर्धी होईल... दुसरं काय?''

तज्ज्ञ पुढे म्हणाले, ''आणि समजा दुसराही कान आम्ही कापून टाकला, तर काय होईल?''

नसरुद्दीन म्हणाला, ''तर मग मी पाहू शकणार नाही...'' ते मनोविकारतज्ज्ञ हे ऐकल्यानंतर चकित झाले. म्हणाले, ''आश्चर्याची गोष्ट आहे... कान कापण्याशी पाहण्याचा काय संबंध?'' नसरुद्दीन म्हणाला, ''मूर्खांनो... कान कापल्यानंतर माझा चष्मा खाली नाही का पडणार?'' एककल्ली माणसांचेसुद्धा काही तर्क असतात. ते तर्क आपण मोडून नाही काढू शकत. तसं तर नसरुद्दीननं सांगितलं, तेही काही खोटं नव्हतं.

तुम्हीही तुमच्या जीवनात एका गोष्टीकडे पूर्णपणे दुर्लक्ष केलंत किंवा लपवलीत आणि दुसरीकडे संपूर्ण लक्ष केंद्रित केलंत, तर तुमच्या स्वभावातही एक प्रकारचा एककल्लीपण येऊ शकेल... एककल्लीपणा (झक्कीपन) ... म्हणजेच असंतुलन...

एका बाजूला झुकणं!... संतुलन म्हणजे सम्यकत्व... मध्यावर असणं. एखादा डोंबारी दोरावरून चालत असतो तेव्हा क्षणात एकीकडे तर क्षणात दुसरीकडे जरा झुकतो. का? तर संतुलन राखण्यासाठी आणि जीवनात प्रत्येक क्षणाला संतुलन सांभाळावं लागतं. कारण संतुलन म्हणजे कोणती वस्तू नाहीये, जी एकदा गोळा केली, जमवली की संपलं! ती प्रत्येक क्षणाला सांभाळावी लागते. प्रत्येक पावलाला डोंबाऱ्याला हे संतुलन सांभाळावं लागतं. कारण प्रत्येक पाऊल हे नवीन असतं, नवीन स्थिती असते. असं नाही की एकदा सांभाळला तोल... चला आता बेपर्वाईनं. आपलं जीवनही दोरीवर चालणाऱ्या डोंबाऱ्यासारखं आहे. सतत सावध राहावं लागतं. डाव्या बाजूला जास्त झुकाल तर डावीकडे पडाल. उजवीकडे जास्त झुकलात तर उजवीकडे पडण्याची भीती... कुठल्याही बाजूला पडलात, तरी मृत्यू निश्चित! फक्त मध्यावर तोल सांभाळला तरच वाचू शकाल.

म्हणून जन्माच्या बाजूला झुकणं नको किंवा मृत्यूच्या बाजूला झुकणं नको. कामवासनेवर सगळा भर नको तसा मृत्यूपासून सुटका होण्यासाठी वैराग्याचाही अतिरेक नको. 'काम' म्हणजे सर्वस्व नाही, तसा संसारात मोक्ष म्हणजेही सर्वस्व नाही... दोन्हीच्या मध्यावर पाय रोवून उभे ठाका. ट्रान्सेन्डेन्स पाहिजे. कुठलीही कामना राहता कामा नये. अगदी मोक्षाची सुद्धा! तरच तुम्ही दोन्ही गोष्टींतून सहीसलामत पार होऊ शकाल... जी व्यक्ती अशी दोन्हींतून पार होते, तिच्याच जीवनात आश्चर्यकारक घटना घडायला सुरुवात होते आणि कबीर तेच सांगतात.

या घटना खूप अतर्क्य असतात. शब्दांमध्ये मांडायच्या झाल्या तरीही फार विरोधाभास असतो. कारण जे काही म्हणायला जाल त्यात अपूर्णता आहे. जे काही सांगायला जाल त्यातही काहीतरी सांगायचं उरणार आहे. तुमचं बोलणं ऐकणाऱ्याला वाटतं की, हा नशेत काहीतरी बरळतोय... कारण ऐकणारा त्याच्या दृष्टिकोनातून ऐकत राहणार. त्याच्या दृष्टीचा तुमच्या सांगण्याशी काहीच ताळमेळ नाही.

तुम्हाला जीवनाचा एकच अनुभव आहे. तो अनुभव पहिल्या दरवाज्याचा! समजा फारच खोलवर अनुभवांची व्याप्ती गेली तर जास्तीत जास्त नवव्या दरवाज्यापर्यंत तुम्ही पोहोचू शकता. तुमचा अनुभव तिथंपर्यंतच सीमित आहे. दहाव्या दरवाज्याचा तुम्हाला काहीही अनुभव नाही.

आपल्या शरीराला नऊ दरवाजे आहेत. दोन डोळे, दोन कान, दोन नाकपुड्या, तोंड, गुदद्वार आणि जननेंद्रिय. तुमचं सगळं जीवन यातच सामावलेलं आहे. दहावं दार आहे, ते म्हणजे सहस्त्रार! ते शरीरात आहे पण तरीही शरीराचं द्वार नाही. कारण या नऊ दरवाज्यांतून तुम्ही बाहेरचा अनुभव घेऊ शकता. या नऊ दरवाज्यांद्वारे तुम्ही दुसऱ्या शरीराशी संबंधित राहता. जसं डोळ्यांनी तुम्ही काय पाहता? तर दुसऱ्याला पाहता, कानानं दुसऱ्याला ऐकता, हातानं दुसऱ्याला स्पर्श करता. दहावं दार आहे

ते अनंताचं आहे. एका टोकाला कामवासना, तर दुसऱ्या टोकाला हे दहावं दार! कामवासनेनं जो निर्माण होतो तो मरण पावतो, त्याच्यासाठी मृत्यू निश्चित आणि दहाव्या दारातून जो प्रकट होतो, तो अमृत मिळवू शकतो. कामवासनेनं शरीर निर्माण होतं आणि शरीराला मरण असतं. दहाव्या दरवाज्यातून अशरीरी अनुभूती निर्माण होते आणि तिला मरण नसतं. हे दहावं दार तुमच्या मस्तकात असतं. भालप्रदेशावर मध्यात! आणि हे पहिलं व शेवटचं दार जे असतं, त्याच्या दोन्हीच्या मधल्या भागात सगळा खेळ चालू असतो. सगळं नाटक चालू असतं.

पहिल्या दारातून तुम्ही या जगात प्रवेश करता आणि दहाव्या दारातून तुम्ही संसारातून बाहेर पडता. पहिलं दार एन्ट्रन्स! दहावं दार एक्झिट! ही तर गोष्ट निश्चित आहे की जिथे एन्ट्रन्स आहे तिथे एक्झिटही असतेच.

कामवासनेतून तुमचा या जगात प्रवेश होतो. जननेंद्रिय हे माणसाचं या जगात येण्याचं प्रवेशद्वार आहे. त्यालाही आम्ही विसरलोय. कुणी विचार करत नाही की याचे आई-बाप संभोग करत होते, म्हणून याचा जन्म झालाय. कारण असा विचार करणं म्हणजेसुद्धा पापच... कारण आई-वडील... आणि संभोग... या गोष्टी तर वाईट माणसंच करतात.

तुम्हीसुद्धा स्वच्छपणे कधी विचार केलाय का? की कसे काय तुम्ही या जगात आलात?... आपले आई-बाप संभोग करत होते म्हणून... हा विचारसुद्धा तुम्हाला भयप्रद वाटतो; लाजिरवाणा वाटतो. जननेंद्रियांद्वारे आपण या जगात आलोय, हा विचारही नकोसा वाटतो. म्हणून आम्ही त्याचा विचारच करत नाही. परंतु हे सत्य असं विसरता येणार नाही. लपवून किंवा विचाराबाहेर टाकून त्याची सत्यता खोटी नाही ठरणार... या पहिल्या दारातून तुम्ही या जगात आलेले आहात आणि तिथेच अडकून पडलात तर कसं होणार? मग तर या संसारापासून सुटकाच होणार नाही. जसा येण्याचा मार्ग आहे, तसा जाण्याचाही मार्ग आहे आणि त्या मार्गाचा शोध म्हणजे धर्म आहे. हा शोध म्हणजेच अमृताचा शोध! या जीवनात मृत्यू हा आहेच... पण हे जीवन म्हणजेच सर्वस्व आहे, असं जेव्हा तुम्ही मानायला लागता तेव्हा मृत्यूच्या विचारानं तुम्ही सातत्यानं भयभीत राहता; एखाद्या ज्वालामुखीच्या तोंडावर बसल्यासारखं प्रत्येकक्षणी घाबरलेली अवस्था असते. कारण कोणत्याही क्षणी मृत्यू येऊ शकतो आणि तो येतोच.

बायजीद नावाचे एक सूफी साधू होते. फकीर होते. हज यात्रेला निघाले एक दिवस... स्वस्ताईचे दिवस होते... एका पैशात एक दिवसाचा जेवणाचा वगैरे खर्च होता. खिशात एक पैसा घेतला आणि निघाले यात्रेला. त्यांचा एक श्रीमंत भक्त होता. तो म्हणाला, 'हे काय करताय तुम्ही... एका पैशात हज यात्रा?' कधी ऐकलंय का असं कुठे? बरोबर बऱ्याच मोहरा घेऊन तो आला होता. त्यानं ती थैली बायजीद

यांच्याकडे दिली आणि म्हणाला, ''हे राहू दे बरोबर... एका पैशात कधी हज यात्रा होते काय? एवढा लांबचा प्रवास. कमीतकमी सहा महिने लागणार आहेत.''

बायजीद म्हणाजे, ''ही थैली मी जवळ ठेवतो, पण तू मला खात्री देतोस का... की मी एका दिवसापेक्षा जास्त जगेन म्हणून... उद्याही राहणार आहे का मी या जगात? तू माझ्या जगण्याची खात्री देत असलास तरच मी ही थैली जवळ बाळगेन?'' तो धनवान भक्त त्यावर म्हणाला, ''मी कसा काय भरवसा देणार? उद्या तुम्ही या जगात असालच हे मी खात्रीपूर्वक कसं काय सांगू शकणार? कारण खरंच उद्याचं कुणीच काही सांगू शकत नाही.'' बायजीद त्यावर म्हणाले, ''उद्याचा भरवसा नाहीये ना? मग एका दिवसासाठी एक पैसा पुरे आहे. उद्याची खात्रीच नाही तर मग त्याची व्यवस्था कशाला?''

त्या गर्दीत आणखीन एक फकीर बसला होता. बायजीद तोपर्यंत 'साक्षात्कारी' झाले नव्हते. अगदी त्याच्या जवळ मात्र पोहोचले होते... काठापर्यंत पोहोचले होते. फक्त डुबकी मारायची बाकी होती. म्हणूनच हज यात्रेला निघाले होते. जाणिवा खोलवर होत्या... म्हणूनच तर या धनवान भक्ताचे पैसे परत केले होते. ''सांभाळून ठेव, तुझ्या कामाला येतील,'' असं म्हणून थैली परत केली होती. तर त्या गर्दीतला तो फकीर उठला आणि जोरजोरात हसायला लागला. बायजीद त्याच्याजवळ गेले आणि म्हणाले, ''हसायला काय झालं?'' तो फकीर म्हणाला, ''जर एका दिवसाचा भरवसा असेल, तर मग उद्याचा भरवसा ठेवण्याला तरी काय हरकत? एक तरी पैसा ठेवलात ना. मग एक पैसा ठेवला काय आणि करोडो रुपये ठेवले काय? काय फरक पडतो... आजचा भरवसा आहे तुम्हाला? जर एका पैशावर भरवसा आहे तर मग परमात्म्यावर किती भरवसा?... आहे का नाही?'' एवढं ऐकलं आणि बायजीद यांनी तो एक पैसाही फेकून दिला. तो पैसा फेकल्यावर बायजीद प्रबुद्ध झाले; साक्षात्कारी झाले.

एका क्षणाचीही खात्री नाही, पण व्यवस्था केवढी? तरतूद केवढी? ही भलीमोठी! ही तरतूद करता करता तुम्ही मरून जाल. पैसा, धन या गोष्टी पेट्रोलसारख्या आहेत. ते काही मुक्कामाचे ठिकाण नाही. काही लोक हे धनसंपत्तीचं 'पेट्रोल' जमवण्याच्या इतके नादी लागतात की यात्रेला जाण्यासाठी वेळच मिळत नाही. यात्रेला जाण्यासाठी हे पेट्रोल जमा करून तयारी करत राहतात पण तयारी कधी पूर्ण होतच नाही आणि त्यामुळे यात्रा घडत नाही... पेट्रोल जमा करता करताच हे मरून जातात.

'धन' म्हणजे मुक्काम नाही, तर मुक्कामापर्यंत पोहोचण्याच्या मार्गावरचं साधन आहे. धनसंपत्ती जमा करण्यासाठी तुम्ही इतके हट्टी असता की जसा काही तुम्हाला उद्याचा पक्का भरवसा आहे आणि तसा तर क्षणभराचाही आपण भरवसा देऊ शकत नाही. कोणत्याही क्षणी मृत्यू आपलं दार ठोठावू शकतो. आपल्या या

जीवनप्रवाहातच मृत्यू लपलेला असतो. तुमच्या जन्माबरोबरच तुमचा मृत्यूसुद्धा या जगात आलेला आहे. जन्माच्या क्षणीच ठरलेलं आहे की तुम्ही कसे आणि केव्हा मरणार आहात. एकेका क्रोमोझोमचं आयुष्य ठरलेलं आहे. सत्तर वर्षांपर्यंत तो जिवंत राहणार का ऐंशी वर्षांपर्यंत? बस्स. तेवढंच तुमचं आयुष्य. जरा चांगल्या पद्धतीनं राहाल तर थोडं जास्त जगणं पण ते ठरलेलं आहे. म्हणूनच प्रवेशद्वारापाशीच अडकून पडू नका... बाहेर पडण्याचा मार्गही शोधा, त्यालाच बुद्धांनी नाव दिलंय निर्वाणद्वार! तेच सहस्रार!

तुमच्या मस्तकाच्या सर्वांत वरती जिथे हिंदू लोक शेंडी ठेवतात... ही शेंडी सहस्रारचं प्रतीक आहे. फक्त प्रतीक आहे, पण फक्त शेंडी ठेवून सगळं काही घडत नसतं. सगळे केस कापून फक्त शेंडी ठेवत होते ते लोक. परंतु शेंडी ठेवल्यामुळे फक्त ते दहावं दार असल्याचं ठिकाणच दर्शवलं जात होतं. बाकी काय? हजारो लोक शेंड्या ठेवतात, पण ध्यान वगैरे करणं फार दूरची गोष्ट. सगळं ध्यान फक्त पहिल्या दाराजवळच!... त्याला शेंडी म्हणण्याचं कारण इतकंच की ते शिखर आहे... शेंडा आहे... जीवनाचं शिखर इथं आहे म्हणून ती शेंडी! त्या शिखरापासूनच तुगचा परमात्मा-प्रवेश होणार आहे.

कबीरांचं हे वचन त्या दहाव्या द्वाराच्या प्राप्तीनंतरचं आहे म्हणूनच समजायला कठीण आहे. तर्क करण्यासाठी कठीण आहे. हे असं कसं होऊ शकतं? हा विचार छळू शकतो, परंतु तरीही घाईघाईनं निष्कर्षाप्रती येऊ नका. अनुभवानंतर निर्णय घ्या. त्यानंतरच कबीरांप्रमाणे तुम्ही आनंदानं नाचायला लागाल.

'रस गगन गुफा में अजर झरै' दहाव्या दाराचं नाव आहे गगन गुफा! कारण त्यानंतर गगन सुरू होतं. अनंत आकाश सुरू होतं, सीमा समाप्त होतात, असीमाची सुरुवात होते. आकार संपून निराकाराची सुरुवात होते. म्हणून गगन गुफा!

'रस गगन गुफा में अजर झरै...' सतत वाहणारा अमृतरस या गगन गुफेमध्ये खळखळतोय. तुम्ही आत्तापर्यंत फक्त एकाच रसाचा अनुभव घेतलेला आहे. तो आहे कामवासनेतला संभोगाचा! जेव्हा वीर्य रसाचं पाझरणं होतं तेव्हा क्षणभर तुम्ही अतीव सुखाचा अनुभव घेता. परंतु दहाव्या द्वारातून बाहेरच्या असीम आकाशात तुमचा विहार सुरू होतो तेव्हा या कामवासनेतल्या मिळणाऱ्या क्षणभर सुखापेक्षा... परमात्म्याकडून मिळणाऱ्या सुखाचा अविरत वर्षाव सुरू होतो. तुमच्यातला रोम-रोम या वर्षावात नाहून निघतो, हा वर्षाव 'अजर' आहे. त्याला अंत नाही; तो शाश्वत आहे... हा वर्षाव क्षणापुरता नाही; क्षणभंगुर नाही... आज वर्षाव झाला आणि उद्या दुष्काळ पडला असं या सुखाचं नाही... हा वर्षाव आत्तासुद्धा होतो आहे, पण तुम्हाला ते माहीत नाही. कारण त्या दिशेनं तुम्ही जागृत झालेले नाही. खजिना तर आहेच परंतु तुमचं त्याकडे लक्ष नाहीये... हा झरा सदाच वाहतो आहे... सतत

अमृतरस वाहतच असतो. आपल्याला ते कळत नाही.

रस गगन गुफा में अजर झरै।

बिन बाजा झनकार उठे जहं, समुझि परै जब ध्यान धरै।।

बिन बाजा झनकार उठे जहं... दोन तऱ्हांचे ध्वनी आहेत. एक म्हणजे आहत ध्वनी आणि दुसरा अनाहत ध्वनी... आहत ध्वनी म्हणजे दोन हातांनी टाळी वाजवून होणारा आवाज, दोन कुठल्यातरी गोष्टींची टक्कर होऊन होणारा ध्वनी! तबला वाजवा, वीणा वाजवा, कुठलंही वाद्य वाजवा... दोन गोष्टींचा एकमेकांना स्पर्श व्हावा लागतो. हे सारे ध्वनी म्हणजे आहत ध्वनी... पण परमात्मा तर एकच आहे, अस्तित्व एकच... टाळी वाजवण्यासाठी दुसरा हातच नाही, पण तरीही तिथे एकप्रकारचं संगीत आहे. ते संगीत आहे अनाहत... म्हणूनच कबीर सतत म्हणतात या अनाहताचा शोध घ्या. अनाहत... म्हणजे एका हाताची टाळी! जपानमध्ये झेन फकीर शिष्यांना सांगतात, जा, शोधा... एका हातानं टाळी कुठे वाजते ते शोधा. तीच त्या शिष्यांची खास साधना... साधकांना हा शोध घेण्यासाठी वर्षानुवर्षं लागतात. काही-काही युक्त्या काढून साधक येतात, पण गुरू म्हणतात नको, काहीही सांगण्याची गरज नाही... जेव्हा ती टाळी वाजेल तेव्हा मला कळेलच... सांगायची जरूरच नाही. जेव्हा वाजेल तेव्हा तुझं संपूर्ण अस्तित्वच वाजू लागेल.

रस गगन गुफा में अजर झरै

बिन बाजा झनकार उठे जहं

कुठेही बँडबाजा वाजत नाही, कुठेही ध्वनी नाही तरीही कुठल्यातरी अनंतध्वनीचा उद्‌घोष चाललेला आहे. त्या ध्वनीला हिंदू लोक 'ओंकार ध्वनी' म्हणतात. ओऽम् त्या ध्वनीचं प्रतीक आहे.

नानक म्हणतात, एक ओऽम् सतनाम्. हा एवढा ओंकार ध्वनीच फक्त सत्य आहे. त्याला काही नावही नाही. ही सर्व नावं माणसानं शोधलेली आहेत. ओऽम् शब्दाचा काहीही अर्थ नाही. कारण ओऽम् हा शब्दच नाही मुळी. तो एक ध्वनी आहे. या संसारात जो कोणी दहाव्या दरवाज्यापर्यंत पोहोचतो, त्याला हा ध्वनी ऐकायला येतो. या ध्वनीला निरनिराळ्या लोकांनी निरनिराळी भाषा वापरली आहे... हिंदू याला ओऽम् म्हणतात. मुसलमान याला 'आमीन' म्हणतात. या 'आमीन'वरच त्यांची प्रार्थना पूर्ण होते. ते ओऽमचंच एक रूप आहे. दहाव्या दरवाज्यावर येणारा हा ध्वनी आहे. त्याची व्याख्याही बदलू शकते. कारण ध्वनीबद्दल एक अडचण की कशी काय व्याख्या करणार. समजा रेल्वे चाललेली आहे. त्या आवाजाला छक्ऽऽ छक्ऽऽ म्हणायचं, का भक्ऽऽ भक्ऽऽ म्हणायचं का फक्ऽऽ फक्ऽऽ म्हणायचं, हे तुमच्यावर अवलंबून आहे. रेल्वे तर एकच चालली आहे. परंतु तुमच्या मनात पहिल्यापासून कोणती धारणा असेल, तर त्याच भाषेत

तुम्हाला ऐकायला येणार... जसं हिंदू माणसांची धारणा ओंकार शब्दाशी निगडित आहे. ओऽम्! तेव्हा तुमच्या मनात जी धारणा असेल तीच त्या ध्वनीला रूप देईल, परंतु सर्व फकीर मंडळींनी ध्वनीचं लक्षण एकच सांगितलंय. 'बिन बाजा झनकार' कोणत्याही गोष्टीपासून निर्माण न होणारा! कारण एखाद्या गोष्टीपासून निर्माण होणाऱ्या कुठल्याही निर्मितीला मरण असतं.

कारण दोन एकत्रित गोष्टींमुळे जेव्हा एकाची निर्मिती होते तेव्हा त्याला मर्यादा असतात. त्याची शक्ती सीमित असते. समजा मी दोन हातांनी टाळी वाजवतोय, पण कुठपर्यंत? तर जितका वेळ त्या दोन हातांतली ताकद असेल तोपर्यंतच. ताकद संपली की टाळी वाजणं थांबणार. तुम्ही समजा जोरजोरात ओरडताय... कुठपर्यंत... तुमची ओरडण्यातली शक्ती संपेपर्यंतच! शक्ती संपली की ओरडण्याचा आवाज संपला. म्हणूनच प्रत्येक निर्माणाला सीमा आहेत. समजा एक स्त्री आणि पुरुष भेटले. त्यांच्या आई-वडिलांची, आजी-आजोबांची, पणजोबा खापरपणजोबांची वयोमर्यादा शंभर वर्षांपर्यंत जर परंपरेने आली असेल, तर या स्त्री-पुरुषांच्या अपत्याची वयोमर्यादाही कदाचित शंभर असू शकेल. एखाद्या घराची परंपरा पन्नास वर्षांची असेल, तर त्या घरात जन्मलेल्या अपत्यांची वयोमर्यादा पन्नास राहणार. तुमच्या चार-पाच पिढ्यांच्या वयावरून सरासरी काढून अंदाजे सरासरीनं तुमचं वय आपण निश्चित करू शकतो. यात काही फारशी अडचण नाही. दहा पिढ्यांमधल्या दहा माणसांच्या वयाला दहाने भागलं की काम झालं. सत्तर, कधी एकाहत्तर, कधी एकोणसत्तर. क्वचित एक-दोन आकड्यांचा फरक होईल, पण सरासरी तुमचं वय काढता येईल. दोन्ही हातांनी टाळी वाजली जातेय. हातात ताकद असेपर्यंत ती वाजणार.

कुठलीही गोष्ट निर्माण होतानाच तिचा अंतही निश्चित असतो... केवढी ही शक्ती. अनाहत गोष्टींना कधी अंत नाही, कारण त्या कशापासूनही निर्माण होत नाहीत. म्हणूनच परमात्म्याला आम्ही सनातन म्हणतो, शाश्वत म्हणतो. कारण तो कशापासूनही निर्माण झालेला नाही. तो जर तसा निर्माण झाला तर त्यालाही मृत्यू असेल. ब्रह्मा, विष्णू, महेश यांना मृत्यू आहे, कारण ते आपण निर्माण केलेत. तसंच राम, कृष्ण, बुद्ध यांनाही मृत्यू आहे, कारण ते कोणीतरी निर्माण केलेत. परंतु मृत्यूनंतर ते ज्यामध्ये विलीन होणार आहेत, त्याला मृत्यू नाही. त्याला अंत नाही... तेच ब्रह्म! तेच एक ओंकार सत्नाम!

बिन बाजा झनकार उठे जहं, समुझि परै जब ध्यान धरै।

माणसाच्या जाणिवेत या गोष्टी जेव्हा येतात, तेव्हा त्याचं लक्ष जातं. तो नाद तर सतत होतोच आहे, तो बाजा सतत वाजतोच आहे. तो झंकार तुमच्यातच नाद करतो आहे. परंतु 'समुझि परै... समझ में आजाए...' त्याची जाणीव जेव्हा होते

तेव्हा तिकडे लक्ष जातं... लक्षात ठेवा ज्या ठिकाणी तुम्ही नीट लक्ष द्याल तेच सत्य असणार आहे.

हॉकीच्या मैदानावर एक तरुण हॉकी खेळतोय... खेळता-खेळता पायाला जोरात लागतं, जखम होते. रक्त वाहायला लागतं, परंतु या तरुणाला त्याचं भान नाही. तो खेळामध्ये इतका तल्लीन झालाय की त्याला काहीच कळत नाही. सर्व प्रेक्षकांना त्याच्या पायाची जखम दिसतेय... पण त्याला स्वत:ला भान नाही... खेळ संपतो तेव्हाच त्याच्या लक्षात येतं. तेव्हा जखम दुखायला लागते. तो मट्कन खाली बसतो. पायाची जखम पाहिल्यानंतर त्याच्या चेहऱ्यावर भीती दिसते. पहिल्यांदाच त्याला दुखण्याची जाणीव होते.

काय झालं या सर्व घटनेत? जखम झाली तेव्हा त्याला कळलंही नाही. कारण तो खेळामध्ये पूर्णपणे भान विसरला होता. खेळाकडेच सर्व लक्ष होतं. जखमेकडे नाही आणि ज्या गोष्टीकडे तुम्ही लक्ष देता तीच गोष्ट लक्षात येते. म्हणूनच या जगात मनुष्याला निरनिराळ्या गोष्टींची जाणीव होते.

समजा एखाद्या बागेत एक कवी आणि एक वैज्ञानिक असे दोघे जण गेले. तर दोघांना जे काही दिसेल ते एक नसणारच. दोघंही एकाच बागेत गेले होते हेही समजणार नाही. कारण कवीला जे दिसेल, ते वैज्ञानिकाला दिसणारच नाही. कारण कवीला बागेतलं सौंदर्य दिसणार, एखादं काव्यही जन्माला येणार... रोमांचक अनुभव घेऊनच कवी परत येणार... याउलट वैज्ञानिकाला यातला काहीच अनुभव येणार नाही. तो कदाचित एखादी नवीन झाडाची जात शोधून काढेल. त्याचं नाव, वर्गवारी (क्लासिफिकेशन), कुठल्या खनिज द्रव्यांनी ते झाड बनलेलं आहे, याबद्दल माहिती गोळा करेल. या दोघांची डायरी पाहिली तर कुणाला पत्ताही लागू शकणार नाही की हे दोघंही एकाच बागेतून आले आहेत म्हणून.

असं म्हणतात की, चांभार समोरच्या माणसाकडे न पाहता त्याच्या पादत्राणांकडे पाहतो. पादत्राणांच्या अवस्थेवरून बरोब्बर कळतं की, या माणसाची सध्याची परिस्थिती काय आहे. दुकान चांगलं चाललंय का नाही... हे पायातली चप्पल सांगू शकते. बायकोशी जमतंय का नाही, हेही पायातली पादत्राणं सांगतात. त्याला चांभाराची नजर पाहिजे.

डॉक्टर एखाद्याला पाहतो, ते त्या माणसाला पाहत नसून त्याचा रोग पाहत असतो. किंबहुना त्याला तो मनुष्य दिसतच नाही. त्याच्या रोगाची लक्षणंच त्याला पहिल्यांदा दिसतात.

मानेक नावाचा एक मोठा चित्रकार होता. त्यानं काढलेलं एका गरीब भुकेल्या माणसाचं एक चित्र होतं! चित्रातून अगदी केविलवाणा तो माणूस दिसत होता... ते चित्र पाहायला एका डॉक्टर मित्राला मानेक यानं बोलावलं... डॉक्टर मित्र

आल्यानंतर दहा मिनिटं चित्राकडे नुसता पाहत बसला. मानेकला खूपच आश्चर्य वाटलं... या डॉक्टराला चित्रकलेत एवढी रुची कधी निर्माण झाली? तो तसं त्या डॉक्टरला म्हणालासुद्धा... डॉक्टर मित्र उत्तरला, ''कसली रुची? मी पाहतोय की चित्रातल्या या माणसाला अपेंडिक्सचं दुखणं दिसतंय. हे जे चित्र तू काढलंयस... त्यावरून मला जाणवतंय ते इतकंच की, याला अपेंडिक्सचं दुखणं आहे.''

डॉक्टर मनुष्य तेच पाहणार जे त्याच्या नजरेला दिसतं. चांभारही तेच पाहणार जे त्याला दिसणार. जिथे आपलं ध्यान असतं तीच गोष्ट दिसते. तुमचं ध्यान देणं हेच तुमच्यातलं सत्य आहे. तुमच्या 'आत'सुद्धा एक सत्याचा झरा वाहतोय. परंतु तुम्ही बाहेरच्या खेळात मग्न आहात. कुणी धनसंपत्तीच्या खेळात, कुणी मानसन्मानाच्या खेळात मग्न आहे. तुम्ही खेळात इतके मग्न आहात की, हा 'आतला' झरा तुम्हाला जाणवतच नाहीये. तुम्ही खापराचे तुकडे जमा करण्याच्या खेळात गुंग झालेले आहात. बाहेरच्या जगात गुंतत चाललेले आहात, बाहेरच्या गुंत्यात अडकलेले आहात. जेव्हा बाहेरच्या गुंत्यातून तुमची सोडवणूक होईल तेव्हाच 'आतल्या' धारेकडे तुमचं लक्ष जाईल. या बाहेरच्या सोडवणुकीचं नाव आहे, 'जाणीव' जागृतता!

ही जाणीव आहे, ती या बाहेरच्या खेळाची!... समज आहे ती बाहेरच्या जगातल्या गुंत्याची, बाहेरच्या जगातल्या फोलपणाची!... खूप झालं आता... खूप खेळलो बाहेर... सगळं लक्ष आता 'आत' केंद्रित करायला हवं. आता विश्रांती हवी... ज्या दिवशी तुम्हाला कळतं की, बाहेर कितीही खेळलो तरीही काहीच फळ मिळत नाही. कितीही पैसा जमा केला तरी गरीब तो गरीबच राहतो. त्याचवेळी 'आत'मध्ये नजर जाते... यालाच 'समज' म्हणतात. कबीर म्हणतात –

समुझि परै जब ध्यान धरै।
बिन बाजा झनकार उठे जहं।

कुठेही कुठलं सरोवर दिसत नाही तरीही कमळं फुलतायत, तेही चढ़ि हंसा केलि करै।

पूर्वेकडे 'कमळ' हे फार मोठं सखोल प्रतीक आहे... कारण कमळाचं फूल हे वैशिष्ट्यपूर्ण आहे. बाहेरचं फूलच इतकं वैशिष्ट्यपूर्ण आहे, तर मग अंतरंगातलं फुललेलं कमळाचं फूल किती वैशिष्ट्यपूर्ण असेल, याची कल्पनाच करता येणार नाही. बाहेरच्या कमळाकडे तुम्ही बारकाईनं लक्ष दिलंत, तर आतल्या कमळाची तुम्हाला कल्पना येईल. कारण बाहेरच्या कमळामध्ये थोडीफार झलक अंतरंगातल्या कमळाची आहेच.

बाहेरच्या जगातलं कमळाचं पहिलं वैशिष्ट्य म्हणजे ते घाणेरड्या चिखलातून निर्माण होतं, परंतु त्याच्याइतकं पवित्र फूल दुसरं नाही. कचरा-चिखल इत्यादी गोष्टींतून कमळाचा जन्म होतो. परंतु कमळाच्या पाकळीइतकी नाजूक, तजेलदार

पाकळी दुसरी बघायला मिळणार नाही आणि अशा सुंदर गोष्टीचा जन्म चिखलातून होतो. म्हणून कमळ हे निसर्गातलं फार मोठं रूपांतरण आहे. चिखलातून कमळ! केवढं मोठं रूपांतरण, ही फार मोठी क्रांती आहे. म्हणूनच सांगावंसं वाटतं, तुमच्यातल्या घाणरेड्या चिखलाचा, घाणरेड्या गोष्टींचा विचार करू नका. कारण त्याच घाणीत 'आत'मध्ये कमळ फुललेलं दिसेल. तुमचं सगळं लक्ष कमळावर हवं. चोरी, बेईमानी, खोटेपणा, स्पर्धा, द्वेष, मत्सर... या सर्वांचा चिखल आहे... मान्य आहे. परंतु चिखल आहे त्याअर्थी कमळही असणार आहे. म्हणूनच 'आत' मध्ये जरा लक्ष द्या. बाहेर चिखल, आत कमळ. शिवाय हा बाहेरचा चिखल साफ करण्याचाही प्रयत्न करू नका... कारण कमळाला पोषण याच चिखलातून मिळणार आहे. त्या चिखलाचा दुस्वासही करू नका... तुम्ही फक्त कमळावर लक्ष केंद्रित करा. ज्या वेळी तुम्हाला 'कमळा'ची खरी महती कळेल, त्याची अर्थपूर्णता कळेल तेव्हाच त्या चिखलालासुद्धा तुम्ही धन्यवाद द्याल. त्याचप्रमाणे या शरीरालासुद्धा धन्यवाद द्याल की, ज्यामुळे अंतरंगातलं कमळ जाणवू शकलं. तुम्ही फक्त चिखलच असता तर रूपांतरणाचा विचारही तुमच्या मनात आला नसता. क्रांती घडण्याचा, शुभ, सत्य, सुंदरतेचा प्रवास करण्याचा विचार तरी आला असता का? परंतु तो विचार तुमच्या डोक्यात आला... कारण अंतरंगातलं फुललेलं कमळ!

खरोखरच 'आत'मध्ये मन एकाग्र करा... तिथे कमळ फुललेलं दिसेल.

कमळाचं पहिलं वैशिष्ट्य असं की, घाणेरड्या चिखलातून अत्यंत शुद्ध आणि पवित्र अशा पाकळ्यांचं कमळ उमलतं. चिखलात ज्याप्रमाणे कमळ लपलेलं असतं त्याप्रमाणे मायेमध्ये ब्रह्म लपलेलं असतं... दुसरं वैशिष्ट्य असं की, संपूर्ण पाण्यामध्ये असूनही पाण्याचा स्पर्शही नाही. चारही बाजूंना पाणी, पण हे मात्र पाण्यापासून अस्पर्शित. हीच ती साधकाची यात्रा! संसारामध्ये मार्गक्रमणा करायची, परंतु कुठलाही स्पर्श करून घ्यायचा नाही. चारही बाजूंना पाणी असून कमळ त्यातूनच वर येतं आणि पाण्यापासून अस्पर्शित राहतं. चिखल, पाणी, घाणेरडे जिवजंतू... सगळं-सगळं मागे सारून... त्यापासून दूर न पळता... तिथेच राहून त्यातूनच कमळ वर येतं. पावसाचं पाणी पडो किंवा दव पडो...! ते पडतं आणि निघून जातं... कमळाला स्पर्शही नाही होत... ते थेंब सरकत गळून जातात.

कमळाच्या जवळ बसून निरीक्षण करा, त्या थेंबांचं! कसे गळून पडतात ते! एखादा थेंब पाकळीवर, पानावर पडतो. जणू अधांतरी असल्यासारखा तो तिथे दिसतो. स्पर्शही नसतो. तो पाण्याचा थेंब वाटतच नाही... मोतीच वाटतो... कारण स्पर्शच नसल्यामुळे तो थेंबच राहिलेला असतो. स्पर्श झाला, तर त्याचा ओघळ होऊन जाईल, पण स्पर्श होत नाही. म्हणून तो मोतीच वाटतो. आपोआप आपल्याच वजनाने गळून पडतो. कमळ आहे तसंच अस्पर्श राहतं.

तसंच संसाराचं आहे. संसार आपल्याच भारानं कधीतरी नष्ट होईल. तुम्ही चिंता करू नका. क्रोध, लोभ आणि इतर विकार आपल्याच भारानं कधीतरी नष्ट होणार आहेतच... तुम्ही काळजी करू नका किंवा प्रयत्नही करू नका. तुम्ही कमळाप्रमाणे बनायचा प्रयत्न करा. कोणत्याही विकारांचा स्पर्श होऊन देऊ नका. समजा तुम्हाला प्रचंड राग आला... तर आतमध्ये कमळासारखे राहा. त्या रागाचा स्पर्शही होऊ देऊ नका. बाहेर कदाचित रागाचं नाटक करा... कारण कदाचित ते जरूरीही असेल. त्याशिवाय जीवन जगणं मुश्कील होईल. कधीकधी त्याचा उपयोगही असेल. म्हणून राग येऊ दे... नाटक करा एखाद्या नटासारखं... पण आतून त्या रागाचा स्पर्शही होऊ देऊ नका.

कमळाची ही दोन वैशिष्ट्यं आहेत... आपल्या अंतरात्म्यातल्या कमळाचीही दोन वैशिष्ट्यं आहेत. फरक इतकाच की 'बिना ताल जहं कंवल फुलाने' इथे कुठलंही तळं नाही तरी कमळं फुललेली आहेत. कारण तळ्यात जी कमळं फुलतात ती कधीतरी कोमेजून जातातच... आज नाहीतर उद्या ती नष्ट होणारच... परंतु तळं नसताना, कुठलंही कारण नसताना जी फुलतात ती कायम राहतात. 'अकारण' होणारी गोष्ट कायम राहणारी असते. तुमचं कुणाबरोबर समजा प्रेम जमलं... परंतु ते जर कुठल्या कारणासाठी, कुठल्या स्वार्थासाठी असेल ते लवकरच संपणार. मग कोणतंही का कारण असेना, धन असेल, सौंदर्य असेल, एखादं प्रतिष्ठेचं कारण असेल. कारणासह झालेलं प्रेम कधीतरी नष्ट होणारच. अकारण झालेलं प्रेमच कायम राहणार. प्रार्थनासुद्धा तुम्ही मनात काहीतरी कारण ठेवून करत असाल, तर तीही फोलच ठरणार.

मी एका ख्रिश्चन घरामध्ये एकदा राहिलो होतो. रात्री त्या घरातल्या स्त्रीनं तिच्या लहान मुलाला विचारलं रात्रीची प्रार्थना केलीस का नाही?... त्या मुलानं उत्तर दिलं... आता कशाला प्रार्थना? सगळं तर छान चाललंय की?

साहजिकच आहे. सगळं व्यवस्थित चाललंय तर आता कशाला देवासमोर प्रार्थना करायची.

अकारण तुम्ही कधी प्रार्थना केलीये का? कधीच नसेल. तशी केलीत तरच त्यातला आनंद तुम्हाला कळू शकेल. कारणानं केलेली प्रार्थना कारण संपल्यानंतर निरर्थक होऊन जाते... अकारण प्रेम कधी तुम्ही केलंय का? तसं केलंत तरच ते प्रेम तुमच्यासाठी एक दिव्यत्वाचा मार्ग बनून जाईल.

अकारण जे काही आपण करतो, त्यालाच 'साधना' म्हणतात. निःस्वार्थ कृती! एखादा मनुष्य रस्त्यात पडला आहे. आपण त्याला हात देऊन उठवलं... पण त्यातही इतर लोकं आपली ही कृती बघून आपल्या सेवाभावीपणाचं कौतुक करतील ही भावना असेल, तर ती मदत काहीच उपयोगाची नाही. एखादा माणूस नदीत

बुडताना पाहून तुम्ही उडी टाकून त्याला वाचवलंत आणि कमीत कमी त्याच्याकडून धन्यवादाची अपेक्षा केलीत... त्यावर त्यानं धन्यवादही दिले नाहीत, तर तुम्ही दु:खी होता, निराश होता. ही साधना नव्हे. कारण तुमच्या कृतीमागे काहीतरी अपेक्षा असणार आहे. मग त्याला साधना म्हणता येणार नाही. कारण तुम्ही सांसारिक अपेक्षा करता आहात.

एक स्त्री तलावात पडली आणि बुडून मरण पावली. मुल्ला नसरुद्दीन काठावर उभा राहिला होता. आसपासचे लोक गोळा झाले आणि त्याला विचारू लागले... "तू तर इथेच उभा होतास. मनात आणलं असतंस, तर या स्त्रीला वाचवू शकला असतास. का नाही वाचवलंस?" नसरुद्दीननं उत्तर दिलं... "मी खूप कथा वाचल्या आहेत. सिनेमेसुद्धा पाहिलेत... मी तिला वाचवू शकलो असतो. परंतु मी तिला वाचवल्यानंतर तिनं माझ्यापुढे विवाहाचा प्रस्ताव ठेवला असता, तर तिच्यापासून मला कोण वाचवणार होतं? कारण अशा गोष्टी मी सिनेमात पाहिल्या आहेत."

या ना त्या कारणानं कोणतीही कृती करणं म्हणजे संसारात असणं आणि कारणविरहीत कृती करणं म्हणजे संसाराबाहेर असणं. कारण परमात्म्याचा एकच गुणधर्म आहे, तो म्हणजे 'कारणविरहीत' अस्तित्व. कारण त्याच्या असण्याला कोणतंच कारण नाहीये. परमात्मा का आहे, असं तुम्ही विचारू शकत नाही. कारण असं विचारणं व्यर्थ आहे. त्याचं अस्तित्व का आहे, असंही तुम्ही विचारू शकत नाही. बस्स! आहे म्हणजे आहे!... त्याचं काही कारण नाही.

'अ'कारण याबद्दल कबीर म्हणतात. "बिना ताल जहं कंवल फुलाने, तेहि चढि हंसा केलि करै।

ज्या दिवशी तुमच्या जीवनात 'अ'कारण फुलं फुलायला लागतील त्या वेळी तुमचा आत्मा हंसाप्रमाणे त्यात क्रीडा करू लागेल; त्याचवेळी तुमच्या आत्म्याची क्रीडा सुरू होईल. उत्सव सुरू होईल. अशा क्रीडा करणाऱ्या हंसालाच आपण परमहंस म्हणतो. तसे तर आपण सगळे हंस आहोतच. रडणारे, किरकिरणारे, भीक मागणारे... परंतु परमहंस एखादाच असतो....

जेव्हा तुमच्या आत 'अ'कारण कमळ फुलतं, त्या दिवशी तुमच्यातला हंस परमहंसपदाला पोहोचतो.

बिन चंदा उजियारी दरसै, जहं तहं हंसा नजर परै।

'आतली' नजर जिथपर्यंत पोहोचते... आणि तशी ती पोहोचतेच कारण 'आत'मध्ये तिला कोणताच अडथळा नसतो, अस्तित्व जिथपर्यंत असतं तिथपर्यंत पोहोचू शकते... आणि अस्तित्व तर सगळीकडेच आहे. त्याला कुठे समाप्ती नाहीच. त्याला सीमा नाहीत... ते अनंत आहे. असीम आहे... 'आतल्या' या हंसाची नजर सर्व ठिकाणी संचार करते. ...सगळ्या दिशांना डोलत राहते.

बिन चंदा उजियारी दरसै, जहं तहं हंसा नजर परै।

जिथपर्यंत ही नजर जाते, तिथपर्यंत प्रकाशच प्रकाश दिसतो. तो प्रकाश हा 'चंद्राशिवाय' पडलेला आहे, हे लक्षात घ्या.

एक प्रकारचा प्रकाश सूर्याचा आणि दुसऱ्या प्रकारचा प्रकाश चंद्राचा! सूर्याच्या प्रकाशात उजेड आहे, गरमपणा आहे, उष्णता आहे म्हणजे काय... तर प्रकाश आहे पण त्यात त्रासदायकता आहे. फारकाळ सूर्यप्रकाश तुम्ही सहन नाही करू शकत; एवढंच काय परंतु सूर्याकडे तुम्ही पाहूसुद्धा शकत नाही. त्याच्या प्रकाशात इतकी तप्तता आहे की, काहीवेळानं ती तुम्हाला भाजून काढायला लागते.

चंद्राच्या प्रकाशात उजेड आहे, परंतु त्यात शीतलता आहे. गारवा आहे. चंद्राकडे तुम्ही डोळे भरून पाहू शकता. त्या प्रकाशात कितीही तास तुम्ही बसू शकता. तुम्हाला गारवा मिळतो. तुम्ही शांत होत जाता.

ध्यान हे सूर्यप्रकाशासारखं नसून चंद्रप्रकाशासारखं आहे. दुसरी गोष्ट... कबीर तर म्हणतात तिथे चंद्रही नाही... फक्त त्याचा शीतल प्रकाश आहे. त्या प्रकाशाला कोणतं कारणच नाहीये. कुठला स्रोत नाहीये. कारण 'चंद्राचा प्रकाश' असं म्हटलं तर चंद्राचा अस्त तर होतोच. तो कधीतरी ढळतोच... कधीतरी पौर्णिमा, कधीतरी अमावस्या असं होतंच. म्हणूनच या ध्यानाद्वारे मिळणाऱ्या प्रकाशाला 'बिना चांद के' असं कबीर म्हणतात... कारण हा प्रकाश कधी ढळणारा नाही, संपणारा नाहीये. हा कायम राहणारा प्रकाश आहे. जो कोणत्याही माध्यमाशिवाय (कारणरहित) स्रवणारा प्रकाश असेल, तो कायमचाच असणार... कारण हा प्रकाश कधी ढळणारा नाही, संपणारा नाहीये. हा कायम राहणारा प्रकाश आहे. जो कोणत्याही माध्यमाशिवाय (कारणरहित) स्रवणारा प्रकाश असेल तो कायमचाच असणार... कारण 'माध्यमा'ला अंत असतो.

'दसवें द्वार तारी लागी, अलख पुरुष जाको ध्यान धरै।' हे दहावं दार म्हणजे सहस्रार! 'तारी लागी' कबीरांनी तारी शब्द योजलाय. हा शब्द फार मधुर आहे. शब्दकोशात त्याचा अर्थ असणार, झोप लागली. इथे 'तारी'चा अर्थ पूर्णपणे प्रकट होत नाही. कारण तारीचा अर्थ म्हणजे फक्त झोप नाहीये... त्याचा खरा अर्थ 'संमोहित अवस्था.' प्रेयसीकडे पाहतानाची अवस्था. ज्या नजरेनं मजनूनं लैलाला पाहिलं... ती तारी! तारीचा अर्थ सगळ्या जगाला विसरून... देहभान विसरून म्हणू या! फक्त डोळ्यांसमोर लैलाच... सर्व लोकांच्या दृष्टीनं मजनू झोपलेला आहे, पण फक्त लैलाच्या दृष्टीनं तो पूर्णपणे जागा आहे.

एखाद्या हिप्नोटिस्टला जर तुम्ही पाहिलंत तर दिसेल की, एखाद्या माणसाला तो झोपवतो... लोकांच्या दृष्टीनं तो माणूस झोपलेला असतो. परंतु त्या 'हिप्नोटिस्ट'च्या दृष्टीनं तो जागा असतो. तो त्या माणसाला ज्या-ज्या आज्ञा

देतो, त्या-त्या सर्व तो पाळतो. उठ, चालू लाग, पळ इत्यादी... इत्यादी. परंतु दुसऱ्या कोणी या आज्ञा दिल्या तर त्याला त्या समजत नाहीत... कारण इतरांच्या दृष्टीनं तो झोपलेला असतो.

तारीचा अर्थ आहे, ऐहिक संसारात निद्रा लागलेली असून परमात्म्यावर डोळे खिळलेले आहेत. तिथे सर्व ध्यान एकवटलेलं आहे... एकटक... पापणीही लवत नाही असं ध्यान! आणि असं हे होतंच... या दहाव्या दारावर जो कोणी पाहिल्यांदा उभा राहतो... ते विराट असं सौंदर्य पाहतो. अनन्तकाळचा मधुर ध्वनी ऐकतो, त्या अमृताच्या वर्षावात चिंब भिजून जातो, पहिल्यांदाच ब्रह्मानंदाची चव चाखतो तेव्हा 'तारी लग जाती है!' संमोहित अवस्था प्राप्त होते. तंद्री लागली... आता संसार विसरला गेला....

रामकृष्णांच्या बाबतीत हे खूपवेळा घडायचं. सहा-सहा दिवस ते असे पडलेले असायचे. ही ती 'तारी' दशा... त्यांना वारंवार ही अवस्था प्राप्त व्हायची. कुठेही ते 'त्या' अवस्थेत जायचे. शिष्यांना माहीत असल्यानं शिष्य सावध असायचे. कधीकधी रस्त्यातच उभे राहायचे. तंद्री लागायची. आहे त्या अवस्थेत ते उभे राहायचे. लोक त्यांना विक्षिप्त समजायचे. मग घरी तसंच आणावं लागायचं. शुद्धीवर आल्यानंतर त्यांना कुणी विचारायचं... काय झालं होतं? ते म्हणायचे, 'राम' शब्द असा आहे की, मला आठवण होते आणि मी 'आतमध्ये' चालायला लागतो. दहाव्या दरवाज्यापर्यंत केव्हाही पोहोचायचे. तो शब्द म्हणजे त्यांच्या दृष्टीनं दहाव्या दाराची किल्लीच! आणि तिथे गेल्यावर मग काय? तर ऐहिक संसार पूर्णपणे विसरणं... रस्त्यातच मधोमध त्यांचं उभं राहणं, समोरून वाहने येतील कदाचित, ती ठोकरतील, पण यांना पत्ता नाही. ते तसेच उभे राहणार.

म्हणूनच राम-कृष्णांचे शिष्य त्यांना कुठे घेऊन जात असतील, तर लक्ष ठेवायचे, सावध राहायचे. चुकून कुणी परमात्म्याचा उच्चार जरी केला की संपलंच, कारण मग 'रस्त्यातच' मोठी अडचण! लोकांची तेवढी पोच नसल्यानं लोकं त्यांना वेडेच ठरवणार... मग खूप पंचाईत व्हायची. म्हणूनच लोकं त्यांना कुठल्या कार्यक्रमांना, उत्सवांना, जलश्यांना बोलवत नसत. कारण बोलावलं तर कदाचित ते 'स्वत:च' एक जलसा बनणार हे उघडच!

एका भक्ताकडे विवाहसमारंभ होता. रामकृष्णांना त्यांनी आमंत्रण दिलं आणि सांगितलं... स्वत:ची काळजी घ्या... कारण ही विवाहाची वेळ आहे... रामकृष्ण कसे काय काळजी घेणार?... कोण आहे काळजी घेणारा? जेव्हा तंद्री लागते तेव्हा कसला विचार? कसली काळजी. कबीर म्हणतात संपूर्ण 'मधुशाला' मी प्यायलोय आणि तुम्ही विचार कसला करायला सांगता. अगदी एवढीशी दारू मी प्यायलो नाहीये... 'संपूर्ण' कुंभ मी रिकामा केलाय... तर रामकृष्ण

विवाहाच्या ठिकाणी गेले. समोरच भेटलेल्या व्यक्तीनं अभिवादन करून म्हटलं, ''जय रामजी...'' झाऽऽलं! ते तिथेच जसे होते, तसेच उभे राहिले. पूर्ण सहा दिवस. लग्न-विधी वगैरे सगळं थंड पडलं... नवरा-नवरीलाही सगळे जण विसरून गेले. सगळ्यांना रामकृष्णांची काळजी लागून राहिली. कारण मधूनच ते खाली पडायचे... उठायचे तेव्हा रडत बसायचे... डोळ्यांतून अश्रू वाहायचे आणि आर्ततेनं ओरडायचे, 'माते... मला दूर का लोटतेस? हे दार का बंद होतंय? मला तू परत का पाठवतेस?'

तारी, तंद्रीचा दुसरा अर्थ आहे संमोहन! तिथून परमात्मा पाहता येतो. ज्याला तो दिसतो... त्याच्या दृष्टीनं सगळा संसार विसरला जातो. सुरुवाती सुरुवातीला फार अवघड जातं सगळं. कुणीतरी साथीला लागतं, भक्त, अनुयायी! काळजी घेणारं कुणीतरी. अन्यथा मरणाचीच घटिका!... कारण सहा दिवस बेहोश पडल्यानंतर कुणीतरी पाणी द्यायला लागणार, दूध द्यावं लागणार, कधीकधी ओढून योग्य ठिकाणी ठेवावं लागणार; कारण हा तर केव्हाच या दुनियेतून 'दुसरीकडे' पोहोचलाय. फक्त देह पडलाय इथे. कबीर म्हणतात, 'चल हंसा वा देश' हा दुसऱ्या देशात चालू लागला.

एक दिवस नानक एका गावातून चालले होते. तेवढ्यात हंसांचा थवा आकाशात उडताना त्यांना दिसला. ते सरोवराच्या काठावर उभे होते. एका ओळीत हंस उडताना पाहून ते त्यांच्यामागे धावले. त्यांचा परमभक्त मरदाना, तो सतत त्यांच्याबरोबर असायचा, तो त्यांना थांबवायला पाहत होता. त्याला कळेना हे असे का धावतायत. मरदानासुद्धा त्यांच्यामागे धावायला लागला. हंस जोपर्यंत थांबत नव्हते, तोपर्यंत नानकही थांबले नाही. शेवटी हंसांना बहुधा कळलं असावं म्हणून ते थांबले. नानक त्यांच्याजवळ जायला लागले. मरदानाला वाटलं आता पुन्हा नानकांच्या चाहुलीनं हंस उडून जाणार. परंतु ते उडाले नाहीत. नानक त्यांच्या मधोमध जाऊन बसले आणि त्यांच्या डोळ्यांतून अश्रू वाहायला लागले. त्यानंतर ते हंसांना उद्देशून जे काही बोलले ते मात्र अद्भुत होतं. 'हंसानो तुम्ही खूप दूर-दूर उंच आकाशात विहार करता... तर मग ही सृष्टी ज्यानं बनवली आहे, त्याला तुम्ही कधीतरी पाहिलं असेल ना?... दूरदूरच्या देशात तुम्ही जाता... तुम्ही जरूर माझ्या निर्माणकर्त्याला पाहिलेलं असणार... मी त्याच्या शोधार्थ खूप हिंडतो आहे. तुम्हाला माहीत असेल, तर मला त्याचा ठावठिकाणा द्या. काहीतरी सांगा ना!...'' असं म्हणता-म्हणता परत रडू लागले. तिथेच थांबले आणि एका परम अशा तंद्रीमध्ये हरवून गेले. मरदानाला ते सतत बरोबर न्यायचे. मरदाना स्वत: संगीतज्ज्ञ होता. जेव्हा-जेव्हा नानक स्वत:मध्ये हरवून जायचे तेव्हा तो आपली एकतारी वाजवायला सुरुवात करायचा. हे एकतारी वाजवणं म्हणजे नानकांना परत शुद्धीवर आणण्याची युक्ती होती. मरदानाचं एकतारी

वाजवणं ऐकताक्षणी ते जागे व्हायचे. त्यांना जागं करण्याची ती जणू एक किल्लीच होती. अन्यथा दहाव्या दरवाज्यावरच ते अडकून पडले असते आणि रामकृष्णांची जशी अवस्था होत असे, तशीच नानकांची झाली असती.

परंतु मरदानासारखा कुशल कलाकार रामकृष्णांजवळ नव्हता. कारण मरदाना अशी एक विशिष्ट धून वाजवायचा की, ज्यामुळे नानक पुन्हा या जगात परत येऊ शकतील... हळूहळू... अत्यंत सावकाशपणे नानक भानावर यायचे... शांत व्हायचे. मरदाना आयुष्यभर त्यांच्याजवळ सावलीसारखा होता. मरदाना मुसलमान होता आणि नानक हिंदू होते. त्यामुळे ज्या मंदिरात मरदाना जाऊ शकत असे तिथेच ते जात असत. कारण एखाद्या मंदिरात मरदानाला प्रवेश नसला, तर ते मंदिर नानकांसाठीही बंद असायचं. तारी... तंद्रीचा अर्थ आहे, दहाव्या दरवाज्यापाशी पोहोचणं. सहस्त्रार! त्या दारापलीकडे जर एखादा गेला असेल, तर त्याला तंद्री लागत नाही. बुद्ध आणि महावीरांना तंद्री लागत नाही, बेहोशी नाही. परंतु या दहाव्या दाराजवळ उभं राहून आसपासचं अलौकिक सौंदर्य, अद्‌भुतता जो कोणी पाहतो त्याचीच तंद्री लागते. म्हणूनच एक गोष्ट लक्षात ठेवा रामकृष्णांसारखी बेहोशी महावीर आणि बुद्धांना कधी आली नाही... कारण त्या दहाव्या दाराजवळ उभं राहून त्यांनी पाहिलंच नाही. ते सरळ पुढे चालले. दहाव्या स्थानावर थांबलेच नाहीत. तिकडे लक्षच दिलं नाही. ते पुढे चालू लागले... स्वत:शी एकरूप झाले... तंद्री लागण्यासाठी द्वैत पाहिजे... मी वेगळा परमात्मा वेगळा. मी माझ्या 'घराच्या' दाराशी उभा आहे आणि मला परमात्मा दिसतो आहे... अशावेळी तंद्री लागते... बेहोशी येते. पण जेव्हा मी परमात्म्यामध्येच बुडून जातो, एक होऊन जातो तेव्हा तंद्री कसली लागणार. कारण 'तंद्री' ही भक्ताची लागणार. परमात्म्याची नाही... म्हणूनच ही एक विचित्र घटना आहे. लोकं म्हणतात, रामकृष्णांना जसं व्हायचं तसं बुद्धांना, महावीरांना झालेलं ऐकीवात नाही. म्हणजे एकतर रामकृष्णांचं काहीतरी चुकलंय किंवा बुद्धांचं, महावीरांचं काहीतरी चुकलंय... परंतु कुणाचंच चूक नाही. रामकृष्ण दहाव्या दरवाज्यापाशी उभे राहून परमात्म्याची झलक पाहत होते... ही भक्ताची एक मनोदशा आहे. भक्त म्हणतो, ''हे भगवान, थोडा दूर उभा राहा... म्हणजे मी तुला पाहू शकेन. तुझा रस प्राशन करू शकेन. तुझं सौंदर्य पाहू शकेन... म्हणून थोडा दूरच राहा...'' इथे भक्त स्वत: भगवान बनायला तयार नाही... तो म्हणतो 'थोडं अंतरच राहू दे... कारण मी तुझ्या सिंहासनाजवळ येईन आणि तुझ्या चरणांना स्पर्श करीन. बस्स! एवढं पुरेसं आहे. जन्मजन्मांतरी मी भक्तच राहीन.

या अपरंपार सौंदर्याचा हा जो रसास्वाद भक्ताला प्राप्त होतो, तो ज्ञानी माणसाला नाही मिळू शकत. कारण भक्त नेहमी अंतर राखून राहतो आणि म्हणतो तुम्ही परमात्मा, मी भक्त! तुम्ही माझे मालक, मी दास! म्हणूनच कबीर सतत म्हणत

असतात, 'कहे दास कबीर।' तुमचे चरण... हेच माझं शेवटचं ठिकाण, हाच माझा मोक्ष, हेच माझं वैकुंठ!

भक्तांनी आपल्या रचनांमधून हेच म्हटलंय की, मला मोक्ष नको. मला फक्त तुमच्या चरणांची सेवा करण्याचं भाग्य मिळू दे. म्हणूनच भक्त दहाव्या दाराशीच थांबतात. पुढे जात नाहीत. कारण पुढे गेलं तर सागरात विलीन होऊन जाणं! गंगा समजा सागरापाशी जाऊन तिथेच थांबली आणि सागराचं सौंदर्य पाहू लागली तर? अशीच अवस्था कबीर, रामकृष्ण, नानकांची आहे.

बुद्ध आणि महावीर सरळ सागरात निघून गेले, विलीन झाले, स्वत: सागर बनून गेले. इथे भक्त आणि परमात्मा यांच्यात काहीच अंतर राहिलं नाही. इथे कोणतीही तंद्री नाही, बेहोशी नाही. कारण द्वैत संपुष्टात आलेलं आहे.

दसवें द्वार तारी लागी, अलख पुरुष जाको ध्यान धरै।
काल कराल निकट नहिं आवै, काम-क्रोध-मद-लोभ जरै।।

या दहाव्या द्वारापाशी मरण नाही, ते पहिल्या द्वारापाशी आहे... दहाव्या दाराशी अमृत आहे. पहिल्या दाराजवळ जीवन-मरण दोन्ही आहे... पण दहाव्या दाराजवळ जीवनापलीकडचं जीवन आहे. ज्याला कुठला जन्म नाही, कुठला अंत नाही... ते महाजीवन आहे.

काल कराल निकट नहिं आवै, काम-क्रोध-मद-लोभ जरै।।

आता काम, क्रोध, मद, सगळं-सगळं आपोआप जळून गेलं. मुद्दामहून त्यांना बाजूला नाही करावं लागलं, त्यासाठी लढावं लागलं नाही. कारण या सगळ्या गोष्टी पहिल्या दरवाज्याशीच निगडित आहेत. तिथेच काम आहे, क्रोध आहे... सगळं आहे आणि हे सगळे विकार एकमेकांशी संलग्न आहेत. कामना नसेल तर क्रोधापासून मुक्ती कुठली? कारण कामनेमध्ये जो कोणी अडथळा आणेल. त्याचा राग येणारच. तोपर्यंत तुम्ही मदापासून कसे मुक्त होणार? कारण मद नसेल, तर कामवासना कशी उपयोगात येणार... तसंच लोभाचा अर्थ आहे. कामवासनेला पूर्ण करण्यासाठी तयारी करणं, 'सामान' एकत्र करणं, उदा. तुम्ही झोपडीत राहत असाल, तर सुंदर स्त्रीची प्राप्ती होऊ शकणार नाही. त्यासाठी महालच लागणार... झोपडीमध्ये झोपडीच्याच लायकीची स्त्री मिळणार.

लोभाचा अर्थ कामवासना चांगल्या तऱ्हेनं पूर्ण होण्यासाठी 'सामग्री'! जोपर्यंत 'काम' आहे, तोपर्यंत लोभ, क्रोध सर्वकाही आहे. 'काम' कसा काय संपणार? मुद्दामहून प्रयत्न करून, संघर्ष करून तो संपत नाही. जो कोणी दहाव्या दारापर्यंत पोहोचतो त्याला त्या ठिकाणी जाणवतं... अरे... सर्वकाही संपलं. नष्ट झालं. आता इथे काम नाही, क्रोध नाही, लोभ नाही, काहीच नाही.

''जुगत-जुगत की तृषा बुझानी...'' जन्म-जन्मांतरीची तहान आता संपली...

ती तहान आता भागली. कारण संसारात तुम्ही सतत ज्याचा ध्यास घेत असता ते अस्तित्वातच नाहीये. म्हणूनच ती तहान कधी पूर्ण होतच नाही. कितीही प्या... तहान भागतच नाही.

जीझसच्या जीवनातला एक प्रसंग आहे. एकदा चालता-चालता तो एका विहिरीपाशी गेला. खूप ऊन होतं, लांबवरचा प्रवास होता. खूप दूरवरून आला होता. तहानही बरीच लागली होती. त्या विहिरीवर एक स्त्री पाणी भरत होती. जीझस त्या स्त्रीला म्हणाला... ''मला तहान लागलीय. पाणी हवंय. दे!'' त्या स्त्रीनं संकोचानं त्यांना उत्तर दिलं, ''मी तुम्हाला पाणी नाही देऊ शकत... कारण मी अस्पृश्य आहे. माझ्या हातचं पाणी मोठ्या जातीतले लोक पीत नाहीत.''

जीझस म्हणाला, ''त्याची काळजी नको करूस... तू जर मला या विहिरीचं पाणी दिलंस, तर मी तुला अशा एका विहिरीचं पाणी देईन की, ते प्यायल्यावर तुला पुन्हा तहानच लागणार नाही.''

तो ज्या विशिष्ट विहिरीचा उल्लेख करतो, ती विहीर म्हणजे दहावं दार! त्या दाराजवळ जो उभा असतो त्याची –

'जुगत-जुगत की तृषा बुझानी,
कर्म-मर्म अध-व्याधी टरै।।'

सगळी पापं संपतात, सगळी कर्म जळून जातात.

'कहै कबीर सुनो भाई साधो, अमर होय कबहूं न मरै।' या दहाव्या दाराची ज्या माणसाला जाणीव होते, तो अमर होऊन जातो. त्याला मृत्यू नाहीच!

धर्म म्हणजे अमृताचा शोध! अमृत म्हणजे दहाव्या दारावरचा अनुभव. तुमचं जीवन पहिल्या दरवाज्यापासून दहाव्या दरवाज्यापर्यंत कसा प्रवास करणार... हेच ध्यान-विधीचं लक्ष्य आहे.

इथे आपण कुंडलिनी ध्यानाचा प्रयोग करतो. तुमच्यातल्या ऊर्जेला पहिल्या दारातून उठवून दहाव्या दाराशी नेऊन पोहोचवण्याचा हा मार्ग आहे. म्हणूनच पहिल्या दहा मिनिटांत शरीराला कंप सुटतो. जेवढ्या म्हणून दबलेल्या ऊर्जा असतात त्या बाहेर पडत असतात; विरघळत असतात. जिथे-जिथे ऊर्जा ठप्प होऊन थांबलेल्या असतात, त्यांना गतिमानता येते. त्या दहा मिनिटांत तुम्ही शरीराला कंप सुटण्यापासून अजिबात अटकाव केला नाहीत, तर सगळ्या ऊर्जा वाहायला लागतात. प्रकट होतात.

आता दुसऱ्या चरणामध्ये नृत्य आहे. नृत्याचा अर्थ इतकाच आहे की, ज्या-ज्या ऊर्जा बाहेर पडल्या आहेत, सर्वत्र पसरलेल्या आहेत, त्यांना आनंदभावामध्ये रूपांतरित करणं! तुमच्या जीवनात जणूकाही कुठला तरी उत्सव चाललेला आहे, कुठली तरी महाघटना घडलीये, कुठलातरी प्रकाश अवतरलाय अशा तऱ्हेने मुक्तपणे

नाचा. कारण आनंदित झाल्यानंतर आणखीन ऊर्जा बाहेर पडते... मग आणखीन आनंद निर्माण होतो. हे नाचणंसुद्धा बेफाम होऊन नाचणं पाहिजे. नाहीतर त्यातही कंजुषपणा, जशी काहीतरी त्रासदायक घटना घडल्यासारखं उगाच आपलं एक-दोन पावलं टाकणं असं नाचू नका... वेड लागल्यासारखं नाचा. पूर्ण मधुशाला प्यायल्याप्रमाणे नाचा.

वेडं झाल्याशिवाय परमात्मा मिळत नाही. बुद्धीनं चाललात तर जिथे आहात तिथेच राहाल. बुद्धीच्या थोडं पलीकडे जाण्याची गरज आहे. आता तुमच्यातली ऊर्जा आकाशाकडे झेप घेते आहे. आनंदाचा अर्थच मुळी वर-वर जाणं. खाली जाणं म्हणजे उताराला लागणं. दुःखाकडे वाटचाल! म्हणूनच आपण म्हणतो नरक खाली आहे आणि स्वर्ग वर आहे म्हणून! बाकी काही असो, याचा अर्थ इतकाच की पहिल्या द्वाराशी निगडित आहे नरक आणि दहाव्या द्वाराशी निगडित आहे स्वर्ग! बाकी वरखाली शब्दाला काही अर्थ नाही.

तुमच्यातली ऊर्जा खाली पहिल्या दरवाज्याशी येते तेव्हा तुम्ही नरक निर्माण करत असता आणि तुमची ऊर्जा दहाव्या दाराजवळ येऊन विराट असा आनंद आणि सौंदर्य पाहत असते, तेव्हा तुम्ही जीवनात स्वर्ग निर्माण करता. दोन्ही गोष्टी तुमच्यातच लपलेल्या आहेत. जेव्हा ऊर्जा प्रवाहित होते, तेव्हा उभे राहा किंवा खाली बसा... कारण ऊर्जा बाहेर पडण्यासाठी पूर्ण मोकळेपणा हवा. खाली बसणं जास्त उपयोगी कारण तेव्हा पाठीचा कणा तेवढा अस्तित्वात राहतो. बाकी सगळं शरीर विरघळलेलं असतं... म्हणजेच पाठीच्या कण्यातून ऊर्जा वर जाणं किंवा कण्यामध्ये संग्रहित होणं, हे फायद्याचं. नंतर आडवं पडणं महत्त्वाचं. कारण संग्रहित ऊर्जा वर-वर प्रवास करताना तो सुकर होऊन दहाव्या दरवाज्यापाशी येऊन थांबणं ही क्रिया महत्त्वाची.

कुण्डलिनीचा सगळा प्रयोग दहाव्या दारावर टक्कर मारण्याचा आहे. तुम्ही तो व्यवस्थित केलात तर तुम्हीही म्हणून शकता –

जुगत-जुगत की तृषा बुझानी,
कर्म-मर्म अध-व्याधी टरै।।
कहे कबीर सुनो भाई साधो,
अमर होय कबहूं न मरै।।

■

सूत्र

मन मस्त हुआ तब क्यों बोले।
हीरा पायो गांठ गठियायो, बारबार बाको क्यों खोले।
हलकी थी तब चढी तराजू, पूरी भई तब क्यों बोले
सुरत कलारी भई मतवारी, मदवा पी गई बिन तोले।
हंसा पाये मानसरोवर, ताल तलैया क्यों डोले।।
तेरा साहब है घर मांही, बाहर नैना क्यों खोले।
कहै कबीर सुनो भाई साधो, साहब मिल गए तिल ओले।।

दहा

मन मस्त हुआ तब क्यों बोले

बुद्ध ज्ञानी झाले. त्यानंतर दोन आठवडे ते मौनात होते. असं सांगतात की, सगळीकडे खिन्नता पसरली, सगळे उदास झाले. देवतांनी येऊन बुद्धांचे चरण धरले आणि विनवण्या केल्या की, ''आपण बोला, गप्प बसू नका. कारण अनंत काळामध्ये एखाद्यालाच बुद्धत्व प्राप्त होत असतं. अगदी थोड्याशा प्रकाशासाठीसुद्धा हजारो आत्मे भटकत असतात. तो प्रकाश आपल्याला प्राप्त झाला आहे. तो असा नुसता आपल्याजवळ ठेवू नका. इतरांना त्या प्रकाशाचा लाभ घेऊ दे. इतरांच्या मार्गातला अंधार त्या प्रकाशानं उजळून निघेल आणि त्यांना वाट सापडायला मदत होईल. आपण जे शोधलेलं आहे, ते सर्वांच्यात वाटा... त्यामुळे त्यांनाही त्याचा स्वाद कळेल... म्हणूनच... तुम्ही गप्प राहू नका!''

बुद्ध त्यावर म्हणाले, ''मी जे काही बोलेन ते लोकांना समजणार नाही. कारण माझं बोलणं दुसऱ्या जगातलं आहे. त्याची माहितीच नसेल, तर कसं काय कळणार... अनुभवाशिवाय हे सारं समजण्याचा दुसरा मार्ग नाही... म्हणूनच गप्प बसणं मला भाग आहे.''

देवतांनी पुन्हा आग्रह केला, ''काही का न समजेना... परंतु एखादी छोटीशी जरी फट उघडली गेली. अगदी कणभर जरी त्या यात्रेतली चुणुक कळली, थोडंसं जरी कुतूहल चाळवलं गेलं, जिज्ञासा वाटली तरीही खूप झालं.

बुद्ध म्हणाले, ''जे खरेखुरे जिज्ञासू आहेत, ते आपोआप शोधत येतीलच. काही करायची गरजच नाही आणि जे जिज्ञासू नाहीत त्यांना काहीही सांगण्याची गरजच नाही... त्यामुळे त्यांना सांगून उपयोगही नाही...'' देवतांनी सांगितलं, ''हे पाहा, जे सीमेवर उभे आहेत त्यांना तर उपयोग होईल, कारण त्यांनी काहीही ऐकलं नाहीतर शोधण्यासाठी त्यांना फारच वेळ लागू शकतो. परंतु तुमचं बोलणं ऐकलं, तर मात्र त्यांची उडी बऱ्यापैकी लांब जाईल. शिवाय त्यांनी ऐको वा न ऐको... तुम्ही जे काही मिळवलंय ते वाटून टाका.''

कारण करुणा ही ज्ञानाची सावली आहे. बुद्धीची सावली आहे. जो ज्ञानी होतो तो करुणेनं भरून जातो. तो बोलत नाही याचा अर्थ असा नाही की, त्याला बोलण्याचा त्रास होतोय. आपल्या बोलण्यात आणि त्याच्या बोलण्यात फार फरक आहे. आपण बोलल्यावाचून राहू शकत नाही म्हणून आपण बोलतो. नाही बोललो तर बेचैन होतो. बोलणं हे आमचं रेचन (केथॉर्सिस) आहे. बोलून मोकळं होणं! म्हणूनच तर मंडळी कायम आपल्या दुःखाची चर्चा करत राहतात. कारण बोलण्यामुळे दुःख हलकं होतं. जितक्यावेळा बोलाल तितकं ते मोकळं होतं. समोर बोलायला कोणी मिळालं नाही की, सर्व दुःख मनातल्या मनात साचत राहतं आणि त्याचे घाव बनतात.

मानसोपचारतज्ज्ञ तरी दुसरं काय करतात? रोग्याचं फक्त बोलणं सतत ऐकतात

आणि रोग बरा करतात. ऐकून मन हलकं होतं आणि बोलून ते रिकामं होतं.

आमच्या रुग्णदशेमध्ये बोलणं फार आवश्यक आहे. नाहीतर आम्ही जिवंत राहू शकणार नाही. बोलायला काहीच नसेल तर आपण काहीतरी वायफळ बोलत राहतो, हवा-पाण्याच्या गप्पा मारतो. खरं पाहता दुसराही त्याच हवेत असतो. उगवलेला सूर्य सुंदर दिसतोय, हे त्यालाही दिसत असतं. तरीही आपण त्याला तेच सांगत असतो.

एकदा एका सम्राटानं वजिराला सांगितलं की, ''राजधानीमध्ये किती आंधळे लोक आहेत, त्यांची यादी कर!'' वजिरानं विचारलं, ''खरेखुरे आंधळे लोक का नुसतेच ज्यांचे डोळे बंद आहेत, असे लोक यादीत घालायचे?'' सम्राट म्हणाला, ''असे दोन प्रकार असतात का?'' वजीर म्हणाला, ''खरेखुरे आंधळे लोक किती आहेत, त्याबद्दलची माहिती गावातले वैद्य किंवा दवाखाने सांगू शकतील. ती फारशी अवघड गोष्ट नाही. परंतु डोळे असून आंधळे असलेले लोक शोधणं जरा अवघड आहे. त्यासाठी थोडा वेळ लागेल.''

दुसऱ्या दिवशी वजीर बाजारात जाऊन बसला. आसपास वेगवेगळी पादत्राणं पसरून ठेवली; हातात एक चप्पल घेऊन शिवत बसला. काहीतरी ठोकाठोकी सुरू केली. समोरून जो कोणी येई तो विचारे, 'हे काय करताय?' वजिरांनी त्यांचा समावेश आंधळ्या मंडळींच्यात करायला सुरुवात केली. अगदी सम्राटही त्यातून सुटत नाहीत. कारण सम्राटसुद्धा दुपारी तिथे आले आणि त्यांनीही विचारलं, 'काय करताय?' आंधळ्यांची यादी तर खूपच लांब झाली... कारण सगळ्यांना दिसत होतं वजीर काय करतोय ते... तरीही प्रत्येक जण विचारत होता... 'आंधळ्यासारखा!' वजिरांनी त्या सर्वांची नावं लिहिली. फक्त काही लहान मुलं या यादीतून सुटली. कारण मुलं तिथून जाताना त्यांनी वजिराकडे पूर्ण दुर्लक्ष केलं, काहीही विचारलं नाही.

आम्ही मंडळी असंच वागतो. काहीही अर्थ नसलेलं आम्ही बोलत असतो. जे दुसऱ्यालाही दिसतं, तेच आम्ही त्याला दाखवतो. दुसऱ्याला जे माहीत आहे, तेच आम्ही त्याला सांगत असतो. जे दुसऱ्यानं ऐकलेलं आहे तेच आम्ही त्याला ऐकवतो. दुसऱ्यानं जे वाचलेलं आहे तेच आम्ही त्याला वाचून दाखवतो. तेच त्याला समजावून सांगत असतो... हे आम्ही काय करतो? दुसरा आम्हाला सहन करत असतो. त्याला आशा असते आम्ही कधीतरी गप्प बसू म्हणून! किंवा आम्ही गप्प बसल्यानंतर तो स्वत:ला मोकळं करणार. तो बोलत राहणार. आम्ही गप्प बसतो, गप्प बसतो. कुठपर्यंत तर आम्हाला संधी मिळेपर्यंत... आपण दुसऱ्याचं ऐकतो म्हणजे खरंखुरं ऐकत नसतो, तर तो गप्प बसण्याची वाट पाहत असतो. म्हणजे आपण बोलण्यासाठी तयारीची वाट पाहत असतो. आपण सगळे फक्त बोलणारे आहोत. ऐकणारे नाहीत.

समजा दोन माणसं बोलताना तुम्ही ऐकलं, तर चकित होऊन जाल... कारण तो वार्तालाप नसून एकालाप असतो. एकेकटा तो बोलत असतो. दोघं जण एकमेकांशी बोलतायेत असं फक्त वाटतं... पण ते ढोंग असतं. दुसऱ्याच्या बोलण्यातून एखादा शब्द घ्यायचा आणि त्या शब्दावर आपण काहीतरी बोलायचं असं चाललेलं असतं. तुमची गाडी तिसरीकडेच चाललेली असते. म्हणूनच दोन माणसांच्यात 'विवाद' जास्त शक्य आहे. 'संवाद' अशक्य आहे. जेव्हा ऐकण्याची तयारी असेल, तेव्हाच संवाद होतो... आपल्याला तर फक्त बोलता येतं. परमात्म्याजवळ जातो तेव्हाही आपण बोलतोच. तिथेही त्याला बोलायला आपण संधी देत नाही.

खरं पाहता तुम्ही 'परमात्म्याचं' ऐकण्याची तयारी ठेवाल, तरच 'प्रार्थना' घडेल. तुमच्या बोलण्याची तिथे गरजच काय? 'त्याला' तर सर्वच माहीतेय... तेच तुम्ही 'त्याला' सांगता. कृपा करून गप्प बसा ना! थोडं त्यालाही बोलू दे.

परंतु गप्प बसणं आम्हाला जमत नाही. कारण ते फार अवघड आहे. चित्त रुग्णावस्थेत असेल, तर फारच अवघड... परंतु चित्ताची अवस्था स्वस्थ, निरोगी असेल, तर मात्र 'बोलणं'च कठीण असतं. कारण 'आतून' तुम्ही शांत असाल, तर काय बोलणार? तुम्ही शांत होत जाता तसतसा एक-एक शब्द बोलणंही कठीण होऊन बसतं. संतांनी म्हणूनच सांगितलंय, करुणेनं सांगितलंय, बोलणं महाकठीण आहे. अंतरंगातल्या गहन शून्यावस्थेत जेव्हा तुम्ही उभे असता तेव्हा एखादा शब्द बनवणंही अवघड ठरतं. त्यांच्या करुणेतूनच ते शब्द बनवतात... ते तुम्हाला ऐकायला येतात परंतु समजत काहीच नाही हेही त्यांना कळतं... तुमच्या चेहऱ्यावरून! तरीही ते बोलत राहतात, एकाच आशेवर... की कधीतरी शब्द आणि अर्थाचा संयोग घडू शकेल आणि तुम्ही जागे व्हाल!

कबीरांचं हे वचन फार महत्त्वाचं आहे. 'मन मस्त हुवा तब क्यों बोले।' जेव्हा वेगळ्या आनंदाच्या मस्तीत तुम्ही असाल, सगळ्या ज्ञानाची धुंदी जेव्हा उतरेल आणि आनंदाचा परमोच्च क्षण हातात येईल तेव्हा बोलणं कशासाठी? तेव्हा बोलणं होईलच कसं?

याचा अर्थ इतकाच की, जोपर्यंत तुम्ही परमोच्च आनंदात 'मस्त' नसाल तोपर्यंत बोलत राहता. माणूस आनंदात असतो तेव्हा गप्प असतो, पण दुःखात असतो, तेव्हा बडबडत असतो. कारण मनुष्य स्वस्थ, निरोगी असेल तर त्याची फारशी चर्चा करीत नाही. परंतु आजारी असेल, तर सारख्या आजारपणाच्या चर्चा करतो. शरीर पूर्णपणे निरोगी असतं, स्वस्थ असतं तेव्हा माणूस शरीराला विसरूनच जातो... मग त्यावर काय बोलणार?

च्वांगासु म्हणतो, पायातला जोडा व्यवस्थित बसला असेल तर माणूस पायाला विसरून जातो परंतु ते जोडे पायाला काचायला लागले की पाय आठवतात. तसंच

डोकं दुखत नाही तोपर्यंत आपल्याला डोकं आहे याचा पत्ताही नसतो, पण ते दुखायला लागलं की, त्याचा पत्ता लागतो. 'आजार' लक्षात येतो.

म्हणूनच संस्कृतमध्ये दु:ख यासाठी जो शब्द आहे, तोच ज्ञानासाठीसुद्धा आहे. तो शब्द वेदना... वेदना म्हणजे दु:ख... आणि वेदना हा शब्द वेदांसाठीही वापरला जातो. दु:खाचंच नेहमी ओझं होतं. आनंदाचं होत नाही. आनंदानं एकप्रकारची बेहोशी येते. शुद्ध हरपल्यासारखं होतं... दु:खात मात्र माणूस पूर्ण शुद्धीवर असतो. पायात काटा बोचला तर पायाची जाणीव होते, काटा बोचेपर्यंत 'पाया'चा पत्ताही नसतो. म्हणून 'त्रासाची' नेहमी जाणीव होते. आनंदाची जाणीव कमी होते. कारण आनंदात आपण सर्वकाही विसरतो. आनंदात आपण इतके एकरूप होतो की कसलीही जाणीव होत नाही. म्हणूनच ज्ञानी लोक म्हणतात, 'आनंद हा तुमचा निसर्गत: स्वभाव असू शकतो, पण दु:ख तुमचा निसर्गत: स्वभाव असू शकत नाही. कारण ज्या गोष्टीबरोबर आपण एकरूप होत नसतो, तो स्वभाव कसा काय बनणार? पायात काटा बोचणंही 'अस्वाभाविक' असल्यानं तो दुखतो, जखम जाणवते. पायात काटा नसणं, हे मात्र स्वाभाविक आहे. म्हणून दु:ख नाही, पाय असल्याची जाणीवही नाही. जितके-जितके तुम्ही स्वस्थ होत जाता, त्रासविरहीत होत जाता, तितके तुम्ही बोलण्यापासून दूर जाता. कारण बोलण्यासारखं काहीही उरलेलं नसतं. शरीर, मन, आत्मा सगळं शांत असतं, तेव्हा शब्द थांबतात. मन मस्त हुआ तब क्यों बोले।

बोलणं म्हणजे दु:खाच्या जगातलं एक प्रमुख अंग! म्हणून विक्षिप्त माणसं सतत बोलत राहतात. चोवीस तास बोलत असतात. दिवसाप्रमाणे रात्रीही बडबडतात. एका काठावर सतत बोलणारे विक्षिप्त तर दुसऱ्या काठावर पूर्णपणे नि:शब्द असलेली शांतिपूर्ण व्यक्तिमत्त्वं! त्यांच्या 'घरात' कोणीच असत नाही. पूर्णपणे सन्नाटा! घरात कुणाचा आवाज नाही... बोलण्यासारखं काहीच नाही. कसला गोंधळाचा आवाज नाही. एक संपूर्ण शून्यतेनं भरलेली परम शांतता....

विक्षिप्त माणसाकडे जरा पाहा... वेड्याचं जरा नीट निरीक्षण करा, त्यांचा अभ्यास करा... तुम्ही स्वत:लाच वेडे समजायला लागाल. कारण तुम्ही बोला वा नका बोलू... मनातल्या मनात तुमचे संवाद चालू राहतात.

सूफी संतांची एक पद्धत आहे... जी पद्धत 'आतल्या' बोलण्याला बंध घालू शकते. कारण सूफी म्हणतात, हा जो 'इंटरनॅशनल डॉयलॉग' आहे, आतली बातचित चालली आहे... तीच परमात्म्यापर्यंत पोहोचण्यातला मोठा अडसर आहे. 'तिथे' तुम्ही गप्प झालात तर 'पडदा' आपोआप निखळून पडेल... तोच 'घूंघट' आहे. मनातल्या मनात तुम्ही सतत बोलत असता. एक क्षणही ही चर्चा थांबत नाही, ही बातचित थांबत नाही... एक तर तुम्ही बाहेर कुणाशी तरी बोलता, नाहीतर कुणी बाहेर बोलायला नसलं तर मनातल्या मनात बोलत राहता... पण बोलणं चालूच.

आता हे सगळं नीट समजून घेऊ. हा जो मनातल्या मनात बोलण्याचा कार्यक्रम चालू असतो, तोच आपल्या मनावरचा पडदा! घूंघट! कबीरांनी म्हटलंय घूंघट के पट खोल रे! आता यावरचा सूफींचा उपाय कोणता? तर तुम्ही फक्त साक्षी व्हा. मनातल्या मनातली ही बातचित थोडी दूर उभे राहून पाहा. थोडं अंतर राखा. त्रयस्थाप्रमाणे याकडे पाहा. कारण तुम्ही स्वत: हा वार्तालाप करत नाही, तर तुमचं मन ते करत असतं. त्या मनाकडे दूर उभे राहून पाहा. फक्त साक्षी व्हा! ज्या क्षणापासून तुम्ही फक्त पाहणारे बनता त्या क्षणापासून तुमच्या लक्षात येईल की हळूहळू 'आतली' बातचित बंद व्हायला लागली आहे. कधीकधी मधूनच मळभ दूर होईल, स्वच्छ आकाश दिसेल. त्याच स्वच्छ आकाशात पहिला समाधीचा अनुभव येईल.

तुम्ही ढग नाहीत... तुम्ही स्वच्छ आकाश आहात. कारण ढग तर येतात-जातात... शून्य आकाश मात्र जसंच्या तसं राहतं. तुमची नैसर्गिक प्रवृत्ती ढग नसून 'शून्य आकाश' ही आहे. कारण जे कायम राहतं, जे कधी बदलत नाही, ते स्वाभाविक असतं... प्राकृतिक असतं. 'शब्द' तुमची प्राकृतिकता नाही, शून्यता ही तुमची प्राकृतिकता आहे. शब्दसुद्धा ढगांसारखे येतात जातात... एखाद्या झुळकेसारखे येतात... जातात... तुम्ही शब्द नाही... परंतु तुम्ही सतत शब्दांबरोबर असता. जसं एखाद्या माणसाला आकाश पाहण्यासाठी पाठवलं, तर तो ढगांचीच चर्चा करतो. तसंच तुम्ही जेव्हा-जेव्हा आत प्रवेश करता तेव्हा बाहेर येताना शब्दांना बरोबर घेऊन येता. आकाशापर्यंत पोहोचतच नाही.

आणि जोपर्यंत तुमची झेप आकाशापर्यंत पोहोचत नाही, तोपर्यंत गगन-गुफा, कशी काय उघडणार? तोपर्यत अमृताचा झरा कसा काय वाहणार? त्या रसधारेत तुम्ही कसे काय भिजणार?... असा जो त्या रसधारेत चिंब भिजून जातो तेव्हा कबीर योग्य वर्णन करतात 'मन मस्त हुआ तब क्यों बोले'... पूर्णानंद होतो, तेव्हा मौन साध्य होतं.

म्हणूनच संतांना बोलण्याचे फार श्रम वाटतात, खूप प्रयत्नांनी ते बोलतात... तुम्हाला मात्र 'गप्प' बसण्यासाठी श्रम घ्यावे लागतात. एखाद्या माणसाला मरणानंतर श्रद्धांजली देण्यासाठी दोन मिनिटं तुम्हाला गप्प बसायला सांगितलं, तर तुम्हाला ती दोन मिनिटं दोन वर्षांसारखी वाटतात. फार लांबलेला वेळ वाटतो तो! असं वाटतं की, केव्हाच होऊन गेली आहेत दोन मिनिटं. काहीतरी मोजायला चुकतंय. इतकी आपण वाट पाहत असतो. शिवाय वरवर आपण गप्प असलो तरी 'आत' त्या मनात आपण बोलतच असतो. तिथे कधीच गप्प बसत नाही.

दोन मिनिटं तुम्ही गप्प नाही राहू शकत! कसली तुमची ही योग्यता? कसली तुमची ही समज... दोन मिनिटंही तुम्ही गप्प नाही राहू शकत... याचा अर्थ तुम्ही विक्षिप्त आहात. चंचल आहात, वेडे आहात.

वेडी माणसं आणि तुम्ही यांमध्ये खरोखर एखाद्या मात्रेचाच फरक आहे. तुम्ही तुमचा वेडेपणा 'आत'मध्ये झाकून ठेवलाय... तो कधीही बाहेर येऊ शकतो. केव्हाही बाहेर येण्याची त्याची तयारी झाली आहे. आतमध्ये बराच 'पू' साचावा तसा तो साचलाय. त्याला एखादं गळवासारखं तोंड मिळालं, एखादी जखम झाली, तर फुटून तो बाहेर येऊ शकेल. कुणी नव्वद टक्के वेडा आहे, कुणी पंच्याण्णव टक्के वेडा आहे. कुणी शंभर टक्के! पण वेडेपणा निश्चित आहे.

एक गोष्ट करून पाहा... दहा मिनिटं घरात एखाद्या कोपऱ्यात स्वस्थ बसा. आणि नंतर एका कागदावर त्या वेळी मनात आलेले विचार लिहून काढा. वाचल्यानंतर ते सारं जवळच्या मित्रालाही दाखवण्याचं धाडस होणार नाही. इतकं ते वेडेपणाचं असणार... अर्थात खोटं-खोटं लिहायचं नाही. प्रामाणिकपणे लिहायचं. तुम्हाला स्वत:लाच आश्चर्य वाटेल की, मन कुठे-कुठे उड्या मारत होतं ते!

रस्त्यातून जात असताना एखादा कुत्रा दिसतो... झाली मनाची यात्रा सुरू... त्या कुत्र्यावरून मित्राच्या कुत्र्याची आठवण येते... मग मित्राची आठवण येते; मित्रामुळे त्याची बायको आठवते... सुरू हा विचारप्रवाह... त्या रस्त्यावरच्या कुत्र्याला या सगळ्या गोष्टींशी काहीही घेणं-देणं नसतं... पण आपला अंतर्गत वार्तालाप आपला सुरू होतो... नंतर तो चालूच राहतो! इंटरनॅशनल डॉयलॉग!

तुम्ही जर कुणाला सांगितलं की, या कुत्र्यामुळे हे सारे विचार माझ्या मनात आले. पुढे... हे... असंही होऊ शकतं की, मित्राच्या पत्नीच्या प्रेमात पडलो, लग्न केलं, मुलं-बाळं झाली. त्यांची लग्नं करून दिली! विचारांना आणि कल्पनांना काय तोटा?

तुम्ही शेखचिल्लीच्या कथा ऐकल्या असतील, त्या कथा खरं म्हणजे तुमच्याच कथा आहेत. कारण प्रत्येकाचं मन हे शेखचिल्लीसारखंच असतं. मुलांचं मन रमवण्यासाठी या कथा रचल्या गेल्या आहेत, असं मुळीच नाही. कारण तुम्ही चोवीस तास तसेच वागत असता. हीच ती तंद्री आहे. मोहनिद्रा आहे. ज्याला कबीर म्हणतात की, संतो जागत नींद न कीजै।

वरवर तुम्ही जागे असता, परंतु आतमध्ये मोठमोठी स्वप्नांची मालिका चाललेली असते. पुन्हा-पुन्हा. आकाश जसं ढगांनी भरतं अगदी तस्सं! आणि हा जो तुमचा पुन्हा-पुन्हा घडणारा वेडेपणा आहे तो तुम्ही दुसऱ्यावर ढकलत राहता... हीच तुमची सवय. 'मन मस्त हुआ तब क्यों बोले।' परंतु मन परमोच्च आनंदात असेल (मस्त हो!) त्या वेळी स्वच्छ आकाश तुमच्या नजरेला येईल, आकाशगुंफा आपोआप उघडेल, त्या वेळी तुम्ही काय बोलणार?

बोलण्यासारखं काहीच नसणार. तुम्ही शांत, गप्प होणार; पण तरीही जे गप्प झालेले आहेत, त्यांचं सगळं बोलून झालं आहे. फक्त तुमच्या बोलण्यात आणि

त्यांच्या बोलण्यात मुळातच फरक आहे. हा फरक गुणात्मक (क्वालिटेटिव्ह) आहे. त्यांनी काहीतरी जाणलेलं असतं म्हणून ते बोलतात. तुम्ही बोलता कारण तुम्ही विक्षिप्त असता, पोकळ असता. ते बोलतात काहीतरी देण्यासाठी आणि तुम्ही बोलता ते तुम्हाला 'मोकळं' व्हायचं असतं म्हणून.

तुमचं बोलणं दुसऱ्यांसाठी अजिबात हिताचं नाहीये... कारण तुम्ही रोगाचा फैलाव करता. त्यांचं बोलणं हे संपूर्णपणे कल्याणकारी आहे, कारण ते स्वत:चा आनंद वाटत आहेत. त्यांच्या शब्दाशब्दांत अंतरातला झंकार असणार आहे. अंतरातला आनंदाचा रस असणार आहे, सुगंध असणार आहे. हे म्हणजे फुलासारखं आहे. फूल हातात काहीवेळ जरी ठेवलं तरीही नंतर हाताला सुगंध येत राहतो; एखाद्या बागेजवळून जात असाल तर तुमच्या वस्त्रालासुद्धा सुगंध येतो.

संतमंडळींच्या शून्यत्वातून जो एखादा-दुसरा शब्द बाहेर पडत असतो, त्यातून अगदी अल्पशी का होईना नादहीनता, थोडासा ताजेपणा आपल्यापर्यंत पोहोचत असतो. म्हणूनच संतांना समजून घेण्यासाठी फक्त उत्तम ऐकणारा असणं महत्त्वाचं! विचारणारा नाही.

नानक सतत सांगतात की, तीन गोष्टी अत्यंत महत्त्वाच्या आहेत. एक म्हणजे परमात्मा; जो आम्हाला संपूर्णपणे अज्ञात आहे, तिथपर्यंत पोहोचण्यासाठी गुरू आवश्यक आहे. परमात्म्यापर्यंत पोहोचण्यासाठी गुरू हे महत्त्वाचं द्वार आहे, परंतु गुरूपर्यंत कसं पोहोचायचं? कोणाला गुरू करायचं? तर त्यासाठी साधुसंगत महत्त्वाची... साधूंचा सहवास. ज्या ठिकाणी सज्जनांची बैठक असेल, चांगल्या गोष्टींबद्दल बोलणं चाललेलं असेल, त्या जगातल्या संसाराबद्दल चर्चा चाललेली असेल तिथे जाऊन बसणं आणि त्यांचं बोलणं ऐकणं! त्यांचं ऐकता ऐकताच, त्याच साधूंच्या संगतीत गुरुप्राप्ती होऊ शकते आणि एकदा का गुरू मिळाला की मग आपण योग्य मार्गावर येतो. जो मार्ग परमात्म्यापर्यंत पोहोचतो.

खरोखर चांगलं बोलणं, कानावर पडणं हे फारच बहुमूल्य आहे. संतांना तरी आपण कसे समजून घेणार? आपली योग्यता जेव्हा तेवढी होईल, तेव्हाच संतांना समजणं शक्य आहे. तेव्हाच त्यांच्या वाणीचा अर्थ समजून घेणं शक्य आहे. तुम्ही ग्राहक भाव मनात ठेवा... मन खुलं पाहिजे तरच त्यांचे शब्द तुमच्या अंतरंगात प्रवेश करू शकतील, तुम्हाला समजू शकतील. कदाचित ज्या अज्ञात लोकातून ते शब्द आले आहेत. त्यांचा हलकासा धक्का तरी तुमच्या मनात जागा होईल.

संतांपासून तुम्ही 'मस्ती' आत्मसात केलीत, तर तुम्ही सगळं काही शिकल्यासारखं होईल.

'मन मस्त हुआ तब क्यों बोले।'
हीरा पायो गांठ गठियायो, बारबार बाको क्यों खोले।

हिरा मिळालाय... तो बांधून घेतलाय... मग आता पुन्हा-पुन्हा ती गाठ सोडून का पाहताय? कारण तुमच्या मनात संदेह आहे. पक्की खात्री नाहीये... खरंच मला हिरा मिळालाय? तो मला मिळू शकतो का? असे बरेच प्रश्न तुमच्या मनात आहेत. तुमचा स्वत:वरही विश्वास नाही, तसंच हिऱ्यावरही विश्वास नाही. म्हणूनच त्या संभ्रमात तुम्ही परत-परत ती गाठ सोडून पाहता.

जिथे श्रद्धा आहे तिथे संदेह कशासाठी? जिथे हिरा मिळालाय... गाठ बांधलीय... आता 'बारबार बाको क्यों खोले?'

बुद्ध, कबीर, नानकांची प्राप्ती आपल्याला झाली... हिरा मिळाला... तो जवळ बांधून घेतलाय. आता कसला संदेह... खरेखुरे साधक त्याची चर्चाही करत नाहीत. चर्चा होते... ती नकळत... ती कशी, ते या उदाहरणावरून पाहू.

सूफी फकीर बायजीदला भेटायला एक माणूस आपल्या पत्नीला बरोबर घेऊन गेला. बायको फारच जाडजूड होती. पती म्हणाला, ''हिला मुलं होत नाहीत. काहीतरी उपाय सांगा...'' बायजीद म्हणाला, ''मुलं? आणि हिला? अजिबात शक्य नाहीये... कारण चाळीस दिवसांत ही मरणार आहे. तिच्या कपाळावर तिचं मरण लिहिलेलं आहे. काहीही उपाय नाही.''

पती-पत्नी निराश झाले. ती पत्नी तर खचून गेली... अन्नपाणी सोडून दिलं... खंगत चालली. असे चाळीस दिवस गेले... ती काही मेली नाही. तो गृहस्थ पुन्हा बायजीदकडे गेला. चाळीस दिवस रडून-खंगून काढलेले! मोठा प्रश्न उभा राहिला. आता त्यांना पाहिल्यानंतर बायजीद म्हणाले, ''आता जा घरी... आता हिला मुलं होतील... मला फक्त हिचं जाडेपण कमी करायचं होतं, म्हणून मी असं सांगितलं. ती मृत्यूची गोष्ट हेच त्यावरचं औषध होतं!''

हीच ती परोक्ष (इनडायरेक्ट) पद्धत! का... तर त्या स्त्रीला सांगितलं असतं की, तू तुझं जाडेपण कमी कर... तर तिनं ऐकलं नसतं. कारण अनेक डॉक्टरांनी, वैद्यांनी सांगून पाहिलं होतं, पण काही उपयोग झाला नव्हता. साहजिकच आहे. सगळे उपाय थकले की, माणसं आशीर्वादासाठी साधूजवळ जातात. तो शेवटचा उपाय असतो.

बायजीद यांनी विचार केला की, एवढी मोठी जाड बाई, हिला मुलं कशी होणार... आणि स्वत:च्या मनानं तर ती जाडेपण कमी करणारच नाही. तिच्या मरणाची गोष्ट तर साफ खोटी होती. परंतु आपण इतके खोटे असतो की, खोट्याचीच आमच्यावर मात्रा चालते.

म्हणूनच संतलोक कधीही हिऱ्याची गोष्ट करत नाहीत. ते अशा गोष्टी करतात की, ज्यामुळे हिऱ्याची महती कळेल आणि समजा तुम्हाला हिरा मिळाला, तरी तुम्ही त्याला ओळखणार नाही. कारण त्यासाठी अनुभव पाहिजे.

एक सूफी फकीर होते. झुन्नून! त्यांच्याकडे एकदा एक माणूस आला आणि म्हणाला, ''सगळा बकवास आहे. इतक्या फकिरांकडे गेलो, पण सगळे पोकळ आहेत. माझं समाधान नाही झालं. तो अमुक-अमुक सूफी धोकेबाज आहे. तो अमुक सूफी... त्याचा काही भरवसा नाही, दुसरे एक सूफी... गोष्टी तर मोठमोठ्या करत होते, पण सगळं पोकळ!''

झुन्नून त्याला म्हणाले, ''ते सगळं नंतर बोलू... आधी माझं एक काम आहे तेवढं कर. माझ्याकडे एक दगड आहे. बाजारात जा आणि एका सोन्याच्या मोहोरेच्या बदल्यात तो विकून ये...'' तो माणूस बाजारात गेला. सोन्या-चांदीच्या दुकानात तो दगड कोणीही विकत घेतला नाही. जास्तीत जास्त एका चांदीच्या नाण्यावर एक जण तयार होता. तेसुद्धा अगदी नाईलाजानं. तो माणूस परत आला. झुन्नूनना म्हणाला, ''हा दगड एकदम निरोपयोगी आहे. कोणीही घेत नाहीये. एक माणूस त्यातल्या त्यात एक चांदीचं नाणं द्यायला तयार झालाय... अगदी नाईलाजानं! आता काय करायचं?''

झुन्नून म्हणाले, ''आता तू जवाहिऱ्याकडे जा आणि मग बघ... पण... हा दगड विकू मात्र नको. फक्त चौकशी करून ये.''

तो एका जवाहिऱ्याकडे गेला. एक हजार सोन्याची नाणी द्यायला तो जवाहिऱ्या तयार झाला. हा विकायला तयार होईना, तसा जवाहिऱ्याने दहा हजार सोन्याची नाणी देऊ केली. तरीही हा तयार होईना. तेव्हा तो जवाहिऱ्या म्हणाला, ''किती पाहिजेत बोल... पण हा दगड परत नेऊ नकोस.'' हा माणूस म्हणाला, ''विकायचा नाहीये हा दगड! फक्त चौकशी करून यायला सांगितलंय.''

तो माणूस परत झुन्नून यांच्याकडे आला आणि म्हणाला, ''आता मात्र हद्द झाली... बरं झालं, मी त्या एका चांदीच्या नाण्याच्या बदल्यात हा विकला नाही ते! तो जवाहिऱ्या दहा हजार म्हणतोय... आता काय करायचं ते बोला.''

फकीर झुन्नून म्हणाले, ''हा दगड विकायचा नाही. तुला फक्त माहिती काढण्यासाठी पाठवलं होतं. हिऱ्याची पारख करण्यासाठी जवाहिऱ्याच पाहिजे, हे तुला कळावं, यासाठी हा खटाटोप केला. त्याचप्रमाणे खरा सूफी कोण असेल याची परीक्षा या जवाहिऱ्याप्रमाणे कर.''

चांदी-सोनं विकणाऱ्या दुकानदारांना हिऱ्याची परीक्षा कशी काय होणार? तरीही दगड दिसतोय रंगीबेरंगी, थोडा फार चमकतोय... काहीतरी उपयोगाला येईल म्हणून घेऊ या काही रुपयांना असाही विचार एखाद्यानं केला असेल.

भाजी विकणाऱ्याजवळ जर गेलास हा दगड विकायला तर तो तर म्हणेल, ''दोन पैशांना देऊन टाक. तराजूत वजन टाकण्यासाठी उपयोग होईल.''

म्हणूनच नंतर ते म्हणाले, हा दगड ठेवून दे. त्याची पारख करण्यासाठी एखादा जवाहिऱ्याच लागेल.

खऱ्या सूफींची परीक्षा कोण करणार? खरा सूफी कोण ओळखणार?... साधुसंतांना कोण ओळखणार? हिरा तुम्हाला दिला जात नाही. कारण तुम्ही ओळखणार नाही. तुम्ही कुठेतरी तो हरवून टाकणार किंवा मुलांना खेळायला देणार.

आजचा प्रसिद्ध कोहिनूर हिरा गोवळकोंड्यामध्ये एका गरीब घरात मुलांचं खेळणं होतं. तो शेतात मिळाला होता. मुलं तो घेऊन खेळत असत.

हिऱ्याची पारख रत्नपारख्यालाच आणि ज्ञानाची पारख ज्ञानी माणसालाच!

म्हणूनच कबीर म्हणतात, 'हीरा पायो गांठ गठियायो, बारबार बाको क्यों खोले।'

लोकं मला नेहमी विचारतात, 'ध्यान लागलं आहे' हे कसं कळू शकणार? परमात्मा प्राप्ती झाली आहे, याचा पक्का पत्ता कसा काय लागू शकतो? समाधी लागलीये हे कसं कळणार? मी त्यांना सांगतो, तुमच्या डोक्यात कुणी काठी हाणली तर तुम्हाला कळतं की, डोक्याला मार लागलाय. तिथे दुखतंय. ते काही तुम्ही दुसऱ्याला विचारायला जाता का? की अरे भाई, मला दुखतं आहे का नाही ते सांग बाबा!

जर तुम्हाला दुखण्याची जाणीव होते, तर आनंदाची जाणीव होणार नाही का? दुखण्याची जर का तुम्हाला ओळख होते, जाणीव होते तर आनंदाची जाणीव का होत नाही. ती होतेच. कारण दुःखाची जाणीव म्हणजेच आनंदाची ओळख असणं. कारण आनंदाचा अभाव म्हणजे दुःख. एखाद्या आजाराची जाणीव होत असेल तर स्वास्थ्यपूर्ण असण्याची जाणीव होणारच. नरकाची ओळख असेल, तर स्वर्ग माहीत असणारच. त्यासाठी विचारावं लागत नाही, तेव्हा हिऱ्याची प्राप्ती होते.

हीरा पायो गांठ गठियायो। बारबार बाको क्यों खोले।।'

मनामध्ये तर कुठलीच शंका नसते, कारण तो अनुभव असंदिग्ध असतो... परमात्म्याचा अनुभव शंकाविरहित आहे. जेव्हा तो मिळतो तेव्हा बस्स... सगळं मिळतं! मग सगळं जग जरी मिळालं नाही, तरीही फरक पडत नाही. सगळ्या दुनियेनं सिद्ध केलं तरीही फरक पडत नाही. सगळ्या दुनियेने ईश्वर नाही असं म्हटलं तरी काही बिघडत नाही. तुम्हाला स्वतःला अनुभव मिळाला... बस्स... पुरेसं आहे. ते प्रमाण आहे.

परमात्मा प्राप्तीचा अनुभव हा स्वप्रमाण (सेल्फएव्हिडंट) आहे. त्यासाठी इतर प्रमाणपत्रांची गरज नाही. तुम्ही स्वतःच प्रमाण आहात. होऊन गेलं ते होऊन गेलं. परंतु जोपर्यंत काही घडत नाही, तोपर्यंत मात्र फार कठीण काम आहे. दुसरा कुणी स्वतःचा अनुभव तुम्हाला सांगेल तर तुम्ही तो ओळखणार नाही, कारण स्वतःच्या अनुभूतीशिवाय तो ओळखताच येत नाही. म्हणूनच कबीरांनी लाख वेळा सांगितलं

तरी तुम्हाला आकलन होणार नाही, तुम्हाला विश्वास वाटणार नाही. तुमच्या बाबतीत 'काही' घडलं तरच विश्वास वाटेल.

'हीरा पायो गांठ गठियायो, बारबार बाको क्यों खोले।
हलकी थी तब चढ़ी तराजू, पूरी भई तो क्यों तोले।'

तराजूची तागडी जेव्हा हलकी असते, तेव्हा ती वर असते. वजन टाकल्यानंतर जसजशी जड होते, तशी-तशी ती खाली जाते. पूर्ण भरल्यानंतर तर ती जमिनीलाच टेकते. तेव्हा मग तोलणंच बंद होऊन जातं.

'हलकी थी तब चढ़ी तराजू, पूरी भई तो क्यों तोले।' तोलणं आता बंद! तौलना बंद... तौलना म्हणजे तुलना – कम्पॅरिझन! तुमच्या जीवनात सतत तुलनाच होत असते, तुमचा कोणताही विचार तुलनेला धरून चालतो.

एक सौंदर्य स्पर्धा होती. देशातल्या वीस सौंदर्यवतींनी त्यात भाग घेतला होता. एकीला कुणाला तरी संपूर्ण देशाची सुंदरी म्हणून निवडायचं होतं. परीक्षकांनी मुल्ला नसरुद्दीनलाही परीक्षक म्हणून बोलावलं होतं. एकतर ते वयस्कर होते, अनुभवी होते. जीवनातले बरेच चढ-उतार पाहिलेले होते. खूप स्त्रियांची आयुष्यं, वैवाहिक नाती, घटस्फोट सगळंकाही त्यांनी पाहिलं होतं. तर पहिली तरुणी समोर आली... त्यांनी म्हटलं अंहं! दुसरी आली, तिलाही नकार दिला... करता-करता वीसही जणींना त्यांनी नाकारलं... खरं पाहता एकापेक्षा एक सगळ्या सुंदर होत्या... कोण सुंदर आहे, हे ठरवणंही अवघड होतं. ज्यांनी मुल्ला नसरुद्दीनला बोलावलं होतं, तेसुद्धा संभ्रमात पडले... त्यांनी विचारलं, ''मुल्ला, एकही स्त्री तुम्हाला पसंत पडली नाही. असं कसं?''

नसरुद्दीन म्हणाले, ''मी या स्त्रियांना बघून नाकारत नव्हतो. मी माझ्या बायकोला नाकारत होतो.'' ते तुलना करत होते.

तुमचं संपूर्ण जीवनच तुलनेनं भरलेलं आहे. तुम्ही श्रीमंत आहात म्हणता... परंतु तुम्ही खरोखरच श्रीमंत आहात का?... हां... कोणत्यातरी गरीब माणसाच्या तुलनेत तुम्ही श्रीमंत आहात जरूर... पण तुमच्यापेक्षा श्रीमंत माणसाच्या तुलनेत तुम्ही गरीबच आहात. म्हणजेच खूप श्रीमंत मनुष्यसुद्धा गरीबच राहतो. कारण दुसरा कोणी त्याच्यापेक्षा श्रीमंत असतो... तुलनेपासून सुटका नीच. तुम्ही दहा गोष्टींच्या पुढे आहात; परंतु आणखी दहा गोष्टी तुमच्या पुढे आहेत.

तुम्ही सुंदर आहात; परंतु कुणाच्या तरी तुलनेत सुंदर आहात. तसंच तुम्ही कुरूपही आहात... कारण तुमच्यापेक्षा कुणीतरी आणखी सुंदर असणार आहे.

प्रत्येक क्षणी जगात तुलना चाललेली आहे. तुम्ही जेव्हा म्हणता की, मी अगदी निरोगी आहे, तेसुद्धा कुणाच्या तरी तुलनेत. तुम्ही जेव्हा म्हणता की, मी सुंदर आहे, तेसुद्धा कुणाच्यातरी तुलनेतच!

परंतु तुलना करून तुम्हाला कधीच शांती मिळणार नाही. कारण कुणी ना कुणीतरी तुमच्यापुढे असणारच आहे. कारण ते नसणं अशक्यच आहे. पण तरीही जीवन खूप विचित्र आहे. कदाचित एखाद्या गोष्टीत तुम्ही सर्वांच्या पुढे असालही. कदाचित भरपूर धन जमवलं असेल. हैदराबादच्या निजामाजवळ जगातल्या सर्वांपेक्षा जास्त संपत्ती आहे. कारण त्याने गोवळकोंड्याच्या लढाईत भरपूर हिरे-जवाहीर जमा केलं होतं. वर्षातून एकदा त्यांना सूर्यप्रकाश दाखवण्यासाठी... म्हणे सात सौध लागायचे. अक्षरश: शिखरावर होता निजाम त्या वेळेला. परंतु रात्री झोपताना एक पाय मिठानं भरलेल्या एका मडक्यामध्ये ठेवून तो झोपायचा. का? तर म्हणे मीठ जवळ असलं की, भूत येत नाही. या भुताच्या भयापोटी तो गरिबातल्या गरिबापेक्षाही दीन झालेला होता. नोकरसुद्धा त्याच्याबद्दल टिंगल करायचे. म्हणायचे, ''कसलं भूत महाराज? आम्ही नाही घाबरत. केवढी मोठी कुंडी पायाला बांधून तुम्ही झोपता?...'' परंतु संपूर्ण आयुष्यभर तो पायाला कुंडी बांधूनच झोपत होता... या भुताच्या भयापोटी त्याचं जीवन अतिशय दु:खी झालं होतं. कारण सतत चिंता... मनामध्ये म्हणायचा, 'गरिबातला गरीब माणूससुद्धा माझ्यापेक्षा सुखी असेल. कारण तो निर्भय आहे. मी जगातला सर्वांत श्रीमंत माणूस असून काय फायदा?...' गरीब, उघडे-नागडे, भिकारी बघूनसुद्धा त्याला ईर्षा वाटायची... का, तर ते निर्भय आहेत. कुठेही झोपतात... कसलीही चिंता नाही. काय करणार? निजामाजवळ पाचशे बायका होत्या. कृष्णाला तर सोळा हजार बायका होत्या... पण उगीच संदेह नको. कारण एकोणिसाव्या शतकातसुद्धा पाचशे बायका असू शकतात, तर त्या काळात सोळा हजार म्हणजे काहीच नाहीत....

पाचशे बायका होत्या पण... भीतिपोटी हा असा हीन-दीन झाला होता. धनसंपत्ती होती... पण दरिद्री माणसाचाही हेवा करत होता. मृत्यूची भीती इतकी होती की जीवन जगणं अशक्य होऊन बसलं होतं!

अमेरिकेचा सर्वांत श्रीमंत माणूस इन्डस कार्नेगी! त्याचे दहा अब्ज रुपये बँकेत जमा होते. मरताना त्याच्या सचिवानं विचारलं... ''आपण अपार संपत्तीचे मालक आहात... आनंदी आहात ना? आनंदात मृत्यूला स्वीकारताय ना?''

ते म्हणाले, ''आनंदात कसला? माझ्याइतका अयशस्वी मनुष्य मिळणं कठीण आहे. मला शंभर अब्ज रुपये मिळवायचे होते... पण फक्त दहा अब्जच मिळवू शकलो.''

त्यानं दहा अब्जाचा उच्चार असा काही केला की, जणू ते दहा पैसेच होते! अर्थात त्याच्या दृष्टीनं ते दहा पैसेच होते. कारण ज्याचं ध्येय शंभराचं होतं, त्याला दहाच मिळवता आले, म्हणजे नव्वदानं ही हारच आहे ना त्याची?

याचाच अर्थ काय, तर मरतानासुद्धा तो दु:खीच होता. त्याच्या सचिवानं नंतर त्याचं चरित्र लिहिलं. त्यात लिहिलं होतं... 'समजा कोणी मला म्हणालं असतं की, 'इन्डस कार्नेगी' यांच्याबरोबर जागांची अदलाबदल करून पाहा... तर ते मी कधीच केलं नसतं. ते स्वत: सचिव आणि मी मालक अशी अदलाबदल मी कधीच स्वीकारली नसती. कारण त्यांचा सचिव असताना मी जेवढा आनंदित होतो, तितका मी मालक झालो असतो तर नसतो....'

त्यांनी पुढे लिहिलंय... कार्यालयातील सेवक दहा वाजता येतो. लेखनिक साडेदहाला, व्यवस्थापक बारा वाजता! व्यवस्थापक तीन वाजता सुट्टी घेऊन जातात, लेखनिक साडेचारला जातात. सेवक पाच वाजता जातो. या सगळ्यांत इन्डस कार्नेगी मात्र सकाळी सात वाजल्यापासून जे कार्यालयामध्ये येतात, ते रात्री बारापर्यंत त्यांची सुटकाच होत नाही. असं म्हणतात की, ते स्वत:च्या मुलांनाही ओळखत नसत. कसं काय ओळखणार? सकाळी सात ते रात्री बारा फक्त कार्यालय, कार्यालय, कार्यालय! मग मुलं कशी काय भेटणार? त्यांच्याबरोबर कधी खेळणं नाही, बोलणं नाही, कधी स्वस्थपणे बसणं नाही....

तुम्ही धनसंपत्ती मिळवा... हजार कटकटी, तुम्ही मोठं पद मिळवा. हजार कटकटी... तुम्ही काहीही मिळवा, पण तुम्ही तृप्त राहणार नाही. जोपर्यंत तुलना आहे, तोपर्यंत तराजू तोलतच राहणार. ज्या दिवशी तुम्ही तुलना बंद कराल, कंपॅरिझन बंद कराल, त्या दिवशी खरे मुक्त होऊन जाल. दुसऱ्याबरोबर तुलना करण्याचा विचारसुद्धा सोडून द्याल, तेव्हाच तुमच्या जीवनातलं दु:ख संपेल... त्याच वेळी तुम्हाला जाणीव होईल की, तुम्ही तुम्हीच आहात आणि दुसरे दुसरे आहेत... बस्स!

एका झेन फकीराला एकानं विचारलं, ''तुम्ही इतके आनंदी कसे असता? मी का असा नाही होऊ शकत?'' फकीर म्हणाले, ''मी माझ्या असण्यावर, माझ्या आहे त्या अस्तित्वावर खूश आहे. तुम्ही तसे नाही राहत...'' त्यावर तो माणूस म्हणाला, ''मग काहीतरी उपाय सुचवा...'' फकीर म्हणाले, ''उपाय तर मला नाही माहीत... पण माझ्याबरोबर चला... आणि पाहा... हे एक झाड... छोटसं आहे आणि त्याच्याशेजारचं झाड मोठं आहे. मी या दोघांना कधी दु:खी नाही पाहिलं. मी लहान आहे, तू मोठा आहेस वगैरे तुलना करून दु:खी नाही झाले कधी. तीन वर्षं झाली मला इथे राहून. हे छोटं झाड आपल्या छोटेपणात आनंदी आहे आणि मोठं झाडं आपल्या विस्तारात खूश आहे. कारण एकच... तुलना कधी इथे अस्तित्वातच नाही आली.''

गवताचं एखादं पातंही वाहणाऱ्या वाऱ्यानं आनंदानं डोलत असतं. तसाच आनंद देवदारासारखा मोठा वृक्षही घेत असतो. काही भेदच नाही मुळी. गवतावरचं

एखादं छोटंसं फूलही जितकं आनंदानं डोलत असतं, तसाच एखादा गुलाबही डोलत असतो. कारण दोघांमध्ये कोणती तुलनाच नाहीये. ते दोघंही आपापल्या आनंदात मग्न आहेत. निसर्ग असा तुम्हाला क्षणोक्षणी जगण्याची शिकवण देत असतो.

भेद असतो तो तुमच्यात! तुलना असते ती तुमच्यात! तुम्ही म्हणता, हे गवतावरचं फूल आहे आणि हे गुलाबाचं फूल आहे. त्या दोन प्रकारच्या फुलांना हा भेद माहीतच नसतो. ते आपापल्या आनंदात मश्गुल असतात. जे तुलनेपासून दूर असतात, ते आनंदात मग्न होऊ शकतात. इथे मग्नचा अर्थ सखोल आहे आणि जो मग्न होऊ शकतो, तो आपोआप तुलनेपासून दूर जातो.

म्हणून कबीर म्हणतात, ''हलकी थी तब चढ़ी तराजू, पूरी भई तब क्यों तोले।''

संपूर्ण आनंदाची आता बरसात होतेय, गगन गुंफेत अमृताच्या धारा वाहतायत... तर आता कसली तुलना?

याच्या उलटही करता येतं... तुलना बंद करा की आपोआप गगन गुंफेचं दार उघडलं जाईल. तुलना बंद करा की, आनंदाची बरसात होतेच... किंवा असंही... आनंदानं भरून जाता, तेव्हा तुलना बंद होते. एकाच नाण्याच्या या दोन बाजू आहेत. कुठूनही सुरुवात करा.

कबीर म्हणतात ते खरोखरच पूर्ण सत्य आहे... सिद्ध लोकांसाठी जोपर्यंत तराजू हलका होता, तोपर्यंत तुलना होत होती... तोपर्यंत तराजूमध्ये वजन मापं करणं चालू होतं. परंतु तराजूतलं वजन पूर्ण झालं, तेव्हा तोलण्याचं काम संपलं. तुलना संपली.

परंतु तुमची अवस्था सिद्धाची नसून साधकाची आहे. तुम्ही कुठून सुरू करणार?... तुम्ही तुलना करणं सोडून द्या... अन् बघा तराजू हळूहळू जड व्हायला लागेल. कुणी सांगितलं तुम्हाला तुलना करायला? तुम्ही स्वतंत्र, एकटे आहात. तुमच्यासारखं दुसरं कोणी असूच शकत नाही. तुमच्यासारखी बुद्धी, तुमच्यासारखा चेहरा, तुमच्यासारखे डोळे, हातपाय, अगदी अंगठ्याचा ठसाही दुसऱ्या कुणाचा नाही... तो फक्त तुमचाच आहे.

जगातल्या अब्जावधी मंडळींमध्ये एकाचाही अंगठ्याचा ठसा तुमच्यासारखा नाही. अजूनपर्यंत या पृथ्वीवर लाखो लोकं होऊन गेले... त्यातल्या अनेकांना कब्रस्तानातून उखडून काढून अंगठ्याचे ठसे पाहिले तरीही ते तुमच्यासारखे नाहीत. भविष्यामध्येही लाखो लोक जन्माला येतील... पण त्यांच्यामध्ये एकही माणूस तुमच्या अंगठ्याचा ठसा घेऊन येणार नाही... मग कसली तुलना घेऊन बसलात? तुम्ही आसपासच्या कोंबड्यांबरोबर तुलना नाही करत की, बघा, याच्या डोक्यावर किती छान तुरा आहे अन् माझ्या डोक्यावर नाही... एखाद्या मोठ्या वृक्षाबरोबर

तुलना नाही करत की बघा हा केवढा उंच आहे, आकाशापर्यंत गेलाय आणि मी मात्र फक्त साडेपाच-सहा फूटच.

तुम्ही कोंबड्याशी तुलना करत नाही, वृक्षांशी तुलना करत नाही, तर मग शेजाऱ्यांशी का करता?

तुलना कराल तर सतत दु:खी राहाल. कारण काही ना काहीतरी भेद राहणारच. कुणी जास्त, कुणी कमी. हजारो तऱ्हेचे फरक जगात असणारच आहेत. तितके तुम्ही जास्त-जास्त दु:खात बुडून जाल. म्हणूनच तुलना बंद करा... तोलणं पूर्ण होऊन जाईल....

सिद्ध पुरुषांची गोष्ट! कबीर बरोब्बर म्हणतातच, ''हलकी थी तब चढ़ी तराजू, पूरी भई तब क्यों तोले।''

हे लक्षात ठेवा की, सिद्ध पुरुषांसाठी जे योग्य आहे, त्याच्या बरोबर उलट दिशेला तुम्ही सुरू करता. कारण सिद्धाचं वर्णन हे मोक्षाच्या अंतिम दशेचं वर्णन आहे. तुम्ही जेथे उभे आहात तिथलं हे वर्णन नाही. इथे तर तुमचा तराजू सतत तोलण्याचं काम करतोच आहे. म्हणून तुम्ही सारखे दु:खात आहात. तुमच्या अस्तित्वात मुळापासून दु:ख नाहीये. तुमच्या डोक्यात दु:ख आहे.

सुरत कलारी भई मतवारी, मदवा पी गई बिन तोले।

ही एक शेवटची गोष्ट कबीर सांगतायत. ती जरा लक्षपूर्वक पाहू.

सुरत कलारी भई मतवारी, मदवा पी गई बिन तोले। 'कलारी' म्हणजे मद्याचं दुकान. मधुशाला. सगळी पिणारी मंडळी एकत्र जमली आहेत. सुरत कलारी भई मतवारी, मदवा पी गई बिन तोले। कोणताही हिशोब न ठेवता सगळे पितायत... कुठलंही मोजमाप नाही. बिन तोले। सगळे जण मस्त धुंद झाले आहेत. तोलून-मापून का प्यायचं? इंचाइंचानं (अध्यात्मातल्या) आनंदाचा भोग का घ्यायचा? आनंदाला इतकं कशाला घाबरायचं? त्याचा पूर्णत्वानं उपभोग का घेत नाही? संपूर्ण आसमंत तुमचा आहे, पूर्ण परमात्मा तुमचा आहे... तोलून-मापून घेण्याची गरजच काय? हे काही कुठलं दुकान नाही. इथे तुम्ही कुठली खरेदी करायला आला नाहीत. तुमचं अस्तित्व संपूर्णपणे मुक्त आहे. कशासाठी घाबरता? 'बिना तोले!' तोलून-मापून हा आनंद पिऊ नका... संपूर्णपणे प्या. आता याचा पूर्ण अर्थ समजून घेऊ... माणूस दु:खाला इतका घाबरत नसतो, पण आनंदाला जास्त घाबरतो. कारण दु:खावर उपाययोजना असते, औषधोपचार असतात. तसा आनंदावर कोणता इलाज नसतो, कोणतीही औषधं नसतात. आनंदाचं जास्त भय वाटतं कारण 'आनंद' ही गोष्ट इतकी मोठी असते की, त्याखाली आपण संपून जाऊ का काय, अशी भीती वाटते. दु:खासह तुम्ही जीवन जगू शकता, दु:खाच्या गाठोड्यावरच तुम्ही

बसलेले असता, पण आनंदाचं गाठोडं मात्र तुमच्या डोक्यावर असतं. कारण आनंद विराट असतो.

दुःखानं आपण भयभीत होत नसतो, पण आनंदानं मात्र होतो. याचा सखोल अर्थ लक्षात घेणं जरुरीचं आहे. लहानपणापासूनच आपल्याला आनंदाला घाबरण्यासाठी शिकवलं जातं. एखादं लहान मूल विनाकारण नाचायला लागलं, हसायला लागलं की आपण म्हणतो काय झालं उगाचच हसायला? काय कारण आहे?... मूल विनाकारण उड्या मारत विनाकारण आनंदानं हसतं... म्हणजे मुलं 'विना'कारणच आनंद घेत असतात. कारण कोणत्यातरी 'कारणा'चं जग त्यांच्यासाठी अजून अज्ञानात असतं. कारण बुद्धीचं दार अजून बंद असतं.

मुलांना अगदी छोटी-छोटी कारणंही पुरतात हसायला. अगदी एखादं छोटंसं फुलपाखरू उडत असेल, तर लागतात त्याच्या मागे आणि टाळ्या पिटतात... वाटेत एखादा लाल दगड मिळाला तरी आणतात आनंदानं घरी. त्यांना वाटतं हा हिराच आहे किंवा काहीवेळा काहीच कारण नसतानाही नुसतीच आनंदात असतात.

एका घरी मी पाहुणा म्हणून गेलो होतो. त्या घरात सहा-सात वर्षांची दोन मुलं. एक मुलगा आणि एक मुलगी होती आणि आणखीन एक तीन-साडेतीन वर्षांचा मुलगा होता. एक दिवस घरातले लोक बाहेर गेले होते. हे तिघंही खेळत होते. मोठी दोघं मुलं घरात खेळत होती आणि हा लहान मुलगा जिन्यावर बसून एकटाच खदखदून हसत होता... मी बाहेर जाऊन त्याला विचारलं... ''का रे, तू खेळत नाहीस?'' तो म्हणाला... ''मी खेळतोय ना...!''

मी त्याला म्हटलं, ''अरे, खेळ तर आत घरात चाललाय. तू एकटाच इथं काय हसतोयस?'' त्यानं उत्तर दिलं, ''हा खेळच आहे. तो मोठा मुलगा डॅडी झालाय. ती मुलगी मम्मी झालीय... आणि मी त्यांना होणारं बाळ आहे. अजून मी जन्माला यायचो आहे.''

अजून तर तो जन्मालाही नाही आला आणि खदाखदा हसत होता आणि तुम्हाला जन्माला येऊन किती वर्षं झाली? अजूनही तुम्ही आनंदात नाही. कधी होणार आनंद... मरणापर्यंत वाट पाहणार का?...

तो छोटा फारच प्रसन्न होता... कारण त्याची जन्मायची वेळ जवळ आली होती.

लहान मुलं विनाकारणच आनंदात असतात आणि त्यांचा आनंद, त्यांची प्रसन्नता भंग करण्याचं काम आम्ही करत असतो. त्यांना आम्ही गंभीर बनवत असतो, पण गंभीरता हा रोग आहे. वडील काहीतरी वाचत असले, हिशेब करत असले की, मुलांना ओरडतात... ''गप्प बसा... माझं मोजणं चुकतंय...'' त्यांना वाटत असतं की, आपण फारच 'भारी' काम करतोय... तुम्ही नोटा मोजता... इतकं निरर्थक काम जगात दुसरं कुठलंही नसेल. नोटा मोजून-मोजून तुम्ही कुठल्याही

मुक्कामावर पोहोचणार नाही आणि मुलांना गप्प बसवायला जाता. मुलं तर आनंदाची मोजणी करत असतात. काहीही कारण नसताना त्यांना नाचावसं वाटतंय. उड्या माराव्या असं वाटतंय. पण तुम्ही?... अत्यंत क्षुद्र गोष्टीसाठी एका विराट आनंदाला ब्रेक लावता... सर्व बाजूंनी अशी बंधनं आल्यानंतर मुलं नंतर गंभीर बनायला लागतात आणि हळूहळू त्यांच्या लक्षात यायला लागतं की, आयुष्यात, या समाजात नियंत्रणाला फार महत्त्व आहे. बंधनाला फार महत्त्व आहे... 'स्वत:ला नियंत्रणात ठेवा' हा अलिखित संदेश सातत्यानं पसरवला जातो आणि एक गोष्ट तर उघड आहे की, जितकी नियंत्रणं जास्त तितके आनंदापासून तुम्ही आणखी दूर! नियंत्रणं, बंधनं यांमुळे आनंदाचे दरवाजे आपले आपणच बंद करत असतो. कारण स्वच्छंद वृत्तीमध्येच आनंद स्रवत असतो. कुठलं बंधन नाही, नियंत्रण नाही. काहीच नाही. अशा वेळीच संपूर्ण मधुशालेचा तुम्ही आस्वाद घेऊ शकता.

आमची सगळी शिक्षणपद्धती फक्त उपयोगावर आधारित आहे... आनंदावर आधारित नाही... आनंद निर्माण करण्याची नाही. उपयोगी म्हणजे तरी काय? तर कुठेतरी कारकून होणं, कुठेतरी शिक्षक म्हणून लागणं, कुठेतरी मशीन म्हणून साच्यात बसवून घेणं. आयुष्यभर हेच करायचं. पैसा मिळवायचा, मुलं जन्माला घालायची आणि त्यांनाही भविष्यात या फॅक्टरीचा एक भाग बनवून टाकायचं... काहीही फरक नाही. पूर्वी तुमचे बापजादे फॅक्टरी चालवत होते, आता तुम्ही चालवता. त्यांनी तुम्हाला तयार केलं फॅक्टरी चालवण्यासाठी! तुम्ही तुमच्या मुलांना तसंच तयार करता आहात. तुमच्या वडिलांनी कधी जीवनातला आनंद घेतला नाही. फक्त फॅक्टरी चालवणं... जसं काही फॅक्टरी चालवणं म्हणजे फार महान गोष्ट आहे की, जी चालवण्यासाठी सगळ्यांना जन्माला घालण्याची जरूर आहे. फॅक्टरी चालली अथवा न चालली तर काय फरक पडतो? उलट 'व्यवसाय' या गोष्टीमुळे माणसाची किंमत कमी झाली.

तुमचा उपयोग काय? तर समाजानं जे साचे तयार केले आहेत, त्याप्रमाणे बनणं... एवढाच उपयोग... आमची सगळी शिक्षण पद्धती एवढ्यासाठीच काम करते की कुठून का होईना, माणसाचं मशीन बनवून टाकायचं आणि मशीनच्या जागी माणसानं काम करायचं. जो माणूस उत्तम 'मशीन' बनून जाईल, तितका तो या समाजरचनेत वरवर जाईल. आपण म्हणतो हा माणूस खूपच कुशल आहे. जो अकुशल असतो, तो समाजाच्या खालच्या थरावर जातो. अर्थात ज्यातून काहीही आनंद निर्माण होत नाही, त्या कुशलतेला काय अर्थ? जीवन म्हणजे व्यवसाय नाही... माझ्या दृष्टीनं... गृहस्थी आणि संन्यासी यांच्यात हाच फरक आहे... ज्या मनुष्यानं जीवनाला व्यवसाय बनवलंय तो म्हणजे गृहस्थी आणि ज्या मनुष्यानं जीवनाला उत्सव बनवलंय तो संन्यासी.

तुम्हाला मी संन्याशाची वस्त्रं म्हणून लाल कपडे दिले आहेत. का? तर तुमच्या लक्षात यावं की, लाल रंग हा फुलाचा स्वाभाविक रंग आहे. जीवनात फळाची अपेक्षा धरलीत, तर तुम्ही खरेखुरे गृहस्थ... परंतु फुलांची अपेक्षा धरलीत, तर तुम्ही खरेखुरे संन्यासी... फळांचा उपयोग असतो, तसा फुलांचा नसतो. फळं तुम्ही खाऊ शकता, पचवू शकता. त्यापासून रक्त बनायला मदत होते. फुलांचा असा उपयोग नसतो. म्हणूनच आपण जेव्हा आनंदित होतो, उत्सव साजरे करतो, तेव्हा फुलं घेऊन जातो. फुलं निरुपयोगी (नॉन युटिलिटेरियन) असतात. ती एखाद्या कवितेसारखी असतात. त्यांचा तसा उपयोग नसतो... पण तुम्ही त्यांच्या अस्तित्वामुळे प्रसन्न होता. तिजोऱ्या कदाचित नाही भरल्या जाणार... कारण तिजोऱ्या भरण्यासाठी मृत असलेल्या कागदी नोटा लागतात. जिवंत फुलं तिजोऱ्यांच्या उपयोगाची नसतात. कारण जिवंत फुलं तिजोऱ्यांमध्ये सडून जाणार. मृतप्राय नोटाच तिथे लागणार. कारण त्या सडणार नाहीत. कारण आधीच मेलेली गोष्ट पुन्हा-पुन्हा मरत नसते. जिवंत गोष्टींनाच मरण असतं.

संन्यास म्हणजे जो मनुष्य जीवनाकडे फुलाप्रमाणे पाहतो, फळाप्रमाणे नाही. हेच तर कृष्णानं गीतेमध्ये अर्जुनाला सांगितलेलं आहे. प्रतीकं निराळी आहेत. गोष्टी वेगळ्या आहेत. इतिहास वेगळा आहे... परंतु सार एकच आहे. कृष्ण म्हणतो, ''तू कर्मफळाची आकांक्षा करू नको, तू परिणामांची (रिझल्टची) इच्छा धरू नको... फुलांसारखी मार्गक्रमणा कर. जे घडतंय, ते घडू दे, जे करू शकशील ते कर, परंतु तू कशाचंही कारण बनू नको... फक्त 'निमित्त' बनून राहा!''

'फुलासारखा हो!' याचा अर्थ जीवनामध्ये उत्सवाला, आनंदाला जागा दे... म्हणजे मग तुम्हाला नाचावंसं वाटेल, गावंसं वाटेल आणि तसे तुम्ही बनालसुद्धा. मी समजा तुम्हाला म्हणालो, 'नाचा!' तुम्ही विचारणार, 'कशासाठी? काय फायदा?' माझ्याकडे लोकं येतात, विचारतात, ''ध्यान करून फायदा काय होईल?'' अरेरे... तुम्ही बँकेच्या बाहेर कधी येणार की नाही? दुकानाच्या बाहेर कधी येणार का नाही? सतत फायदा – प्रॉफिट? मी जर समजा सांगितलं की, जेव्हा समाधी लागेल तेव्हा एकदम हजाराची नोट समोर येईल, तर तुम्ही म्हणाल, अरे वा! करण्यासारखं निश्चित आहे. पट्कन रहस्य सांगा. इतका वेळ तरी का घालवलात?... आणि समजा मी सांगितलं की, समाधी लागली की आनंद मिळेल, शांती मिळेल. सुरत कलारी भई मतवारी, मदवा पी गई बिन तोले तर मंडळी म्हणतील, ''छे! छे! ही गोष्ट आमच्या आवाक्यातली नाही आणि अजून तशी वेळही आलेली नाहीये...'' मंडळी मरण्याची प्रतीक्षा करणार.

लोकं मरण अगदी जवळ आलं की धार्मिक होतात. शेवटची वेळ सतत टाळत

राहायची. म्हणूनच मंडळी म्हणतात, म्हातारे झाल्यानंतर संतांची वचनं ऐकावीत. आत्ता तर तरुण आहोत. आत्ता काय करायचंय.

एक म्हातारे गृहस्थ एकदा माझ्याकडे आले. त्यांच्या मुलानं संन्यास घेतला. हा मुलगा एकुलता एक. सुमारे पन्नाशीचा. हे गृहस्थ पंच्याहत्तर वर्षांचे. ते मला म्हणायला लागले... ''हे आपण काय केलंत? मुलांना संन्यास देताय? त्याचं वय ते काय!... हे संन्यास घ्यायचं वय आहे का? मीसुद्धा अजून जिवंत आहे... आणि बाप जोपर्यंत जिवंत असतो, तोपर्यंत मुलगा हा आपला मुलगाच असतो ना? तुम्ही त्याला संन्यास दिलात?''

मी त्यांना म्हणालो, ''आपण आलातच शेवटी... पण ठीकय... माझ्या हातून एक चूक झाली. आता यापुढे असं नाही होणार. आता दुसरी चूक होऊ नाही देणार.''

''म्हणजे काय?'' ते म्हणाले.

मी उत्तर दिलं, ''आता आपल्याला संन्यास देतो.''

त्यावर ते खोटं-खोटं हसायला लागले... ''नाही-नाही, विचार करू... बघू...''

मी म्हणालो, ''अजून बघू? आता अजूनही... आता उशीर कशाला?''

त्यावर ते म्हणाले, ''मी यासाठी आलोच नव्हतो... माझा प्रश्नच नाही... मी माझ्या मुलासाठी आलो होतो.''

मी त्यांना सांगितलं, ''अहो, मुलासाठी तुम्हाला ही वेळ लवकर वाटतेय... मग तुमच्यासाठी तर आत्ताच योग्य वेळ आहे. पंच्याहत्तर वर्षं म्हणजे खूप झाली. मुलापेक्षा जास्त काळ तर तुम्ही जगला आहात. आता व्याजावर जगताहात. अजूनही संन्यास घेण्याचं धाडस तुमच्यात नाही?''

''नाही... तसं नाही... काही कामं अजून बाकी राहिली आहेत. नात्यांमध्ये काही लग्नकार्यं बाकी आहेत... पण तरीही मी जरूर येईन तुमच्याकडे.''

त्यानंतर ते आलेच नाहीत. कारण नंतर ते मरण पावले. मुलाचं पत्र आलं, की बाबा गेले.

जीवन म्हणजे आनंदोत्सव आहे... याचा अर्थ तुम्ही व्यवसाय-धंदा करू नका असा नाहीये... तो करा... पण आनंदासाठी. कमवा भरपूर... पण खर्च करण्यासाठी. जमवा भरपूर, पण इतरांना देण्यासाठी. बचतही भरपूर करा, पण वाटण्यासाठी. तुमचं लक्ष्य आनंद पाहिजे, तुमचं लक्ष्य फूल पाहिजे... फळ नको! फुलासारखं उमलून सगळीकडे सुगंध पसरवा. सुरत कलारी, भई भवतारी, मदवा पी गयी बिन तोले! आनंद तोलून मापून पिऊ नका. न तोलता भरपूर पिऊन घ्या. इथे तो प्राशन करण्यासाठी काही किंमत लावलेली नाही. कारण त्याचं काही मूल्य नाहीये. फक्त तुमचं लक्ष्य आनंद राहू दे... फूल राहू दे... फक्त तो आनंद पिण्याची तयारी ठेवा.

तेवढ्या तयारीचीच गरज आहे. दुकान तर उघडचं आहे. मधुशालेचे दरवाजे उघडे आहेत.

एका रात्री मुल्ला नसरुद्दीनने दारूच्या दुकानाच्या मालकाला मध्यरात्री फोन केला... की दुकान कधी उघडणार... इतक्या मध्यरात्री फोनमुळे झोपमोड झाल्यानं मालक चिडला आणि म्हणाला, ''इतक्या रात्री फोन करताय? दुकान सकाळी नऊ वाजता उघडणार आहे...'' पाच-दहा मिनिटांनी पुन्हा फोन– ''केव्हा उघडणार?'' मालक चिडून म्हणाला, ''एकदा सांगितलं ना? सकाळी नऊच्या आधी एक मिनिटही दुकान उघडणार नाही.''

पुन्हा पंधरा मिनिटांनी नसरुद्दीनचा फोन... ''केव्हा उघडणार?'' आता मात्र मालक फारच संतापला... हा मनुष्य तर झोपूही देत नाहीये... तो म्हणाला, ''महाशय काय प्रकार आहे? जास्त प्यायला आहात का?'' नसरुद्दीन त्यावर म्हणाले, ''जास्त तर प्यायलोच आहे. परंतु खरी गोष्ट अशी आहे की, मी दुकानाच्या आतमध्ये अडकलोय... बाहेर नाही. मला बाहेर पडायचं आहे. आत यायचं नाहीये... केव्हा उघडणार मग?''

तुम्हाला वाटेल खूपच जास्त झालेली असणार. कारण मालक नसल्यामुळे कितीही प्या... बंधन नव्हतंच. त्यामुळे दुकान बंद झाल्यानंतर तर... तुम्हीही आनंद असाच अनिर्बंध प्राशन करा. विकत घेऊन नाही. खरेदी करण्याची ही गोष्टच नाही. तोलून मापून कशासाठी पिता? कारण काय... तर भीती वाटते.

माझ्याकडे काही लोक येतात. म्हणतात, आम्ही नाचायला लागलो तर भीती वाटते, की कुठे तोल तर जाणार नाही ना! ज्यांचा स्वतःवर कंट्रोल असतो, त्यांचं असं कधीही होत नाही. ध्यानामध्ये खोलवर गेल्यानंतर विस्फोटाचा क्षण येतो, तेव्हा अनेकजण भयभीत होतात. काहीजण येऊन सांगतात की, असं वाटलं की, ''संपलोच आता.''

स्वतःवरचं नियंत्रण सुटण्याची भीती का वाटते? तर समाजानं आपल्याला सतत सगळ्या गोष्टी दाबून टाकण्यासाठी शिक्षण दिलंय. इतक्या गोष्टी आपण दाबून टाकल्या आहेत की त्यामुळे आपला काहीवेळा तोल सुटतो. कारण दाबून टाकलेल्या गोष्टी बाहेर पडतील का काय अशी भीती असते मनात! खुल्या मनानं आनंद घेतला तर दबून राहिलेल्या गोष्टी बाहेर येतील ही धास्ती असते.

गुरजिएफ यांच्याकडे कोणी नवीन साधक आला, की ते त्याला पहिल्यांदा मद्य पाजायचे. गुरजिएफ हे एक अत्यंत निराळ्या पद्धतीचे गुरू होते. परंतु अतिशय मौल्यवान कामं करून टाकायचे. तुम्ही मात्र ज्या माणसांना गुरू समजता, त्यांची पूजा करता, ते सगळे एखाद्या प्रेतासारखे आहेत. त्यांचा काहीही उपयोग नाही. तुम्ही त्यांची पूजा करता, कारण ते तुमच्या कोणत्याही दाबून टाकलेल्या गोष्टी मुक्त करत

नाहीत. उलट तुमच्या दाबून टाकलेल्या गोष्टींत त्यांचा सहभाग असतो. तुमच्या दु:खात ते सहभागी असतात. तुमची दु:खं ते वाढवतात.

तुम्ही गुरूकडे गेल्यानंतर ते सांगतात, ''चहा सोडा!'' कुणी गुरू म्हणतात, ''सिगरेट सोडा!'' कोणी म्हणतात, ''ब्रह्मचर्याचं पालन करा!'' अनेक जण अनेक गोष्टी सांगतात. तसे तर तुम्ही सतत दु:खातच असता, सतत दबलेले असता; बंधनात असता... त्यातून हे तुमचे गुरू तुमचे व्याप, संकटं, दु:ख आणखीन वाढवतात. तुमच्या हाता-पायात आणखी बेड्या घालतात. तुम्हाला आनंद घेण्यासाठी ते कधीही प्रोत्साहित करत नाहीत, तर तुम्ही आणखी बंधनात राहण्यासाठी ते तुम्हाला प्रोत्साहित करतात.

एक गोष्ट खरी आहे की, परमानंदाची प्राप्ती झाल्यानंतर हे सगळं अदृश्य होतं. अत्यंत क्षुद्र गोष्टींच्या बंधनात तुम्ही वावरता. एखादा माणूस दारू पिणारा असेल तर त्याची दारू सोडण्यासाठी दोन उपाय आहेत. एक उपाय म्हणजे त्याच्याकडून वचन घेणं की, मी आजपासून दारू पिणार नाही. हे म्हणजे तुम्ही त्याच्या हातात आणखी एक बेडी घालणं आहे. स्वत:च्या वचनात बांधून ठेवणं!

दुसरा उपाय, त्याला 'परमात्मा ओढीची' दारू देणं! त्याची सवय लावणं. ज्या दिवशी तो परमात्मा ओढीची दारू प्यायला सुरुवात करेल, त्या दिवसापासून त्याची ही दारू सुटेल. हे म्हणजे त्याला भक्तीच्या रस्त्यावर आणणं, आनंदाच्या दिशेला आणणं आहे. मुक्तीच्या मार्गावर आणण्यासारखं आहे.

दारू तर सुटणारच! परमात्मा ओढीची दारू प्राशन केल्यानंतर ही ऐहिकातली दारू सुटणारच. आता ही ऐहिकातली दारू म्हणजे घाणेरड्या वासाची आणि एखाद्या घाणेरड्या नाल्यातली आहे, असं वाटेल. त्याचं प्रेम मिळालं की, आपोआप ब्रह्मचर्याचं पालन होणार... त्यासाठी वेगळे प्रयत्न करावे लागणार नाहीत. जेव्हा 'त्याची प्राप्ती' होईल, तेव्हा या पैशाचं, कवड्यांचं काहीही मोल वाटणार नाही. आपोआप पैशाचं आकर्षण कमी होईल. म्हणूनच सांगतो प्राप्त करा त्या परमात्म्याला. परमज्ञानी अशा सिद्धपुरुषांचा हाच संदेश आहे. पण – हा पण महत्त्वाचा... ज्या मृतप्राय गुरूंचं तुम्ही पूजन करताय त्यांनीच तुमच्या हातांत बेड्या घातल्या आहेत. सर्व बाजूंनी त्यांनी तुम्हाला बांधून टाकलंय.

तुम्ही मोठ्यानं हसूही शकत नाही. कारण लोकं लगेच तुम्हाला असंस्कृत म्हणणार. 'असं कोणी हसतं का?' अशी टीका करणार. त्यामुळे तुम्ही सतत वरवरचं, खोटं हसत असता. पोटापर्यंत ते हसणं जातच नाही. कारण तिथे भीती आहे. कारण पोटातच 'सगळं' दाबून टाकलेलं आहे. तिथे कामवासनेचा वेढा पडलेला आहे. तुमचं हास्य पोटापर्यंत गेलं की, तो कामवासनेचा वेढा सुटायला लागणार. मग तुम्ही घाबरणार आणि मग वरवरचं हसणार... तसं हसताना श्वासही पूर्ण घेतला जात नाही.

मनोवैज्ञानिक म्हणतात, कामवासनेला विरोध करणं, जेव्हा बंद कराल तेव्हाच तुम्ही पूर्णत्वानं श्वास घेऊ शकाल. श्वासही तुम्ही वरवरचा घेता. शरीराच्या वरच्या भागातून! पूर्ण 'आतून' घेत नाही. कारण आतपर्यंत श्वास घेतला की, तो आपोआप 'काम' केंद्रावर आदळणार!

काही लोक माझ्यापाशी येतात... सक्रिय ध्यानामध्ये बऱ्यापैकी पुढे गेलेले हे लोक म्हणतात, ''असं का होतंय. अजूनही वासना जागी होते... ब्रह्मचर्य केव्हा जमणार?'' मी त्यांना सांगतो, ''होऊ दे जागी वासना. कारण आजपर्यंत तुम्ही तिचं दमन केलेलं आहे... त्यामुळे घाबरून जाऊ नका. तिचं जागृत होणं गरजेचं आहे. म्हणजेच तुमच्या मनातली भीती जाईल. जाग्या झालेल्या वासनेला बाजूला सारून तुम्ही पुढे जा... ध्यान करत राहा... वासनेचीच शक्ती पुढे ब्रह्मचर्य पालनासाठी कामी येणार आहे. ब्रह्मचर्य म्हणजे कामवासनेचा शत्रू नाही... ते कामवासनेचं रूपांतरण आहे आणि रूपांतरणासाठी पहिल्यांदा वासना जागी तर झाली पाहिजे. कारण शक्ती असेल, तरच रूपांतरण शक्य आहे. शक्तीच नसेल, तर रूपांतरण कसं होणार. तेव्हा अजिबात घाबरून जाऊ नका.''

मगाशी म्हटल्याप्रमाणे गुरजियेफकडे कुणी मनुष्य गेला की, ते त्याला इतकी दारू पाजायचे की आसपासची मंडळी विचारायची, ''हे काय करताय... का करताय?'' गुरजियेफ म्हणायचे, ''बसा... सांगतो... मनुष्य दारू पितो तेव्हा तो सर्वच्या सर्व बदलून जातो. कारण त्याच्या मनात जे-जे दबून राहिलेलं असतं, ते सगळं बाहेर पडतं. जोपर्यंत दारू प्यायली नव्हती, तोपर्यंत राम-राम करत होता. आता मात्र तो शिव्या द्यायला सुरुवात करेल.''

खऱ्या दारुड्या माणसाला तुम्ही ओळखता का? तुम्ही म्हणता, किती चांगला माणूस पण दारूमुळे वाया गेला. दारूमुळे तो असं करतोय. कुठलीही दारू शिव्या निर्माण करीत नाही. कुठलीही 'केमिस्ट्री' सिद्ध नाही करू शकत की, दारूमुळे शिव्या निर्माण होतात म्हणून! शिव्या आतमध्ये दबलेल्या होत्या. दारूनं ते बंधन दूर केलं एवढंच. आता शिव्या बाहेर पडल्या. आता हा माणूस राम-राम नाही म्हणत... रामानं चादर फेकून दूर केलीये. आत्तापर्यंत शांत दिसत होता. आता मात्र क्रोधानं त्याचा ताबा घेतलाय.

मद्यालयात जाऊन बघा म्हणजे माणसाची खरी रूपं पाहायला मिळतील... तुमचंसुद्धा तेच खरं रूप आहे. म्हणून तर दारू प्यायला घाबरता. कारण काय सांगा... आपलं खरं रूप प्रकट व्हायचं!

तुम्ही कधी भांग वगैरे पिऊन बघितलीय का? काय वाट्टेल ते लोकं बोलतात प्यायल्यावर! 'आतमध्ये' दबलेलं सगळं काही बाहेर येतं. भांग कशी काय या गोष्टी निर्माण करेल. भांग इतकंच करते की, आतल्या मनावरचं नियंत्रण हटवते. समाज,

संस्कार, सभ्यता सगळं तुम्ही विसरून जाता. आता तर तुम्ही पूर्ण शुद्ध होऊन जाता. जसे आतून असता तसेच शुद्ध प्रकट होता... शुद्धीवर असताना म्हणत होतात, ''आपण आला फार बरं झालं. अगदी मोठा शकुनच म्हणायचा. आपण आलात की घरामध्ये मंगलमय वातावरण निर्माण होतं. आपला चेहरा पाहिला की जणू फुलं फुलतात...'' दारू प्यायल्यानंतर काय होतं? तर बडबडायला लागता... ''चालते व्हा! सकाळपासून हा असला चेहरा दाखवत बसलायत. तुमचा चेहरा पाहिला की दिवस घाणेरडा जातो.''

आतमध्ये दबलेलं हे असं बाहेर पडतं!

गुरजियेफ पहिल्यांदा 'आतल्या' माणसाला बाहेर काढतात. कारण त्यांच्या म्हणण्याप्रमाणे हे जाणणं पहिल्यांदाच जरुरीचं आहे की, हा माणूस खरा कसा आहे. मग त्या हिशेबाने त्याला ध्यानधारणेच्या पद्धती शिकवायच्या. तुम्ही सक्रिय ध्यान करता, कुंडलिनी प्रयोग करता, ध्यान करता त्यामुळेच आतमध्ये जे काही दबलेलं असतं, ते बाहेर येतं. गुरजियेफ दारू पाजायचे... मला याची गरज वाटत नाही. कारण सक्रिय ध्यानामुळे या दबलेल्या गोष्टी बाहेर येतातच. पाहा नं... सक्रिय ध्यानामध्ये आधी शांत असलेली माणसं एकदम ओरडायला लागतात. हाका मारायला लागतात. हवेतल्या हवेत मारामाऱ्या करू लागतात... जी माणसं इतकी सभ्य दिसत होती, त्यांची ही अवस्था! पण हाच खरा माणूस.

दारूची काही गरज नाही... फक्त नियंत्रण थोडं सैल करण्याची गरज आहे... गोष्टी आपोआप बाहेर यायला लागतात. तेच खरंखुरं आहे... आणि तेच आपल्याला बदलायचं आहे. हे वरवरचं रंगरोगण, नकलीपणा, ढोंगीपणा.... त्याचं काहीही मूल्य नाही, त्याचं काही सारही नाही. ते कधी बदलायचं म्हटलं तरी बदलू शकणार नाही. कारण जे खरं असतं तेच बदललं जाऊ शकतं. कारण तोच 'शक्तीचा' स्रोत आहे.

सुरत कलारी भई मतवारी, मदवा पी गई बिन तोले।

तुम्हाला परमानंदाला सामोरं जायला भीती वाटतेय. का तर... त्यावर नियंत्रण आहे. दबाव आहे. परंतु जागे व्हा! नियंत्रणाची भीती सोडून द्या. आनंद कसा पेलायचा याची काळजी करा. मनामध्ये हळूहळू त्याची तयारी करा... जसजसा आनंद हळूहळू आतमध्ये प्रवेश करायला लागेल, तुमच्या आतला दबाव हळूहळू आपोआप बाजूला व्हायला लागेल. आता याचा अर्थ असा नव्हे की, तुम्ही काहीतरी गैरवर्तन करायला लागाल किंवा अनियंत्रित गोष्टी कराल किंवा याचा असाही अर्थ नाही की, तुम्ही कोणतं तरी विघातक कृत्य करायला जाल. तर तसं काही होणार नाही. फक्त आता जी भीती आहे ती भीती नाहीशी होईल. आता तुम्ही काहीही करू शकता.

खुनी माणसांच्या गोष्टी, त्यांची चरित्रं वाचली तर लक्षात येईल की, यातला एकही माणूस पूर्वी असा मुळीच नव्हता. त्याच्या रोजच्या जीवनक्रमावरून

कुणालाही शंकाही आली नव्हती की, हा कुणाची हत्या करेल म्हणून! अगदी तुमच्या-आमच्यासारखी ही मंडळी होती. पण एक दिवस कुणाची तरी हत्या केली. मनोवैज्ञानिकांनी तर निष्कर्ष काढलाय की, जो माणूस रोज राग-राग करत असतो तो कधीही कुणाचा खून नाही करू शकत. कारण रोजच तो क्रोधाचा निचरा करतो. तो दाबून ठेवत नाही. परंतु जो माणूस रोज अगदी शांत आणि सभ्य दिसतो, तो कधीतरी कुणाचा खून करू शकतो.

विस्फोटासाठी प्रचंड आगीची गरज असते, उष्णतेची गरज असते. परंतु रोजच ठिणग्या पडत असतील तर स्फोट कुठला? म्हणून जे पती-पत्नी रोज थोडेफार भांडतात ते निश्चितच योग्य म्हटले पाहिजेत. पत्नी प्रचंड भांडत असताना जो नवरा बुद्धासारखा शांत राहतो, तो खरा धोकादायक! तो केव्हातरी पत्नीचा गळा दाबू शकतो. त्यापेक्षा वेगळी कृती तो करूच शकत नाही. कारण प्रचंड संताप, ऊर्जा दबली गेलेली असते.

म्हणून म्हणतो साधूमंडळींपासून सावधान! कारण यांच्यातूनच खुनी माणसं तयार होतात. आपण पाहतो हिंदू-मुसलमान दंग्यात भली-भली लोकं हत्यारं हातात घेतात. अरे कालपर्यंत हा चांगलं दुकान चालवत होता... काल चांगले मित्र होते... आणि आता? कालपर्यंत मशिदीत जात होता. पाचवेळा नमाज पढत होता आणि हा दुसरा. हा तर सारखा मंदिरात जात होता. गुरुद्वारात जात होता... हे लोक एकाएकी एकमेकांच्या घरांना आगी लावत सुटले? एकमेकांचा खून करायला लागले? छोट्या मुलांनाही मारायला लागले?

हे असं कसं काय होऊ शकतं? हे सगळं आतमध्ये दबलेलं असतं. तुमच्यात क्रूरता असतेच. तिचा स्फोट होण्यासाठी अगदी छोटी ठिणगी आवश्यक असते. ती मिळाली की बस्स... झालं काम. म्हणूनच मनोवैज्ञानिक म्हणतात, दर दहा वर्षांनी एखादं युद्ध व्हायलाच पाहिजे. कारण लोकं हे क्रोधाचे, विकृतीचे विकार दाबून-दाबून इतके जमा करून ठेवतात की, युद्ध जर झालं नाहीतर फार कठीण अवस्था निर्माण होईल. शिवाय लहानसहान वेडेपणेही हवेतच. कोणत्या तरी निमित्तानं असं वेडेपण कधीकधी बाहेर येतंच. मात्र निमित्त हवं. फुटबॉलचा खेळ चालू असतो. आश्चर्याची गोष्ट म्हणजे लाखो लोकं जमतात. आरडा-ओरडा करतात. उन्हातान्हात प्रत्यक्ष खेळणारांपेक्षाही जास्त दंगा करत असतात. भांडणं होतात. मारामाऱ्या होतात. हा एक वेडेपणाच आहे. घोड्यांची रेस चालू असते. लाखो रुपये लोकांनी त्यावर लावलेले असतात. लोक विलक्षण उत्तेजित झालेले असतात. प्रत्येकाकडे लक्षपूर्वक बघितलं तर लक्षात येतं, काही हसत असतात, काही जण रडत असतात... हासुद्धा वेडेपणाच... पागलपन! हे काय चाललेलं असतं? तुम्ही घोड्यांना असं कधी करताना नाही पाहू शकणार. समजा माणसांची

पळण्याची रेस लावली, तर घोडे येणारच नाहीत पाहायला. घोडे म्हणतील हा काय वेडेपणा... घोड्यांचं सोडा, पण गाढवंसुद्धा येणार नाहीत पाहायला. परंतु हे वेडेपण जगभर चालू आहेत... घोडे पळतात. माणसं त्यावर पैसे लावतात. पैसे असतात. मोठमोठी पदं असतात. बुद्धी असते... पण...! कुठेतरी माणसात वेडेपणा असतोच. तो बाहेर काढावाच लागतो.

मोठमोठे नबाब कोंबड्यांची झुंज लावतात. मजा घेतात. कारण त्या खेळातून माणसातली हिंसा बाहेर पडते. माझ्या कोंबड्यानं तुझ्या कोंबड्याला मारलं. म्हणजे जणू मीच तुला संपवलं.... कोंबडा हा प्रतीक आहे. समजा माझा कोंबडा हरला तर माझी झोप उडणार... कारण ती माझीच हार असणार आहे. आता कोंबडे, घोडे खेळवणं जरा महागातलं काम आहे... म्हणून मग लोकं बुद्धिबळं खेळतात. हत्ती, घोडे... खोटे-खोटे का होईना; पण खेळवतात. आता राजे-महाराजे गेले. तेव्हा नकली हत्ती-घोड्यांवरच भागवायचं. म्हणून बुद्धिबळ हा खेळ! हे खेळ खेळताना इतक्या तल्लीनतेनं मंडळी खेळतात की जणू कबीरांची वचनं यांच्यासाठीच असावीत. 'सुरत कलारी भई मतवारी, मदवा पी गई बिन तोले।' हिंसा, क्रोध, सगळंकाही या खेळातून बाहेर येतंय. आमचे हे खेळ म्हणजे युद्धाचं संक्षिप्त संस्करण आहे. हिंसेच्या रूपातलं. अशा या फालतू कचऱ्याची भर केलीये आपण स्वत:मध्ये. तुम्हाला हा कचरा काढून टाकायलाच हवा. नाहीतर परमानंद मिळवताना तुम्ही घाबरून जाल आणि आनंदाला जे घाबरतात ते पूर्णपणे भ्रष्ट होतात. कारण आपलं संपूर्ण जीवन आनंदासाठी आहे... आपलं अंतिम ठिकाण आनंद आहे.

'सुरत कलारी भई मतवारी, मदवा पी गई बिन तोले।'
हंसा पाये मानसरोवर, ताल-तलैया क्यों डोले।।

हेच सगळं सार आहे.

हंसा पाये मानसरोवर, ताल-तलैया क्यों डोले।।

मानसरोवराची प्राप्ती झाल्यानंतर क्षुद्र तलावांमध्ये हंस कशाला येईल. ज्याला परमात्मा प्राप्ती झाली आहे, तो क्षुद्र गोष्टींमध्ये कशासाठी लक्ष घालेल? मधाचा अंतिम प्याला मिळाल्यानंतर तो दारूच्या गुत्त्यात कशाला जाईल?

पत्नीमध्ये तुम्ही असंच प्रेम शोधत असता जे प्रार्थनेतून मिळतं... पतीमध्येसुद्धा तुम्ही असंच प्रेम शोधत असता जे परमप्राप्तीतून मिळेल... एखाद्या प्रतिष्ठेच्या पदामध्येही तेच शोधता, जे पतीकडून मिळणार नाही, पण परमात्मा देऊ शकेल. धनामध्येही तेच शोधता ते परमधनातून मिळेल. संसारातही तुम्ही तेच शोधत असता.

'हंसा पाये मानसरोवर ताल-तलैया क्यों डोले।'

म्हणूनच मुख्य प्रश्न 'ताल-तलैया' – सामान्य तलाव सोडण्याचा नसून

'मानसरोवर' मिळवण्याचा आहे. क्षुद्र गोष्टींचा त्याग करण्याचा प्रश्नच नाही, कारण त्या इतक्या क्षुद्र आहेत की, त्या त्याग करण्याच्याही योग्यतेच्या नाहीत. त्यांचा विचार करणंच चुकीचं आहे. तुम्ही विराट काहीतरी मिळवण्याच्या प्रयत्नात राहा....

संसार सोडायचा नाहीच. तो न सोडता परमात्माप्राप्ती करून घ्यायची आहे. कबीर आणि नानकांचा हाच संदेश. म्हणूनच त्यांनी फक्त संन्यासी नाही निर्माण केले. त्यांचे संन्यासी गृहस्थाश्रमी आहेत. घरातच आहेत.

आणि संसाराला का त्यागायचं... त्यागण्याजोगं त्यात काही नाहीच. फक्त परमात्मा प्राप्त करण्याची आस ठेवा... आणि एकदा का परमात्माप्राप्ती झाली की संसाराची काय अडचण? तो चालूच राहणार... साधेसुधे तलाव आहेत, तसे राहणारच... माझं मानसरोवर तर मला मिळालंय. आता या तलावांची गरजच काय? त्यामुळे त्यांच्यापासून दूर जाण्याचीही गरज नाही. तसंच त्यांना संपूर्णपणे संपवायचीही गरज नाही. ज्या मंडळींना मानसरोवराची अजून प्राप्ती झाली नाहीये, त्यांच्यासाठी या तलावांची थोडीफार गरज आहेच की.

जीवनाचे दोन प्रकार आहेत. एक नकारात्मक आणि दुसरा सकारात्मक! विधायक! नकारात्मक प्रकारात गोष्टी चुकीच्या आहेत, त्या आत्मसात करू नका. पण सकारात्मक गोष्टींचा ध्यास घ्या, कारण त्या विधायक आहेत. नकारात्मक पद्धतीनं जगणं सोडून द्या. त्यापासून स्वत:ला वाचवा. कारण कोणतीही नकारात्मक गोष्ट शेवटी मृत्यूकडेच नेते.

मी तुम्हाला असं नाही सांगणार की, धनसंपत्तीचा त्याग करा किंवा घरदार सोडा... मी तुम्हाला एवढंच सांगतोय की जागे व्हा! जागृत राहा! यापेक्षा मोठ्या घराकडे (परमात्म्याचं घर) वाटचाल करा... ते एकदा मिळालं की, मग या घरातही तुम्ही राहू शकता, पण... कमलपत्राप्रमाणे! आता हे घर तुम्हाला बांधून ठेवू शकणार नाही. तुम्ही संसारात असाल पण त्याच्याबाहेर तुमचा वास असेल. तुमच्या 'आतमध्ये' संसार नसेल.

हंसा पाये मानसरोवर, ताल-तलैया क्यों डोले।
तेरा साहब है घर मांही, बाहर नैना क्यों खोले।।
कहै कबीर सुनो भाई साधो, साहब मिल गए तिल ओले।

संसाराचा अर्थ आहे... जो आतमध्ये आहे, त्याला आम्ही बाहेर शोधतोय... आणि धर्माचा अर्थ आहे... तो जिथे आहे तिथेच आम्ही त्याला शोधतोय....

एक सूफी स्त्री होती – राबिया. फारच महान होती. स्त्रियांमध्ये एवढ्या उंचीवर पोहोचलेल्या काही चार-दोन स्त्रिया असतील, त्यांमध्ये राबिया होती. एक दिवस घराबाहेर काहीतरी शोधत फिरत होती. म्हातारी स्त्री! त्यामुळे येणारे-जाणारे तिच्या मदतीला आले शोधायला. लोकांनी विचारलं, ''राबिया... काय शोधतेस?''

राबियानं उत्तर दिलं, ''सुई हरवलीय... ती शोधतेय...'' झालं. लागले सर्व जण शोधायला... जुना काळ होता. लोकं मदतीला येत असत. संध्याकाळची वेळ. सूर्य अस्ताला चालला होता. अंधार पडायला लागला होता. एका माणसानं विचारलं, ''राबिया... सुई कुठे पडली असेल, हे साधारण सांगता येईल का? म्हणजे त्याच्या आसपास शोधू! कारण रस्ता मोठा आहे. निश्चित ठिकाण कळलं तर तसं शोधू!'' राबियानं उत्तर दिलं, ''सुई घरात हरवलीय!'' सगळे जण हसायला लागले. सुई घरात पडलीय, तर आपण बाहेर का शोधतोय, असं म्हणू लागले. राबियानं उत्तर दिलं, ''घरात दिवा नाही. अंधार आहे. अंधारात कसं शोधणार? बाहेर थोडातरी उजेड आहे... उजेडात शोधता येईल.''

लोकं म्हणाले, ''हा काय वेडेपणा आहे... उजेडात शोधता येईल हे मान्य. परंतु ती विशिष्ट वस्तू तिथे हरवलीच नसेल, तर उजेड असून काय फायदा? उजेड तर तिथे सुईला निर्माण नाही ना करणार? जिथे ती हरवलीय तिथेच सापडणार.''

राबिया त्यांना म्हणाली, ''तुम्ही खरंच खूप शहाणीमंडळी आहात. परंतु तुम्ही आपल्या जीवनात हा शहाणपणा उपयोगात आणला नाहीत... तुम्ही तुमच्या जीवनात जसं वागता, तसंच वागायचं मी ठरवलं. 'आतमध्ये' जे हरवलंय ते तुम्ही बाहेर शोधत बसला आहात. मी विचार केला तुमच्या वस्तीत मी राहतेय... तर तुमच्यासारखंच वागावं... तुमच्या तर्काप्रमाणेच चालावं. परंतु तुम्ही तर मला वेडी म्हणायला लागलात....''

राबिया खरंच फारच वेगळ्या उंचीवर होती... तुम्ही कधी विचार केलाय का की आपला खरा आनंद कुठे हरवलाय?

तुमचा आनंद तुम्ही मोठमोठ्या मोटारगाड्यांमध्ये, मोठमोठ्या हवेल्यांमध्ये हरवून टाकलाय. मोठमोठ्या तिजोऱ्यांमध्ये हरवून टाकलाय. तुम्हाला आठवतंय का?... तुम्ही जन्माला आलात तेव्हा तिजोऱ्या घेऊन आला नाहीत किंवा घरं, गाड्या घेऊन आला नाहीत... मग तुम्ही बरोबर काय आणलं होतं, तर फक्त आनंद... एक प्रफुल्लित चेहरा... परमानंद घेऊन आला होतात. तो आनंद आतून घेऊन आला होतात....

एक गोष्ट समजून घेतली पाहिजे... ज्या गोष्टीचा आपण कधीच अनुभव घेतलेला नसेल, स्वाद घेतलेला नसेल, ती आपण शोधणार कशी? प्रत्येक माणूस आनंद शोधतो आहे. याचा अर्थ कधी ना कधीतरी त्यानं तो चाखला आहे.

प्रत्येक लहान मूल आनंदासहित जन्म घेतं. आनंदाच्या जगातूनच ते येत असतं, आनंदाची धून बरोबर घेऊन येत असतं... पण हळूहळू आपण त्यांच्यावर बंधनं घालत-घालत त्यांना संस्कारित करतो, तयार करतो. म्हणूनच तर वयाच्या चार वर्षांपूर्वीचं आपल्याला काही आठवत नाही. तुम्ही आठवायचा प्रयत्न करा, तीन वर्षे,

चार वर्षे, पाच वर्षे, तेवढ्या वयापर्यंतच आठवण राहते. यानंतर स्मृती संपते. काय कारण असावं? तुमचं अस्तित्व असतं, म्हणजे खरं पाहता स्मृती असायला पाहिजे. पण मागे सांगितल्याप्रमाणे स्मृती ही दु:खानंच बनते. आनंदानं नाही. पायाला चप्पल बोचायला लागली तरच जाणवतं... कळतं... आणि त्याची आठवण बनते. काही जाणवलंच नाहीतर त्याची स्मृती कशी बनणार? तुम्ही चार-पाच वर्षांचे होईपर्यंतचं काही आठवत नाही. कारण त्या वयापर्यंत तुम्ही इतके आनंदात होतात, प्रफुल्लित होतात, की स्मृती बनलीच नाही. दु:खच नसल्यानं कुठलाही साधा ओरखडाही उठला नाही. तुमचं मन कोरं करकरीत राहिलं.

आनंदाची कुठलीही रेघ उमटत नाही... तो तर आकाशात उडणाऱ्या पक्ष्याप्रमाणे असतो. त्याच्या कुठल्याच पाऊलखुणा नसतात. म्हणूनच तुम्हाला काही आठवत नाही. परंतु एक अनाहत धून आतल्या आत गुंजत असते... त्यासाठीच अगदी म्हातारा माणूसही म्हणत असतो... बालपणासारखा मस्त काळ नाही... केवढा आनंद होता!

जीझस म्हणतात, 'लहान बालकाप्रमाणे तुम्ही नसाल, तर तुम्हाला प्रभुप्राप्ती होणार नाही.' याचा अर्थच असा की, लहान बालकाला ईश्वराच्या जगाची थोडीफार झलक मिळालेली असणार. निश्चितच! आतमध्ये आनंदच आनंद होता... पण समाजानं आपला ठसा या बालकावर उमटवला. शिक्षण आणि संस्कारांनी सगळं काही दाबून टाकलं. आता पुन्हा एकदा तुम्हाला त्या संस्कारांच्या आणि उसन्या शिक्षणाच्या बेड्या काढून टाकाव्या लागतील आणि अंतरंगातले आनंदाचे मूळ झरे शोधावे लागतील.

तेरा साहब है घर मांही, बाहर नैना क्यों खोले।
कहै कबीर सुनो भाई साधो, साहब मिल गए तिल ओले।।

'तीळ' शब्दाचा अर्थ समजून घेणं महत्त्वाचं आहे. डोळे उघडून, डोळे भरून तुम्ही विराट असा हिमालय पाहता. त्याची उत्तुंग अशी शिखरं, आकाशाला भिडणारे त्याचे कडे! बर्फाच्छादित शिखरं तुम्ही पाहता. त्याचं इतकं विराट स्वरूप तुमच्या एवढ्याशा डोळ्यांत मावतंही. आता या डोळ्यांनीच या मोठ्या हिमालयाला लपवून टाकायचं असेल, तर कसं करणार. तर एक छोटासा तीळ डोळ्यात घातला तरी काम भागेल... बाकी हिमालयाला लपवण्यासाठी एवढं ठीक आहे. एखादा वाळूचा कणसुद्धा हा भलामोठा हिमालय झाकून टाकू शकतो. डोळ्यात कण गेला की डोळ्यांची उघडझाप होणार... बस्स हिमालय गायब! साध्या डोळ्यांनाही दिसणार नाही एवढासा वाळूचा कणही एवढा विराट हिमालय दिसेनासा करू शकतो.

कबीर म्हणतात, तुमचा परमात्मासुद्धा (साहब) तुम्हाला असाच दिसेनासा झालाय. डोळ्यांत एक छोटासा तीळ आहे, थोडासा कचरा पडलाय... त्यामुळे हा

विराट परमात्मा दिसेनासा झालाय. या परमात्म्याला शोधण्यासाठी बाकी काहीही करण्याची गरज नाही. फक्त डोळे साफ करणं जरुरीचं आहे. त्यातली घाण बाजूला करणं भाग आहे. डोळे स्वच्छ झाले, नजर स्वच्छ झाली की परमात्मा समोरच उभा! तो तिथेच असतो कायमच!

कहै कबीर सुनो भाई साधो, साहब मिल गए तिल ओले।।

तिळाच्या आडोशाला आहे परमात्मा! त्याला शोधण्यासाठी इतरत्र जाण्याची गरज नाही. बस्स! फक्त डोळ्यांतून तीळ काढून टाका.

काय आहे हा तीळ? कुठल्या डोळ्याची, कुठल्या तिळाची गोष्ट करतायत कबीर? तुमचा अहंकार! हा अहंकार या तिळासारखा, या वाळूच्या कणासारखा तुमच्या डोळ्यांवर आहे. मी... मी! हा अहंकाराचा तीळ! त्याच्या आड तो लपलाय जो आधीपासूनच तिथेच आहे. तुमच्यातला 'मी' गेला की 'तो' समोर आलाच म्हणून समजा. 'मी' गेला की तीळ जाणार आणि साहब, प्रभू, परमात्मा येणार हे निश्चित.

तुम्ही जोपर्यंत 'तुम्ही' आहात तोपर्यंत 'तो' तुम्हाला मिळणार नाही. ज्या क्षणी स्वतःला विलीन कराल त्या क्षणी तो हजर असेल. तो तर मिळालाच होता. तो कुठे गेलाच नव्हता... बस्स... फक्त आमच्या डोळ्यात थोडं काहीतरी पडलं होते.

हे पद मी पुन्हा सांगतो म्हणजे ते कायम स्मरणात राहील.

मन मस्त हुआ तब क्यों बोले।
हीरा पायो गांठ गठियायो, बारबार बाको क्यों खोले।
हलकी थी तब चढ़ी तराजू, पूरी भई तब क्यों तोले।।
सुरत कलारी भई मतवारी, मदवा पी गई बिन तोले।
हंसा पाये मानसरोवर, ताल-तलैया क्यों डोले।।
तेरा साहब है घर मांही, बाहर नैना क्यों खोले।
कहै कबीर सुनो भाई साधो, साहब मिल गए तिल ओले।।

■

ओशो - परिचय

आत्मसाक्षात्काराच्या जगात ओशोंचे अद्वितीय योगदान त्यांना प्रत्येक श्रेणीच्या पलीकडे घेऊन जाते. ते एक गूढवादी आहेत आणि वैज्ञानिकही आहेत. आणि अशी विद्रोही चेतनादेखील आहेत, जी मानवतेला जगण्याचा नवीन मार्ग शोधण्याच्या आवश्यकतेसाठी प्रवृत्त करते. भूतकाळाला पुढे रेटणे म्हणजे या अनोख्या आणि सुंदर ठिकाणी आपल्या अस्तित्वाच्या विनाशाला आमंत्रण देणे होय.

ओशोंची प्रवचने, जीवनाच्या अर्थाच्या वैयक्तिक शोधापासून ते समाज, राजकारण आणि पर्यावरणाच्या सध्याच्या गंभीर समस्यांपर्यंत सर्व विषयांना स्पर्श करतात. ओशोंनी पुस्तके लिहिली नाहीत; परंतु आंतरराष्ट्रीय श्रोत्यांसमोर त्यांनी दिलेल्या प्रवचनांची ऑडिओ-मुद्रित संकलने पुस्तकरूपात आहेत. ओशो म्हणतात, ''लक्षात ठेवा, मी जे बोलतोय ते केवळ तुमच्यासाठी नाही... मी पुढच्या पिढ्यांसाठीही बोलत आहे.''

'द संडे टाइम्स ऑफ लंडन' ने ओशोंचे वर्णन 'विसाव्या शतकातील एक हजार निर्मात्यांपैकी एक' म्हणून केले आहे. प्रसिद्ध अमेरिकन लेखक टॉम रॉबिन्स यांनी लिहिले आहे, की येशू ख्रिस्तानंतरचा सर्वांत dangerous (खतरनाक) माणूस आहे. भारताच्या 'संडे मिड-डे'ने भारताचे भाग्य बदलविणाऱ्या गांधी, नेहरू आणि बुद्ध अशा दहा लोकांबरोबर ओशो यांचे नाव घेतले आहे.

आपल्या कार्याबद्दल, ओशोंनी म्हटले आहे, ''मी येणाऱ्या सुसंस्कृत पिढीसाठी अनुकूल परिस्थिती तयार करत आहे.'' या नवीन माणसाला ते 'झोरबा द बुद्ध' म्हणतात, जो 'झोरबा द ग्रीक' प्रमाणे पृथ्वीवरील सर्व सुखांचा उपभोग घेण्याची क्षमता असलेला आणि गौतम बुद्धांप्रमाणे शांततेत, मौनात राहणारा असेल.

ओशोंच्या प्रत्येक पैलूमध्ये पूर्वेकडील कालातीत शहाणपणा आणि पश्चिमेकडील विज्ञान आणि तंत्रज्ञानाच्या सर्वोच्च शक्यतांचा समन्वय आहे.

आधुनिक जीवनाचा वेग लक्षात घेऊन ध्यानाची प्रक्रिया ओशो सुचवतात. ज्या ध्यानप्रक्रियेमुळे एखाद्याला दैनंदिन जीवनात शांतता प्राप्त होईल आणि विचारमुक्त विश्रांतीचा अनुभव घेता येईल, अशा आंतरिक परिवर्तनाच्या विज्ञानातील क्रांतिकारक योगदानासाठीच ओशो ओळखले जातात.

ओशोंच्या दोन आत्मचरित्रात्मक कृती :
ऑटोबायोग्राफी ऑफ ए स्पिरिचूअली इनकरेक्ट मिस्टिक,
(सेंट मार्टिंस प्रेस, यूएसए)
ग्लिम्प्सेस ऑफ ए गोल्डन चाइल्डहुड, (हिंदी पुस्तक : स्वर्णिम बचपन)
(ओशो मीडिया इंटरनॅशनल, पुणे, भारत)

◆

ओशो इंटरनॅशनल मेडिटेशन रिझॉर्ट

मेडिटेशन रिझॉर्ट दरवर्षी १०० हून अधिक देशांतील हजारो मित्रांचे स्वागत करते. रिसॉर्टचे अद्वितीय कॉम्प्लेक्स अधिक जागरूक, आरामशीर, उत्सवपूर्ण आणि सर्जनशील जीवन जगण्याचा एक नवीन मार्ग स्वत: अनुभवण्याची संधी प्रदान करत असते. चोवीस तास आणि पूर्ण वर्षभर चालणाऱ्या भव्य, वैविध्यपूर्ण इव्हेन्ट्समधून (कार्यक्रमांमधून) तुम्ही कोणताही निवडू शकता – काहीही न करणे आणि फक्त आराम करणे हा त्यांपैकी एक!

येथील सर्व कार्यक्रम ओशोंच्या 'झोरबा द बुद्ध'च्या अंतर्दृष्टीवर आधारित आहेत. झोरबा, हा गुणात्मकरीत्या एक नवीन प्रकारचा असा मनुष्य आहे ज्याच्याकडे दैनंदिन जीवन सर्जनशीलपणे जगण्याची क्षमता आहे. त्याचबरोबर तो मौनात आणि ध्यानात राहू शकतो.

स्थळ

मुंबईच्या आग्नेयेस शंभर मैलांवर असलेल्या पुण्यासारख्या भरभराटीच्या आधुनिक शहरात ओशो इन्टरनॅशनल मेडिटेशन रिझॉर्ट वसले आहे. ते इतर कोणत्याही ठिकाणापेक्षा वेगळे आहे. वृक्षाच्छादित निवासी भागात, निसर्गरम्य वातावरणात २८ एकर जागेत मेडिटेशन रिझॉर्टचा विस्तार आहे.

ओशो ध्यान

सक्रिय आणि निष्क्रिय, पारंपरिक आणि क्रांतिकारी आणि विशेषत: ओशो डायनॅमिक ध्यान यासह प्रत्येक व्यक्तीसाठी दिवसभर चालणारे ध्यान कार्यक्रम इथे उपलब्ध आहेत. ही सर्व ध्यानतंत्रे 'ओशो ऑडिटोरियम' मध्ये होतात. हे ऑडिटोरियम कदाचित जगातील सर्वांत भव्य आणि प्रशस्त ध्यान सभागृह आहे.

ओशो मल्टिव्हर्सिटी

इथे होणारी विविध वैयक्तिक सत्रे, अभ्यासक्रम आणि कार्यशाळा ही सर्जनशील कला ते सर्वांगीण आरोग्य, वैयक्तिक परिवर्तन, मानवी नातेसंबंध आणि जीवनाबद्दलचे शिक्षण देतात.

यात परिवर्तन, कार्य-ध्यान, गूढ विज्ञान, खेळ आणि मनोरंजनासाठी 'झेन' दृष्टिकोनापर्यंत सर्वकाही समाविष्ट आहे. मल्टिव्हर्सिटीच्या यशाचे रहस्य यामध्ये आहे की त्याचे सर्व क्रियाकलाप ध्यानाशी जोडलेले आहेत. माणूस हा नुसता शरीराच्या अवयवांची बेरीज नाही, तर त्यापेक्षा काहीतरी अधिक आहे, असे समजून घेण्यास या कार्यशाळा प्रोत्साहन देतात.

भोजन

विविध जेवणाच्या ठिकाणी दिल्या जाणाऱ्या स्वादिष्ट आणि शाकाहारी, पाश्चात्त्य, आशियाई आणि भारतीय खाद्यपदार्थांत मेडिटेशन रिझॉर्टसाठी केवळ उगवलेल्या सेंद्रिय भाज्या वापरल्या जातात. रिझॉर्टच्या स्वत:च्या बेकरीमध्ये ब्रेड आणि केक वगैरे तयार केले जातात.

सांजक्रियाकलाप

संध्याकाळच्या क्रियाकलाप निवडण्यासाठीची यादी तशी मोठी आहे, ज्यामध्ये नृत्य शीर्षस्थानी आहे. इतर क्रियाकलापांमध्ये ताऱ्यांच्या सावलीत पौर्णिमा ध्यान, विविध कार्यक्रम, संगीतमैफिली आणि दैनंदिन जीवनासाठी ध्यान यांचा समावेश होतो.

सुविधा

मेडिटेशन रिझॉर्टच्या गॅलेरियामधून दैनंदिन वापरातील मूलभूत वस्तू तुम्ही खरेदी करू शकता. ओशोंचे सर्व मीडिया साहित्य मल्टिमीडिया गॅलरीत उपलब्ध आहे. हौशी खरेदीदार मित्रांसाठी, पुण्यात सर्वकाही उपलब्ध आहे. पारंपरिक भारतीय वस्तूंपासून ते आंतरराष्ट्रीय ब्रॅन्डच्या दुकानांपर्यंत.

राहण्याची सोय

ओशो गेस्टहाउसच्या सुरुचीपूर्ण खोल्या आपण राहण्यासाठी निवडू शकता. तुम्हाला जास्त काळ राहायचे असल्यास, तुम्ही 'लिव्हिंग-इन' प्रोग्राम पॅकेजदेखील निवडू शकता. याशिवाय अनेक प्रकारची हॉटेल्स आणि सर्व्हिस अपार्टमेन्ट्सही ओशो रिझॉर्टच्या जवळपास उपलब्ध आहेत.

www.osho.com/meditationresort
www.osho.com/guesthouse
www.osho.com/livingin
Facebook: osho.international.meditation.resort

♦

अधिक माहितीसाठी

ओशो इंटरनॅशनल यांची अधिकृत वेबसाईट : OSHO.com

ही एक बहुभाषिक वेबसाईट असून, यावर मासिके, ओशोंची पुस्तके, ऑडिओ आणि व्हिडीओ स्वरूपातील OSHO Talks इंग्रजी आणि हिंदी भाषेतील डिजिटल स्वरूपात जतन केलेली पुस्तके. तसेच ओशोंच्या ध्यानधारणेच्या प्रक्रियेसंदर्भात विस्तृत अशी माहिती उपलब्ध आहे. यासोबतच ओशो मल्टिवर्सिटी प्रोग्रामची वेळापत्रके व ओशो मेडिटेशन रिसॉर्टबाबत माहिती मिळवता येऊ शकते.

* OshoTimes.com
* OSHO.com/shop
* OSHO.com/iosho
* YouTube : OSHO
* Twitter : OSHO
* Instagram : oshointernational
* Facebook : OSHO.International

Facebook : osho.internatinal.meditation.resort

ओशो का हिंदी साहित्य

उपनिषद

सर्वसार उपनिषद
कैवल्य उपनिषद
अध्यात्म उपनिषद
कठोपनिषद
ईशावास्य उपनिषद
निर्वाण उपनिषद
आत्म-पूजा उपनिषद
केनोपनिषद

महावीर

महावीर-वाणी (दो भागों में)
जिन-सूत्र (चार भागों में)
महावीर या महाविनाश
महावीर : मेरी दृष्टि में
ज्यों की त्यों धरि दीन्हीं चदरिया

कृष्ण

गीता-दर्शन
(आठ भागों में अठारह अध्याय)
कृष्ण-स्मृति

बुद्ध

एस धम्मो सनंतनो (बारह भागों में)

अष्टावक्र

अष्टावक्र महागीता (नौ भागों में)

लाओत्से

ताओ उपनिषद (छह भागों में)

च्वांगत्सु

संसार और मार्ग
सत्य असत्य

मीरा

मैंने राम रतन धन पायो
झुक आई बदरिया सावन की

जगजीवन

नाम सुमिर मन बावरे
अरी, मैं तो नाम के रंग छकी

कबीर

सुनो भई साधो
कस्तूरी कुंडल बसै
कहै कबीर दीवाना
मेरा मुझमें कुछ नहीं
गूंगे केरी सरकरा
कहै कबीर मैं पूरा पाया
होनी होय सो होय

शांडिल्य

अथातो भक्ति जिज्ञासा (दो भागों में)

दादू

सबै सयाने एक मत
पिव पिव लागी प्यास

पलटू

अजहूं चेत गंवार
सपना यह संसार
काहे होत अधीर

दरिया

कानों सुनी सो झूठ सब

अमी झरत बिगसत कंवल

सुंदरदास

हरि बोलौ हरि बोल

ज्योति से ज्योति जले

धरमदास

जस पनिहार धरे सिर गागर

का सोवै दिन रैन

मलूकदास

कन थोरे कांकर घने

रामदुवारे जो मरे

बाउल संत

प्रेम योग

आनंद योग

अन्य रहस्यदर्शी

भक्ति-सूत्र (नारद)

शिव-सूत्र (शिव)

भजगोविन्दम् मूढ़मते (आदि शंकराचार्य)

एक ओंकार सतनाम (नानक)

जगत तरैया भोर की (दयाबाई)

बिन घन परत फुहार (सहजोबाई)

नहीं सांझ नहीं भोर (चरणदास)

संतो, मगन भया मन मेरा (रज्जब)

कहै वाजिद पुकार (वाजिद)

मरौ हे जोगी मरौ (गोरख)

सहज-योग (सरहपा-तिलोपा)

बिरहिनी मंदिर दियना बार (यारी)

प्रेम-रंग-रस ओढ़ चदरिया (दूलन)

दरिया कहै सब्द निरबाना (दरियादास बिहारवाले)

हंसा तो मोती चुगैं (लाल)

गुरु-परताप साध की संगति (भीखा)

मन ही पूजा मन ही धूप (रैदास)

झरत दसहुं दिस मोती (गुलाल)

अकथ कहानी प्रेम की (फरीद)

झेन, सूफी और उपनिषद की कहानियाँ

बिन बाती बिन तेल

सहज समाधि भली

दीया तले अंधेरा

गनुष्य होने की कला

सदगुरु समर्पण

उस पथ के पथिक

अंतर्यात्रा के पथ पर

विचार-पत्र

क्रांति-बीज

पथ के प्रदीप

पत्र-संकलन

अंतर्वीणा

प्रेम की झील में अनुग्रह के फूल

ढाई आखर प्रेम का

पद घुंघरू बांध

प्रेम के फूल

प्रेम के स्वर

पाथेय

बोध-कथा

मिट्टी के दीये

ध्यान, साधना

ध्यान विज्ञान
ध्यानयोग : प्रथम और अंतिम मुक्ति
मैं कौन हूँ?
चित चकमक लागे नहीं
समाधि के द्वार पर
तृषा गई एक बूँद से
जीवन सत्य की खोज
माटी कहै कुम्हार सूं
जीवन रस गंगा
अमृत की दिशा
समाधि के तीन चरण

साधना शिबिर

साधना-पथ
अंतर्यात्रा
प्रभु की पगडंडियाँ
साक्षी की साधना
साक्षी का बोध
मैं मृत्यु सिखाता हूँ
जिन खोजा तिन पाइयां
समाधि के सप्त द्वार (ब्लावट्स्की)
साधना-सूत्र (मेबिल कॉलिन्स)
ध्यान-सूत्र
जीवन ही है प्रभु
असंभव क्रांति
ध्यान दर्शन
ध्यान के कमल
शून्य की नाव
शून्य के पार
सत्य की खोज
संभावनाओं की आहट
समाधि कमल
जो घर बारे आपना
प्रेम दर्शन
गिरह हमारा सुन्न में
अपने माहिं टटोल
जीवन संगीत
रोम-रोम रस पीजिए

योग

पतंजलि : योग-सूत्र (पाँच भागों में)
योग : नये आयाम

तंत्र

संभोग से समाधि की ओर
युवक और यौन
क्रांति-सूत्र
तंत्र-सूत्र (पाँच भागों में)

राष्ट्रीय और सामाजिक समस्याएँ

फिर अमरित की बूँद पड़ी
एक एक कदम
देख कबीरा रोया
अस्वीकृति में उठा हाथ
भारत के जलते प्रश्न
समाजवाद से सावधान
समाजवाद अर्थात आत्मघात
स्वर्ण पाखी था जो कभी
नये समाज की खोज
नये भारत की खोज
नये भारत का जन्म
भारत का भविष्य

अंतरंग वार्ताएँ

संबोधि के क्षण
प्रेम नदी के तीरा
सहज मिले अविनाशी
उपासना के क्षण
अनंत की पुकार

प्रश्नोत्तर

नहिं राम बिन ठांव
प्रेम-पंथ ऐसो कठिन
उत्सव आमार जाति, आनंद आमार गोत्र
मृत्योर्मा अमृतं गमय
प्रीतम छवि नैनन बसी
रहिमन धागा प्रेम का
उड़ियो पंख पसार
सुमिरन मेरा हरि करैं
पिय को खोजन मैं चली
साहेब मिल साहेब भये
जो बोलैं तो हरिकथा
बहुरि न ऐसा दांव
ज्यूं था त्यूं ठहराया
ज्यूं मछली बिन नीर
दीपक बारा नाम का
अनहद में बिसराम
लगन महूरत झूठ सब
सहज आसिकी नाहिं
पीवत रामरस लगी खुमारी
रामनाम जान्यो नहीं
सांच सांच सो सांच
आपुई गई हिराय
बहुतेरे हैं घाट
कोंपलें फिर फूट आईं
क्या सोवै तू बावरी
कहा कहूँ उस देस की
पंथ प्रेम को अटपटो
फिर पत्तों की पांजेब बजी
मैं धार्मिकता सिखाता हूँ, धर्म नहीं
ओशो उपनिषद
एक नई मनुष्यता का जन्म
भविष्य की आधारशिलाएँ

विविध

अमृत-कण
अमृत वाणी
कुछ ज्योतिर्मय क्षण
नये संकेत
चेति सकै तो चेति
हसिबा, खेलिबा, धरिबा ध्यानम्
धर्म साधना के सूत्र
मैं कहता आंखन देखी
जीवन क्रांति के सूत्र
जीवन रहस्य
करुणा और क्रांति
विज्ञान, धर्म और कला
प्रभु मंदिर के द्वार पर
तमसो मा ज्योतिर्गमय
प्रेम है द्वार प्रभु का
अंतर की खोज
अमृत वर्षा
अमृत द्वार
एक नया द्वार
प्रेम गंगा
समुंदर समाया बूँद में
सत्य की प्यास
शून्य समाधि
व्यस्त जीवन में ईश्वर की खोज

अज्ञात की ओर
धर्म और आनंद
जीवन-दर्शन
जीवन की खोज
क्या ईश्वर मर गया है
क्या मनुष्य एक यंत्र है
नानक दुखिया सब संसार
नये मुनष्य का धर्म
धर्म की यात्रा
स्वयं की सत्ता
सुख और शांति
नारी और क्रांति
सम्यक शिक्षा
शिक्षा में क्रांति
गहरे पानी पैठ
ज्योतिष विज्ञान
नव संन्यास क्या
सत्य का अन्वेषण
सत्य का दर्शन
घाट भुलाना बाट बिनु
पथ की खोज
जीवन अलोक
जीवन की कला
जीवन क्रांति की दिशा
जीवन गीत
मन का दर्पण
आँखों देखी सांच
आनंद की खोज
स्वर्णिम बचपन
मेरी प्रिय पुस्तकें
बुद्धत्व का मनोविज्ञान
शून्य की किताब

ओशोंच्या साहित्यासंबंधी माहितीसाठी तसेच मागणीकरिता संपर्क :
ओशो मीडिया इंटरनॅशनल
१७ कोरेगाव पार्क, पुणे ४११००१, महाराष्ट्र, भारत
फोन नं. + ९१ (२०) ६६०१९९८१
email : distribution@osho.net

श्रोत्यांसमोर प्रत्यक्ष दिलेल्या तत्कालीन प्रवचनांचा समावेश असणारी ही ओशोंची पुस्तकं आहेत. ओशोंची सर्व प्रवचनं पुस्तकरूपात, तसेच, ऑडिओ रेकॉ\डगच्या रूपात उपलब्ध आहेत. ही रेकॉ\डग्ज, तसंच पुस्तकं यांच्याबाबतची माहिती www.OSHO.com/library या संकेतस्थळावरून प्राप्त करता येईल.